நபிகள் நாயகம்
சில முக்கியக் குறிப்புகள்

நபிகள் நாயகம்
சில முக்கியக் குறிப்புகள்

ஜியாவுதீன் ஸர்தார் (பி. 1951)

லண்டன் மிடில்செக்ஸ் பல்கலைக்கழகத்தின் சட்டம், சமூகவியல் துறைகளின் முன்னாள் பேராசிரியர். இஸ்லாம் குறித்த முன்னோடி எழுத்தாளரான இவர் கலாச்சாரப் பிரச்சினைகள் பற்றியும் எழுதிவருகிறார். 1974 முதல் 1979வரை சவுதி அரேபியாவிலுள்ள ஜித்தாவில் மன்னர் அப்துல் அஜீஸ் பல்கலைக்கழகத்தில் ஹஜ் ஆராய்ச்சி மையத்தில் பணியாற்றினார். இந்தக் காலகட்டத்தில் தனது முதல் நூலான 'முஸ்லிம் உலகில் அறிவியல் தொழில்நுட்பத்தின் வளர்ச்சி', (1977) பற்றிய ஆராய்ச்சிக்காக இஸ்லாமிய உலகு முழுவதும் பயணம்செய்தார். ஐம்பதுக்கும் அதிகமான நூல்கள் எழுதியுள்ளார். *Critical Muslim* என்னும் காலாண்டிதழின் இணை ஆசிரியராகவும் பணியாற்றிவருகிறார்.

இவர் எழுதிய 'Why do people hate America?' (2002) என்னும் புத்தகம் சர்வதேச அளவில் அதிக விற்பனையாகும் நூலாகும். இவர் எழுதிய 'Desperately Seeking Paradise: Journeys of a Sceprical Muslim' (2004) என்னும் சுயசரிதை இரண்டு தொகுப்புகளாக வெளிவந்துள்ளது. 'Balti Britain: A provocative Journey Through Asian Britain' (2008) என்னும் பயண நூலையும் எழுதியுள்ளார்.

பொது அறிவுஜீவிகளில் ஒருவராகப் பரவலாக அறியப்படும் ஜியாவுதீன் வானொலி, தொலைக்காட்சி நிகழ்ச்சிகளிலும் தொடர்ந்து பங்கேற்று வருகிறார்.

முடவன் குட்டி முகம்மது அலி (பி. 1953)

மொழிபெயர்ப்பாளர்

இயற்பெயர் மு.கா. முகம்மது அலி. சொந்த ஊர் கடையநல்லூர். தாயார் நாகூர் மீறாள். தந்தை காதர் நாகூர். பெங்களூர் பி.எஸ்.என்.எல். நிறுவனத்தில் வேலை செய்தார். பணி ஓய்வுக்குப் பின்னர் சொந்த ஊரான கடையநல்லூரில் வசிக்கிறார். சபா நக்வி எழுதிய *In Good Faith*, நோபல் பரிசு பெற்ற ஃப்ரான்ஸ் எமில் சீலான்பா எழுதிய *Meek Heritage*, ஜெயராம் ரமேஷ் எழுதிய *Indira Gandhi A Life in Nature,* புர்ஹான் ஸென்மெஸ் எழுதிய *Istanbul Istanbul, Sins and Innocents* ஆகிய நூல்களை ஆங்கிலத்திலிருந்து தமிழில் மொழிபெயர்த்துள்ளார். இவை முறையே வாழும் நல்லிணக்கம், சாதுவான பாரம்பரியம், இந்திரா காந்தி இயற்கையோடு இயைந்த வாழ்வு, இஸ்தான்புல்: நிலவறைக் கைதிகளின் நினைவுக் குறிப்புகள், பாவங்களும் அப்பாவிகளும் எனக் காலச்சுவடு வெளியீடுகளாக வந்துள்ளன. ‘முடவன் குட்டி’ என்ற புனைபெயரில் கவிதை, சிறுகதை என எப்போதாவது எழுதுவதுண்டு.

மனைவி – தாமரை; மகன் முகம்மது கஸ்ஸாலி

மின்னஞ்சல்: thamaraiali@gmail.com

ஜியாவுதீன் ஸர்தார்

நபிகள் நாயகம்
சில முக்கியக் குறிப்புகள்

தமிழில்
முடவன் குட்டி முகம்மது அலி

காலச்சுவடு பதிப்பகம்

● அன்பார்ந்த வாசகருக்கு,

வணக்கம்.

காலச்சுவடு நூலை வாங்கியமைக்கு நன்றி.

நூலின் உள்ளடக்கம், உருவாக்கம், அட்டைப்படம் இன்ன பிற அம்சங்கள் பற்றிய உங்கள் கருத்துகளையும் ஆலோசனைகளையும் காலச்சுவடு வரவேற்கிறது. தகவல், எழுத்து, வாக்கியப் பிழைகள் தென்பட்டால் அவசியம் தெரிவித்து உதவுங்கள். நூல் தயாரிப்பில் கடும் குறைபாடு இருப்பின் மாற்றுப் பிரதி உங்களுக்குக் கிடைக்கக் காலச்சுவடு ஏற்பாடு செய்யும்.

மின்னஞ்சல்: **publisher@kalachuvadu.com**

காலச்சுவடு நாகர்கோவில் அலுவலகத்துக்குக் கடிதம் அனுப்பலாம்.

தங்கள்

எஸ்.ஆர். சுந்தரம் (கண்ணன்)

பதிப்பாளர் — நிர்வாக இயக்குநர்

Muhammed: All that matters by Ziauddin Sardar

© Ziauddin Sardar

நபிகள் நாயகம்: சில முக்கியக் குறிப்புகள் ◆ வரலாறு ◆ ஆசிரியர்: ஜியாவுதீன் ஸர்தார் ◆ ஆங்கிலத்திலிருந்து தமிழில்: முடவன் குட்டி முகம்மது அலி ◆ முதல் பதிப்பு: டிசம்பர் 2024 ◆ வெளியீடு: காலச்சுவடு பப்ளிகேஷன்ஸ் (பி) லிட்., 669, கே.பி. சாலை, நாகர்கோவில் 629001

காலச்சுவடு பதிப்பக வெளியீடு: 1324

napikaL naayakam: Sila mukkiya kurippugal ◆ History ◆ Author: Ziauddin Sardar ◆ Tamil Translation from English by Mudavan Kutty Mohammed Ali ◆ Language: Tamil ◆ First Edition: December 2024 ◆ Size: Demy 1 x 8 ◆ Paper: 18.6 kg maplitho ◆ Pages: 160

Published by Kalachuvadu Publications Pvt. Ltd., 669 K.P. Road, Nagercoil 629001, India ◆ Phone: 91-4652-278525 ◆ e-mail: publications@kalachuvadu.com ◆ Printed at Mani Offset, Chennai 600077

ISBN: 978-93-6110-686-6

12/2024/S.No. 1324, kcp 5484, 18.6 (1) ass

பொருளடக்கம்

முன்னுரை: முஸ்லிம் நாகரிகத்தின் வளர்ச்சியும் வீழ்ச்சியும்	9
மொழிபெயர்ப்பாளரின் குறிப்பு	15
1. முகம்மது (ஸல்) அவர்களைப் புரிந்துகொள்ளல்	17
2. இஸ்லாத்திற்கு முந்தைய அரேபியா	32
3. நபித்துவத்திற்கு முந்தைய வாழ்க்கை	43
4. மக்காவில் இறைத்தூதர்	53
5. ஹிஜ்ரா – புலம்பெயர்தல்	69
6. மதீனா அரசியல் சாசனம்	77
7. யுத்தங்கள்	86
8. ஹுதைபியாவும் கைபரும்	99
9. மன்னிப்பதன் வெற்றி	110
10. மனைவியரும் போர் நடவடிக்கைகளும்	122
11. இறைத்தூதர்: ஒரு மனிதராக அவர் பண்புகள்	130
முகம்மதின் பொன்மொழிகள்	137
பின்னிணைப்பு	141
ஆதார நூல்கள்	153
நூல் பட்டியல்	156
பொருளடைவு	158

நன்றி

நூலிலுள்ள புகைப்படங்களைப் பயன்படுத்திக் கொள்ள அனுமதி வழங்கியதற்காக ஆசிரியரும் பதிப்பகமும் நன்றி கூறுகின்றனர். புகைப்படங்களின் விவரம் வருமாறு: **அத்தியாயம் 3:** © ayazad - Fotolia; **அத்தியாயம் 4:** Walters Art Museum/http://creative commons.org/licenses/by- sa/3.0/deed.en 28/03/2012/ http://commons.wikimedia. org/wiki/File:Turkish_-_Tile_with_the_Great_Mosque_of_Mecca_-_Walters_481307_-_View_A.jpg; **அத்தியாயம் 5:** http://en.wikipedia.org/wiki/File:Cave_ Hira.jpg (Nazli - public domain); **அத்தியாயம் 6:** © Ahmad Faizal Yahya - Fotolia; **அத்தியாயம் 7:** © Ahmad Faizal Yahya - Fotolia; **அத்தியாயம் 9:** http://en.wikipedia.org/ wiki/File:Sana%27_military_museum_07.JPG (public domain); **அத்தியாயம் 11:** © ramzi hachicho - Fotolia.

முன்னுரை

முஸ்லிம் நாகரிகத்தின் வளர்ச்சியும் வீழ்ச்சியும்

ஜியாவுதீன் ஸர்தார் உலகின் முதன்மையான இஸ்லாமிய அறிஞர்களில் ஒருவர். பிரிட்டனின் சிறந்த நூறு அறிவுஜீவிகள் பட்டியலில் இடம்பெற்றவர். சட்டவியல், சமூகவியல், இயற்பியல், தகவல் தொழில்நுட்பம், முஸ்லிம் நாகரிகம், பின்காலனியம் உள்ளிட்ட பல்துறைப் பேராசிரியரான ஜியாவுதீன் இதுவரை ஐம்பதுக்கும் மேற்பட்ட நூல்களை எழுதி யுள்ளார். இவர் நபிகள் நாயகம் (ஸல்) அவர்களது வாழ்வில் நடைபெற்ற பல முக்கியமான நிகழ்வு களைத் தொகுத்து 2012இல் வெளியிட்ட தலைசிறந்த நூல்தான் 'Muhammad: All That Matters'. தற்போது இந்நூலை முடவன் குட்டி முகம்மது அலி 'நபிகள் நாயகம் – சில முக்கியக் குறிப்புகள்' என்ற தலைப்பில் தமிழாக்கம் செய்துள்ளார்.

பெருமானாரின் வாழ்க்கை வரலாறு தொடர்பாக இதுவரை வெளிவந்துள்ள நூல்களில் பரவலாக அறியப்படும் முப்பதுக்கும் மேற்பட்ட நூல்களை ஆய்வுசெய்து இக்குறிப்புகளைத் தந்திருக்கிறார் ஜியாவுதீன். பெருமானாரின் வாழ்வியல் அம்சங்கள் குறித்த ஜியாவுதீனின் நோக்குநிலையையும் ஆய்வு போக்கையும் இந்நூல் நெடுகிலும் நாம் காணலாம்.

நபிகளாரின் தனிப்பட்ட வாழ்க்கை குறித்தும் அரசியல் நடவடிக்கைகள் பற்றியும் மேற்கத்திய அறிஞர்கள், கிழக்கத்திய மொழிப் புலமையாளர்கள்,

அறிவொளிச் சிந்தனையாளர்கள் ஆகியோர் முன்வைக்கும் சில விமர்சனங்களையும் அவற்றிற்கான விளக்கங்களையும் பொருத்த மான இடங்களில் ஜியாவுதீன் பதிவுசெய்துள்ளார். உதாரணமாக நபிகளார் கலந்துகொண்ட யுத்தங்கள், அவர்கள் புரிந்த பலதாரமணம் ஆகியவற்றைச் சொல்லலாம். தன் கருத்துகளுக்கு வலுச்சேர்க்கும் வகையில் ஆங்காங்கே குர்ஆன் வசனங்களையும் மேற்கோள்காட்டியுள்ளார்.

இந்நூலில் பதினொன்று அத்தியாயங்கள் இடம்பெற்றுள்ளன. நபிகள் நாயகத்தின் வாழ்க்கையை அறிந்துகொள்ள எத்தனை வகையான சான்றுகள், வரலாற்று ஆவணங்கள் உள்ளன என்பதை ‘முகம்மது (ஸல்) அவர்களைப் புரிந்துகொள்ளல்’ என்ற முதல் அத்தியாயத்தில் அழகாகவும் தெளிவாகவும் பட்டியலிட்டுள்ளார்.

குர்ஆன், நபி மொழிகள், கடிதங்கள், உடன்படிக்கைகள், கவிதைகள், வாய்வழித் தகவல்கள், வரலாற்றாசிரியர்களும் முஸ்லிம் கல்வியாளர்களும் சேகரித்த சான்றுகள் உள்ளிட்ட பல்வேறு ஆதார வகைமைகள் பற்றிக் குறிப்பிட்டுள்ளார். இவை வரலாற்றாசிரியர்கள், ஆய்வாளர்கள் அனைவருக்கும் பயனுள்ளதாக அமையும்.

இரண்டாவது அத்தியாயத்தில் இஸ்லாத்திற்கு முந்தைய அரேபியாின் வாழ்க்கை முறை, வணிகம், கலாச்சாரம், வழிபாட்டு முறை, அரேபிய தீபகற்பத்தின் நிலபரப்பு, அரசியல் சூழல், நிர்வாக அமைப்பு, சமூகக் கட்டமைப்பு, அரேபியரின் கலை இலக்கிய ஆர்வம் உள்ளிட்ட முக்கியமான பகுதிகளை விறுவிறுப்பாகக் கொண்டுசெல்கிறார்.

விவாகரத்துச் செய்துகொள்ளும் உரிமையும் மறுமணம் செய்துகொள்ளும் உரிமையும் இஸ்லாத்திற்கு முன்பே பெண்களுக்கு வழங்கப்பட்டிருந்தன என்ற செய்தி மிகவும் வியப்பானது. மக்கா, மதீனா, தாயிஃப் உள்ளிட்ட மத்திய அரேபியாவின் முக்கியத்துவம் வாய்ந்த நகரங்கள் பற்றிய குறிப்புகளும் புனித ஆலயம் கஅபா குறித்த செய்திகளும் இப்பகுதியில் இடம்பெற்றுள்ளன.

மிக முக்கியமாக, இந்தியாவிற்கும் அரபு நாடுகளுக்கு மிடையிலான வணிகத் தொடர்பு பற்றிக் குறிப்பிடும் ஜியாவுதீன், மக்கா, மதீனா புனித நகரங்கள் என்பதால் அகழ்வாராய்ச்சி மேற்கொள்ள அனுமதிக்கப்படவில்லை என்கிறார். சில இடங்களில் நடத்தப்பட்ட ஆய்வுகளில் வர்த்தக வழித்தடங்கள் இருந்ததற்கான சான்றுகள் காணப்படுகின்றன என்றும் தெரிவிக்கிறார்.

“நபித்துவத்திற்கு முந்தைய வாழ்க்கை” என்ற மூன்றாவது அத்தியாயத்தில் பெருமானாரின் குழந்தைப் பருவம், அநாதை வாழ்க்கை, வணிகம், கதீஜா அம்மையாரை மணத்தல், தியானம் முதலிய குறிப்புகள் இடம்பெற்றுள்ளன. சிலை வணக்கத்திலிருந்து விலகி ஓரிறைக் கொள்கையில் ஈடுபாடு கொண்ட ஹனீஃபாக்கள் தொடர்பான தகவல்களும் இதில்உள்ளன.

பன்னிரண்டு வயதில் வணிகத்தைத் தொடங்கிய பெருமானார் தனது சிரியா பயணத்தில் கிறிஸ்தவத் துறவிகளைச் சந்தித்ததும் வரலாற்றுத் தடங்களின் பின்னணியை அறிந்து கொண்டதும் முக்கியமான தகவல்கள். முறையான கல்வியறிவு பெறவில்லை என்றாலும் தன் இனக்குழு குறித்த வரலாறு, முந்தைய வரலாறு, வீழ்ச்சியடைந்த நாகரிகங்கள் பற்றிய புரிதல் ஆகியவை நபிகளாரிடம் இருந்தது என்ற செய்தி பெருமானாரின் அறிவுத் தேடலை வெளிப்படுத்துகிறது. எத்தகைய சமூகத்தை அவர் கட்டமைக்க விரும்புகிறார் என்பதையும் அது காட்டுகிறது

“மக்காவில் இறைத்தூதர்” என்ற நான்காவது அத்தியாயத்தில் குர்ஆன் அருளப்பட்ட வரலாறு, இறை வெளிப்பாடு தொடர்பாக மேற்கத்திய அறிஞர்களின் கருத்து, இஸ்லாத்தின் ஆரம்ப நிலை, பெருமானாரின் போதனைகள், முஸ்லிம்கள்மீதான தாக்குதல்கள், அபிசீனியப் பயணம், தாயிப் நகரப் பயணம், மிஃராஜ் என்ற விண்ணுலக இரவுப் பயணம் எனப் பல்வேறு தகவல்களைத் திரட்டித் தந்திருக்கிறார் ஜியாவுதீன். நாயகத்தின் இறைச்செய்தி தீவிரமான சமூக அரசியல் மாற்றத்தைக் கோருவதாக இருந்தது. முதலில் இஸ்லாத்தை ஏற்றவர்கள் ஒடுக்கப் பட்ட மக்களும் உழைக்கும் வர்க்கத்தைச் சேர்ந்த ஆண்களும் பெண்களும். இதைப் பார்த்துச் செல்வந்தர்களும் இனக்குழுத் தலைவர்களும் கலக்கமடைந்தனர் என்ற வரலாற்று உண்மையை எல்லாத் தேசங்களிலும் நாம் பொருத்திப்பார்க்கலாம்.

கி.பி. 622இல் நடைபெற்ற ‘ஹிஜ்ரா’ புலம்பெயர்தல் நிகழ்வுக்கு இஸ்லாமிய வரலாற்றில் மிக முக்கியமான இடமுண்டு. மதீனாவில் முதல் இஸ்லாமிய அரசு நிறுவப்பட்டதும், மதீனா அரசியல் சாசனம் உருவாக்கப்பட்டதும் இதற்குப் பிறகுதான். இந்நிகழ்வின் முக்கியத்துவத்தைக் கவனத்தில் கொண்டே ‘ஹிஜ்ரி’ இஸ்லாமிய நாள்காட்டி அமைக்கப்பட்டது.

முஸ்லிம்கள்மீதான தாக்குதல் நாளுக்குநாள் அதிகரித்த சூழலில், பெருமானாரைக் கொலை செய்யச் சதி நடந்தவேளையில் இறைக்கட்டளையின்படி நபிகளார் மக்காவிலிருந்து மதீனாவிற்குப் புலம்பெயர்ந்து சென்றார்கள். உயிருக்கு ஆபத்தான சூழ்நிலையிலும் மக்காவாசிகள் நபியிடம் ஒப்படைத்திருந்த

சேமிப்புத் தொகை, அடைக்கலப் பொருட்கள், கடன் தொகை களைத் திருப்பி ஒப்படைப்பதற்காக அலி (ரழி) அவர்கள் மக்காவிலியே தங்கியிருந்தார்கள் என்ற குறிப்பும் நபிகளார் மதீனாவில் தங்கும் இடத்தைத் தேர்ந்தெடுத்த விதம் அரசியல் முக்கியத்துவம் வாய்ந்தது என்ற கருத்தும் ஆசிரியரின் நுட்பமான பார்வையை எடுத்துக்காட்டுகின்றன.

மதீனா அரசியல் சாசனம், ஒருங்கிணைந்த சமூக ஒப்பந்த மாகவும், சமய நல்லிணக்கத்தின் அடையாளமாகவும் சம உரிமையின் வடிவமாகவும் அமைந்திருந்தது. மதீனா அரசியல் சாசனம் குறித்துப் பேசும் ஆறாவது அத்தியாயத்தில் பல சமயங்களையும் கலாச்சாரங்களையும் சார்ந்த ஒரு சமுதாயமே 'உம்மத்-சமுதாயம்' என அழைக்கப்பட்டது என்ற தகவல் அனைவரும் கவனத்தில்கொள்ள வேண்டிய ஒன்று.

அடுத்தடுத்த அத்தியாயங்களில் நபிகளார் கலந்துகொண்ட முக்கியமான யுத்தங்கள், ஹுதைபிய்யா உடன்படிக்கை, மக்கா வெற்றி தொடர்பான பல குறிப்புகளைத் தருகிறார் ஜியாவுதீன். இஸ்லாமிய அரசியல் வரலாற்றில் மிகவும் முக்கியமானதாகக் கருதப்படும் பத்ர், உஹத், அகழி, கைபர், முஅத்தா, ஹுனைன் ஆகிய யுத்தங்கள் நடந்ததற்கான பின்னணிகளும் அவை ஏற்படுத்திய தாக்கங்களும் தெளிவாக எடுத்துரைக்கப்பட்டுள்ளன.

இஸ்லாத்திற்கு முந்தைய காலந்தொட்டே அரேபிய இனக்குழுக்கள் தங்கள் இருப்பைத் தக்கவைத்துக்கொள்ளவும் வாழ்வாதாரத்தைப் பாதுகாக்கவும் சமூக அரசியல் காரணங் களுக்காகவும் தங்களுக்கிடையே அவ்வப்போது சண்டையிட்டுக் கொள்வார்கள். அத்தகைய ஓரிரு சண்டைகளில் நபிகளார் சிறு வயதில் கலந்துகொண்டுள்ளார்கள் என்ற செய்தியையும் நூலாசிரியர் பதிவுசெய்துள்ளார்.

மேலும் பெருமானார் தனது 63 ஆண்டுக் கால வாழ்க்கை யில் யுத்தங்களில் கலந்துகொண்டது ஒரு சில மாதங்கள் மட்டுமே. ஆட்சியாளர்களும் போர்வீரர்களும் கடைப்பிடிக்க வேண்டிய போர் அறங்களை ஒட்டுமொத்த உலகிற்கும் வகுத்துத்தந்தார்கள். பெண்கள், குழந்தைகள், போரில் ஈடுபடாத பொதுமக்கள் ஆகியோரைக் கொல்லக் கூடாது, மரங்களை வெட்டவோ, கட்டடங்களைச் சேதப்படுத்தவோ கூடாது என்பன உள்ளிட்ட போர் அறங்கள் எவ்வளவு தொலைநோக்குப் பார்வையுடன் பெருமானாரால் வடிவமைக்கப்பட்டன என்பதை நினைவுபடுத்து வது காலத்தின் அவசியம். போர்க் காலகட்டங்களில் பாடப்பட்ட சில பாடல்களையும் நூலாசிரியர் சுவைபடக் குறிப்பிட்டுள்ளார்.

இஸ்லாமிய வரலாற்றில் நடந்த மற்ற இரண்டு முக்கியமான நிகழ்வுகள் குறித்து ஜியாவுதீன் பேசியுள்ளார். ஒன்று, 'மக்கா வெற்றி'. கி.பி. 632 ஜனவரியில் முஸ்லிம்கள் மக்காவை வெற்றி கொண்டார்கள். மக்கா நகரம் முழுமையாக முஸ்லிம்கள் கட்டுப்பாட்டில் வந்தது. நபிகளார் எதிரிகளைப் பழிவாங்குவார் என்று பெரும்பாலான முஸ்லிம்கள் எதிர்பார்த்துக்கொண்டிருந்த வேளையில் நபிகளார் அனைவருக்கும் பொதுமன்னிப்பு வழங்கி னார்கள். அதன் பிறகு வலிமையான சக்தியாக இஸ்லாம் உருவானது.

இரண்டாவது, பெருமானாரின் இறுதிப் பேருரை. கி.பி. 632 பிப்ரவரியில் ஏறக்குறைய 1,20,000 புனிதப் பயணிகளுடன் ஹஜ் பயணம் மேற்கொள்ளப் பெருமானார் மக்கா சென்றார்கள். அப்போது அரஃபா பெருவெளியில் அவர் ஆற்றிய உரை மிகவும் சிறப்பு வாய்ந்தது. தனக்குப் பிறகு இஸ்லாமிய ஆட்சி எப்படி அமைய வேண்டும் என்பதற்கான முழுமையான வழிகாட்டுதலை மக்களுக்கு வழங்கினார்கள். அந்த உரையில் இடம்பெற்ற அம்சங்கள் குறித்து இன்றளவும் ஆய்வுகள் மேற்கொள்ளப்பட்டு வருகின்றன.

இறுதி அத்தியாயத்தில் நூலாசிரியர் பெருமானாரின் நற்பண்புகளைப் பட்டியலிடுகிறார். நபிகளாரின் நேர்மை, எளிமை, சமத்துவம், சகோதரத்துவம், சமய நல்லிணக்கம் ஆகியவற்றைப் பேணும் தன்மை, மற்றவர்களின் கருத்துகளுக்கு முக்கியத்துவம் அளிக்கும் பண்பு, மூடநம்பிக்கைகளை ஒழிப்பதில் துணிவு, கல்விக்கு அவர் வழங்கிய முக்கியத்துவம், ஏழை, எளியோர், பெண்கள், சிறுவர், பெரியோர்மீது காட்டிய பரிவு, கணவர், தந்தை, நண்பர், தலைவர், சீர்திருத்தவாதி எனப் பல்வேறு நிலைகளில் அவர் நடந்துகொண்ட விதம் என அனைத்துப் பகுதிகளையும் சான்றுகளுடன் நம் கண்முன் நிறுத்தியுள்ளார் ஜியாவுதீன். நாயகத்தின் இத்தகைய நற்பண்புகளை முஸ்லிம்கள் பேணியதா லேயே அவர்கள் நாகரிகத்தின் உச்சிக்குச் சென்றார்கள். இந்த நற்பண்புகள் புறக்கணிக்கப்பட்டதால் முஸ்லிம் நாகரிகம் நலிவுற்று வீழ்ச்சியடைந்தது எனும் பேருண்மையை எந்தத் தயக்கமுமின்றி வெளிப்படுத்தியுள்ளார்.

இந்நூலின் மற்றொரு சிறப்பு இதில் இடம்பெற்றுள்ள பின்னிணைப்பு. இதில் பல்வேறு காலகட்டங்களில் தொகுக்கப் பட்ட நபிகளாரின் வாழ்க்கையை அறிந்துகொள்ள உதவும் 35க்கும் மேற்பட்ட முக்கியமான நூல்களின் பட்டியலை இணைத்துள்ளார்.

ஒவ்வொரு அத்தியாயமும் இதர அத்தியாயங்களுடன் அழகாக இணைக்கப்பட்டுள்ளது. நூலின் பொருண்மையும் ஆசிரியரின் எழுத்தும் நூலைப் பலமுறை வாசிக்கும் ஆவலைக் கிளர்த்திவிடுகின்றன. பாரம்பரிய ஆதார நூல்கள், நவீன ஆய்வுகள், நடுநிலைப் பார்வை இவற்றின் வழி நின்று கண்டறியப் பட்ட இந்நூலின் பல குறிப்புகள் தமிழ் வாசகர்களுக்குப் புதுமையாக இருக்கும். நல்லதொரு வாசிப்பு அனுபவத்தை வழங்கும்.

மொழிபெயர்ப்பில் திறமை வாய்ந்த முடவன் குட்டி முகம்மது அலி இந்நூலைச் சிறப்பாக மொழியாக்கம் செய்துள்ளார். அவருக்கு என் மனமார்ந்த வாழ்த்துகள். நபிகள் நாயகம் பற்றிய முக்கியமான நூலை அழகாகப் பதிப்பித்திருக்கும் காலச்சுவடு பதிப்பகத்திற்கு என் பாராட்டுகள்.

சென்னை
08.11.2024

அ. ஜாகிர் ஹுசைன்
அரபு, பாரசீகம் & உருதுத் துறைத் தலைவர்,
சென்னைப் பல்கலைக்கழகம்.

மொழிபெயர்ப்பாளரின் குறிப்பு

நபிகள் நாயகத்தின் வாழ்க்கை பற்றிய லட்சக்கணக்கான நூல்கள் பல்வேறு மொழிகளில் எழுதப்பட்டுள்ளன. ஆயிரக்கணக்கான நூல்கள் தமிழில் வெளிவந்துள்ளன. முகம்மது நபி (ஸல்) அவர்களைப் பற்றிய விரிவான, ஆழ்ந்த அறிவும் உலகளாவிய பார்வையும் கொண்டவர் நூலாசிரியர் ஜியாவுதீன் ஸர்தார். ஆதலால் நபிகள் நாயகத்தின் ஒட்டுமொத்த வாழ்வின் சாரத்தை சில நூறு பக்கங்களில் சுருக்கமாகவும் தெளிவாகவும் இந்த நூலில் அவரால் தரமுடிந்திருக்கிறது.

உலக வரலாற்றில் தாக்கம் செலுத்திய, செலுத்திவரும் இறைத்தூதர் என்ற ஆளுமைமீது ஆண்டாண்டு காலமாய்ச் சூழ்ந்துள்ள மிகையான புகழையும் நியாயமற்ற விமர்சனங்களையும் முடிந்த வரை அகற்றி, அடிப்படையான ஆதாரங்களின் உண்மை ஒளியில் முகம்மது என்ற மனிதரின் வாழ்வை அபாரமாகப் பதிவுசெய்துள்ளார் ஜியாவுதீன் ஸர்தார்.

நானும் உங்களைப் போல ஒரு மனிதன்தான் என்பதே தன்னைப் பற்றிய சுய விளக்கமாக நாயகத்தின் வாழ்நாள் முழுவதும் இருந்தது.

அரசியல் தலைவராக, சமூகத்தை வழிநடத்தும் பொறுப்பாளராக இருந்தபோது அவர் எதிர்கொண்ட மிகச் சிக்கலான சில பிரச்சினைகளைத் தீர்க்க மன்னிப்பையும் சமாதானத்தையுமே அவர்

கருவியாகக் கொண்டார். பொதுவாழ்விலும் சில சமயங்களில் அவரின் நியாயத் தராசு முள் நியாயத்தின் பக்கம் நில்லாமல் மன்னித்தலின் பக்கம் சாய்ந்தது.

தற்பெருமை ஆணவம், சுயநலம், பேராசை, சகிப்பின்மை, கோபம், பொய் ஏமாற்று, புறங்கூறுதல், பிறரைப் பழித்தல், புகழாசை, பொறாமை எனத் தனக்குள் இருக்கும் எதிரிகளுடன் சதா போர் (ஜிகாத்) நடத்திவந்தவர் நபிகள் நாயகம். பணிவு, அடக்கம், எளிமை, நேர்மை ஆகியவற்றை அவரின் சிறந்த பண்புகளாகக் கூறலாம். தனது வாழ்வின் செய்தியாக இறுதிப் பேருரையில் அவர் மொழிந்தவை மானுட குலம் முழுமைக்கும் பொருத்தமானவை.

இந்த நூலைத் தமிழாக்கம் செய்யும் நல்வாய்ப்பினை எனக்களித்த என் மதிப்பிற்குரிய சுந்தர ராமசாமி அவர்களின் மகன் காலச்சுவடு கண்ணன் அவர்களுக்கு என் மனமார்ந்த நன்றியை இங்கே பதிவுசெய்கிறேன்:

மொழிபெயர்ப்பை மூல நூலுடன் ஒப்பிட்டுச் சரிபார்க்கும் கடினமான பணியை மேற்கொண்டு திருத்தங்கள் செய்து பிரதியை மேம்படுத்திய அரவிந்தன்,

நூலுக்கு மிக அருமையான முன்னுரை வழங்கி, பொருத்தமான ஆலோசனையயும் வழங்கிய சென்னைப் பல்கலைக்கழகத்தின் அரபு, பாரசீக, உருதுத் துறைகளின் தலைவரும், திருக்குறளை அரபியிலும், கவிதைகள் நாவல் சிறுகதைகளை அரபியிலிருந்து தமிழுக்கும் மொழியாக்கம் செய்து சாதனை புரிந்துவரும் ஜாகிர் ஹுசைன்,

மொழியாக்கத்தை ஆழமாக வாசித்து அரபுப் பெயர்களைச் சரிசெய்து திருத்தங்கள் கூறியவர் எனது படைப்பு முயற்சிகள் அனைத்தையும் எப்போதும் வாழ்த்தியவாறிருக்கும் அன்பிற்குரிய சிராஜுல் ஹஸன்,

மொழிபெயர்ப்பு குறித்த சந்தேகங்களை எந்த நேரத்திலும் கேட்கலாம் எனத் தன் மனதையும் காதையும் திறந்துவைத்து எப்போதும் எனக்கு உதவிவரும் கவிஞர் அபி,

பிரதியைத் தட்டச்சு செய்வதில் உதவிய எனதருமை நண்பன் ஹாஜா,

காலச்சுவடு கலா முருகன், லதா ஆகிய அனைவருக்கும் எனது பணிவான நன்றி.

முடவன் குட்டி முகம்மது அலி

1

முகம்மது (ஸல்) அவர்களைப் புரிந்துகொள்ளல்

இறைத்தூதர்கள் மக்களிடையே மிகவும் புகழ் பெற்றவர்கள். இவர்களில் மாபெரும் இறைத்தூதர்களான இப்ராஹீம் (அலை)*, மூஸா (அலை), ஈஸா (அலை), முகம்மது (ஸல்) ஆகியோர் மனித வரலாற்றின் போக்கையே மாற்றியுள்ளனர். சாமானிய மனிதர்களின் அன்றாட வாழ்வையும் அவர்கள் வாழ்ந்த சமூகத்தையும் இறைத்தூதர்கள் மீண்டும் வடிவமைத்தனர். உலகத்திற்கும் வரலாற்றிற்கும் இடையேயான மக்களின் உறவையும் அவர்கள் மாற்றியமைத்தனர். விமர்சகர்கள், அவநம்பிக்கைவாதிகள், விளக்கமுரைப்பவர்கள், எதிரிகள் ஆகியோரின் எதிர்வினை பல்வேறு வழிகளில் நம்மீது தாக்கம் செலுத்துவதைப்போல. நம்மைப் பற்றியும், இந்த வாழ்க்கை, உலகம் என இன்றிருக்கும் ஒவ்வொன்றைப் பற்றியும் நாம் எவ்விதம் அறிந்துகொள்கிறோம், எவ்விதம் எண்ணுகிறோம் ஆகியவற்றின் மீதும் இந்த

---

* அலை—இப்ராஹீம், மூஸா, ஈஸா ஆகியோர் இறைத் தூதர்கள் அல்லது நபிமார்கள் ஆவர். இவர்களின் பெயர்களை முஸ்லிம்கள் கூறும்போதெல்லாம் 'அவர் மீது சமாதானம் உண்டாகட்டும்' என்பதையும் சேர்த்தே சொல்கின்றனர். இதுவே 'அலை' என்பதன் பொருளாகும். 'அலைஹிஸ்ஸலாம்' என்று சொல்வதன் சுருக்கமே 'அலை' ஆகும். இறைத்தூதர்களில்/ நபிமார்களில் இறுதியாக வந்தவர் முகம்மது ஆவார். முகம்மதை 'நபிகள் நாயகம்', 'நபிகளார்' எனவும் இந்த நூலில் ஆங்காங்கே குறிப்பிடப்பட்டுள்ளது.
— மொழிபெயர்ப்பாளர்

நபிமார்களின், அவர்களைப் பின்பற்றுவோரின் நூற்றாண்டுகால எண்ணம், சொல் செயல்களின் முத்திரைகள் பதிந்துள்ளன.

மாபெரும் இறைத்தூதர்கள் மனித வரலாற்றின் வளர்ச்சிக்கு வித்திடும் ஆக்கப்பூர்வமான சக்திகளாக விளங்கினர்; எனினும் நம்பிக்கை சார்ந்து மக்களிடையே பிரிவினை ஏற்பட அவர்கள் காரணமாக இருந்திருக்கின்றனர் என்பது நியாயமான கூற்றேயாகும். பிரிவினையை ஏற்படுத்துவது அவர்களின் நோக்கமாக இல்லாதிருக்கலாம். ஆனால் புதிய மத, சமூக அடையாளங்களை வலியுறுத்துபவர்களாக அவர்கள் இருந்ததன் விளைவாக இறையியல், அரசியல், சமூகம், ஏகாதிபத்தியம் என மக்களிடையே இருந்த பிரிக்கும் கோடுகளை அவர்கள் மாற்றியமைத்தனர். இறைத்தூதர்களைப் பின்பற்றுபவர்கள் கட்டமைத்த பல்வேறு அடையாளங்களால் அதிக ரத்தம் சிந்தப்பட்டது. இறைத்தூதர்கள் மக்களிடம் அளவிலா அன்பைத் தூண்டுபவர்களாக இருக்கின்றனர். ஆனால் சில சமயங்களில் கடுமையான வெறுப்பும் பகையும் அவர்களது கருத்துகளால் உருவாகின்றன. சுருக்கமாகக் கூறுவதெனில் மனித வரலாற்றையும் சமகாலச் சமூகத்தையும் புரிந்துகொள்ள இறைத்தூதர்களைப் பற்றி நாம் கட்டாயம் தெரிந்துகொள்ள வேண்டும்.

இறைத்தூதர்களை அறிவது மிகவும் கடினம். மற்றவர்களின் பல நூற்றாண்டு காலக் கருத்துகளும், ஒருதலைச் சார்பான விருப்பங்களும், முற்சாய்வுகளும் இறைத்தூதர்களின் வாழ்க்கை வரலாறுகளைக் கடினமான ஓடுகளாய் மூடியுள்ளன. சித்தாந்தம், சிக்கலான இறையியல் விளக்கங்கள், தொன்மங்கள், புனைவுகள், சமுதாயப் பண்பின் அடிப்படைத் தன்மைகள், மரியாதை, விமர்சனம் ஆகிய கூறுகளின் கலவையாக இறைத்தூதர்கள் இருப்பதைக் காணலாம். பெரும்பாலான இந்தக் கூறுகள் அவர்களின் வாழ்வுடனும் செயல்பாடுகளுடனும் குறைந்த அளவே தொடர்புடையவை. இவற்றைக் காட்டிலும் அவர்கள் எவ்விதம் புரிந்துகொள்ளப்பட வேண்டும், ஏற்றுக்கொள்ளப்பட வேண்டும் அல்லது நிராகரிக்கப்பட வேண்டும் என மற்றவர்கள் விரும்புகிறார்களோ அந்த விருப்பங்களுடன்தான் அதிகமும் தொடர்புடையவை. ஒரு லட்சிய இறைத்தூதர் எப்படி இருக்க வேண்டும், எந்த மாதிரியான வாழ்க்கையை நடத்த வேண்டும், அவருடைய செய்தி என்னவாக இருக்க வேண்டும் எனும் எண்ணங்கள்கூட ஒருவரின் சம்பிரதாயங்கள், நம்பிக்கைகளைப் பொறுத்துப் பல்வேறு எதிர்பார்ப்புகளை அவரிடம் ஏற்படுத்துகின்றன. இங்கு தவிர்க்க முடியாத ஒரு கேள்வி எழுகிறது: ஓர் இறைத்தூதர் யார் என்று உண்மையில் எப்படித் தெரிந்துகொள்வது?

இன்றைய சவூதி அரேபியாவிலுள்ள மக்கா நகரில் கி.பி. 570ஆம் ஆண்டு முகம்மது (ஸல்) பிறந்தார். அனைத்தையும் படைத்தவனாகிய ஓர் இறைவன் தமக்கு ஒரு செய்தியை வெளிப்பாடாக (வஹீ) அருளியதாகத் தமது நாற்பதாம் வயதில் பிரகடனம் செய்தார். 632ஆம் ஆண்டு அவர் மறையும்வரை இறைத்தூதராக இருந்த காலகட்டம் முழுவதும் இறைச் செய்திகளை வெளிப்பாடுகளாக இறைவன் தொடர்ந்து தமக்கு அருளியதாக அறிவித்தார். அவரைப் பின்பற்றுபவர்கள் முஸ்லிம்கள் என அறியப்பட்டனர். வெளிப்பாடுகளாக அவருக்கு அருளப்பெற்ற இறைச் செய்திகளைப் புனிதமானவை யாக முஸ்லிம்கள் ஏற்றுக்கொண்டு ஓரிறை வழிபாட்டில் தம்மைச் சமர்ப்பித்துக்கொண்டனர். ஓரிறைவனை அரபு மொழியில் அல்லாஹ் என்பர். 'கடவுள்' என்பது அதன் நேரடியான பொருள். முகம்மது (ஸல்) அவர்கள் போதித்த மதம் இஸ்லாம் என அறியப்பட்டது. தன்னைப் பின்பற்றுவோர் நடைமுறையில் இஸ்லாத்தைப் பின்பற்றுவதன் வழிமுறை களை நிர்மாணிப்பதிலும் ஒழுங்குபடுத்துவதிலும் அவரின் பங்களிப்பு மிக முக்கியமானதாகும். இவை மறுக்க முடியாத அடிப்படையான உண்மைகள். ஆனால் நபிகள் நாயகத்தின் ஆளுமை, பண்பு, அவர் நிர்மாணித்த மார்க்கத்தில் அவருக்கான இடம் ஆகியவை பற்றி இவற்றிலிருந்து அதிகமாகத் தெரிந்துகொள்ள முடியாது.

இறைவனின் அருள்

முகம்மது பெயரை முஸ்லிம்கள் கூறும்போதெல்லாம் 'அவர் மீது ஸலவாத்தும் ஸலாமும் உண்டாகட்டும்' எனவும் சேர்த்தே கூறுவர். இந்த வழக்கம் குர்ஆனிலுள்ள கீழ்க்காணும் வசனத்தை அடிப்படையாகக் கொண்டது.

> **"அல்லாஹ்வும் அவனுடைய வானவர்களும் நபியின் மீது ஸலவாத் எனும் நல்வாழ்த்துகளை அனுப்புகின்றார்கள். நம்பிக்கை கொண்டவர்களே, நீங்களும் அவர்மீது ஸலவாத்தும் ஸலாமும் சொல்லுங்கள்"**
>
> ***(அத்தியாயம் 33: வசனம் 56)***

நபிகள் நாயகத்தின் வாழ்க்கையையும் அவர் வாழ்ந்த காலத்தையும் மேலும் அறிய வேண்டுமெனில், நமக்குக் கிடைக்கக்கூடிய சான்றுகளின் தன்மையையும், வரலாற்று ஆதாரங்களின் வகை, நோக்கம் ஆகியவற்றையும் தாண்டிப் பல கேள்விகளை நாம் எதிர்கொள்ள வேண்டியதிருக்கிறது.

வரலாற்றுக்கு இறைத்தூதர்கள்மீது ஈடுபாடு இல்லை எனக் கூற முடியாது. ஆதாரங்களிலிருந்து கிடைக்கும் தகவல்கள் ஏற்புடையவையா எனும் கேள்விகளை எல்லா நேரங்களிலும் கையாளுகிறோம். இவ்வித ஈடுபாடு (அரசியல், கலாசாரம், சமூகம், பொருளாதாரம் என) எந்த வகை வரலாற்றுக்கும் பொருந்தும். எனினும் இறைத்தூதர்கள் தொடர்பாக இரட்டிப்பான எச்சரிக்கை தேவைப்படுகிறது. ஒருபுறம் உணர்ச்சிமிகுந்த நம்பிக்கையை இறைத்தூதர்கள் தூண்டுவதாக ஆதாரங்கள் குறிப்பிடுகின்றன; மறுபுறம் அவர்கள் சந்தேகத்தை எழுப்புவது அல்லது முழுவதுமாக நிராகரிப்பது பற்றி முஸ்லிம் அல்லாத சில வேதங்களில் பதிவாகியுள்ளன. எனவே ஆதாரங்களின் தன்மை பற்றிய கருத்து உடன்பாடின்மை – அது கல்விப்புலம் சார்ந்தோ அல்லது துறைகள் சார்ந்தோ – எப்போதும் இருந்துவருகிறது.

முஸ்லிம் சான்றாதாரங்கள்

எனினும் பிற இறைத்தூதர்களைவிடவும் நபிகள் நாயகத்தை நாம் நன்கறிவோம். அவர் வரலாற்றுக் காலத்தில் வாழ்ந்தவர். அவர் வாழ்க்கைக்கு ஏராளமான ஆதாரங்களிலிருந்து நாம் தகவல்கள் பெற முடியும். முதல் ஆதாரம் குர்ஆன். இது இறைவெளிப்பாடுகளின் தொகுப்பு. நாயகத்தின் தனிப்பட்ட மேற்பார்வையின் கீழ் அவரே கூற அப்படியே எழுதப்பட்டு, அதன்பின் தொகுக்கப்பட்டவை. இறைவனால் நபிகள் நாயகத்திற்கு நேரடியாக அருளப்பெற்ற வார்த்தைகளே குர்ஆன் என்று ஏற்றுக்கொண்டு நம்பிக்கை கொள்பவரே முஸ்லிம். இறைத்தூதராக இருந்த காலகட்டத்தில் அவருடைய தோழர்கள் 65 பேர் எழுத்தராக[1] செயல்பட்டனர். குர்ஆன் வசனம் அருளப்படும்போது அவர்களில் ஒருவரை அழைத்து வசனத்தை எழுதுமாறு கூறுவது நாயகத்தின் வழக்கம். நபிகள் நாயகத்திற்குப் பிறகு சமுதாயத்தின் மூன்றாவது கலீஃபாவாக வந்தவர் உஸ்மான் (ரழி) என்பவர். (ரழி என்றால், 'ஏற்புடையவராக இறைவன் இவரைப் பொருந்திக்கொள்வானாக' என்பதாகும். ரழி என்ற சொல் 'ரழியல்லாஹு அன்ஹு' என்ற வார்த்தையின் சுருக்கமாகும்.) இவர் நபிகள் நாயகத்தின் மருமகனுமாவார். நபிகள் நாயகம் இறந்து பதினெட்டு ஆண்டுகளுக்குப் பின் கி. பி 650ஆம் ஆண்டு வாக்கில் உஸ்மான் (ரழி) அவர்களின் ஆதரவுடன் குர்ஆன் முழுவதுமாகத் தொகுக்கப்பட்டு எழுத்து வடிவில் இறுதி செய்யப்பட்டது. குர்ஆனைத் தொகுக்கும் இந்தப் பணி நாயகத்தின் நெருங்கிய தோழர் குழுவால் மேற்கொள்ளப்பட்டது. அவர்கள் குர்ஆன் வசனங்கள் அனைத்தையும் முழுவதுமாக மனனம்

செய்திருந்தவர்கள் அல்லது வசனங்களை நபிகள் நாயகமே நேரடியாகக் கூறக் கேட்டு மனனம்செய்துவைத்திருந்தவர்கள். இன்றிருக்கும் குர்ஆன், உஸ்மான் (ரழி) காலத்தில் எழுத்துப் பூர்வமாக இறுதி செய்யப்பட்ட பிரதிதான்.

குர்ஆனில் 114 அத்தியாயங்களும் 6211 வசனங்களும் உள்ளன. இந்த வசனங்கள் சீரான ஒழுங்குடன் அமைக்கப் பட்டுள்ளன. நாயகத்தின் வாழ்விலும் அவர் வாழ்ந்த சமூகத்தி லும் நடந்த நிகழ்வுகளைப் பற்றிக் குர்ஆன் பேசுகிறது. எனினும் அவர் வாழ்வில் நடந்த நிகழ்வுகளை விவரிக்கும் நூல் எனக் குர்ஆனைக் கூற முடியாது. மாறாக அவர் வாழ்வின் மீதான கருத்துரையாக அது பயன்படுகிறது[2], குர்ஆனின் பிரதி சேதமுறாமல் அப்படியே இருக்கிறது என்பதில் முஸ்லிம் கல்விமான்களுக்கும் மேற்கத்திய விமர்சகர்களுக்கும் ஒருமித்த கருத்து நிலவுவதால் நபிகள் நாயகம் வாழ்வில் நடந்த சில முக்கிய நிகழ்வுகளைச் சுட்டிக்காட்டும் நம்பகமான குறிப்பேடாகவும் குர்ஆன் உள்ளது. இறைத்தூதராகச் செயல்பட வேண்டும் என்ற அசாதாரணமான அழைப்பு அவருக்கு விடுக்கப்பட்டது குறிப்பிடத்தக்கதாகும். எனினும் அவர் சாதாரண மனிதரே எனக் குர்ஆன் தெளிவாகக் கூறுகிறது.

'என் இறைவன் மிகவும் தனித்துயர்ந்தவன். நானோ இறைவனால் தூதராக அனுப்பப்பட்ட மனிதனே ஆவேன்' (17: 93).

இறைவனின் வார்த்தைகளைத் தனது மக்களிடம் தெரிவிப்பதும், குர்ஆனின் கட்டளைகளின்படி அவர்களை வாழச் செய்வதுமே நபிகள் நாயகத்தின் பணியாகும். அவர் தெய்வீகத் தன்மை கொண்டவரோ அதிசயங்கள் நிகழ்த்தும் சக்தி வாய்ந்தவரோ அல்லர். குர்ஆன் வெளிப்படுத்தப்பட்டதே ஓர் அதிசயம் என இஸ்லாம் ஏற்றுக்கொள்கிறது. நாயகம் துன்பங்களை எதிர்கொண்டார், சந்தேகப்பட்டார், ஒரு மனிதராகத் தவறுகள் செய்தார். இவையனைத்தும் உண்மை எனக் குர்ஆன் ஒப்புக் கொள்கிறது,

இரண்டாவது ஆதாரமாகக் குறிப்பிட வேண்டியவை நபிகள் நாயகம் கூறியவற்றின் முழுத் தொகுப்பும் *(ஹதீஸ்)* அவரின் செயல்பாடுகள் பற்றிய பதிவேடும் *(சுன்னா)* ஆகும்.

வாழும்போதே குர்ஆனையும் முக்கியமான சில சட்ட ஆவணங்களையும் தவிர, தாம் கூறிய எதனையும் எழுதிவைக்க நபிகள் நாயகம் அனுமதிக்கவில்லை.

அபிசீனியா, எகிப்து, பைசாந்திய சாம்ராஜ்ய மன்னர்களுக்கு நபிகள் நாயகம் எழுதிய கடிதங்கள் இன்னும்

உள்ளன. நபிகள் நாயகம் பிறந்து வளர்ந்த சமூகத்தில் வாய்மொழி மரபே முதன்மையாக நிலவியது. மனனம் செய்து கற்றுக்கொள்ளும் வழக்கமே வலுவாக இருந்தது. இதனால் எழுதுவதன் மூலம் கற்றுக்கொள்வதைவிடவும் மனனம் செய்வதே அரேபியர்களுக்குப் பிடித்தமானதாக இருந்தது. நாயகம் வாழ்ந்தபோது அவர் கூறியவற்றைத் தோழர்கள் மனப்பாடம் செய்துகொண்டனர்; எழுதிவைக்கவில்லை. கி.பி 700ஆம் ஆண்டு தொடக்கம்வரை எழுதிவைக்கும் வழக்கம் இல்லை. இரண்டாம் தலைமுறை முஸ்லிம்களே எழுதிவைக்கும் பணியை மேற்கொண்டனர். நாயகம் கூறியவை நம்பகமானவையும் உண்மையானவையுமாகும் என்று உறுதிசெய்ய முஸ்லிம் மார்க்க அறிஞர்கள் ஒரு வழிமுறையை உருவாக்கினர். சிறப்பான இந்த வழிமுறை இஸ்னாத் அல்லது அறிவிப்பாளர்களின் வரிசை எனப்படும். இந்த அறிவிப்பாளர் வரிசை நாயகம் வாழ்ந்த காலம்வரை பின்னோக்கி நீண்டு சென்றது. நபிகள் காலத்தில் வாழ்ந்து அவர் சொல்லியவை, செய்தவை ஆகியவற்றை நேரில் கண்ட சாட்சியாக இருந்த ஒருவர் இந்த முறைமை மூலம் வரிசையில் முதல் அறிவிப்பாளராக அடையாளம் காணப்பட்டார். இவ்விதம் அடையாளம் காணப்பட்ட ஒவ்வோர் அறிவிப்பாளர் பற்றியும் விரிவான விசாரணை மேற்கொள்ளப்பட்டது. அறிவிப்பாளர்களின் நல்லொழுக்கப் பண்பு, அறிவிப்பாளர் வரிசையில் அடுத்த அறிவிப்பாளரை உணமையிலேயே அவர் நேரடியாகச் சந்தித்திருக்கும் வாய்ப்பு, அவர் கூறியவற்றின் நம்பகத்தன்மை ஆகியவை முழுமையாகக் கண்டறியப்பட்டன. ஹதீஸ்கள் பொதுவாக மூன்று வகைகளுக்குள் அடங்குபவை.

1. ஸஹீஹ் (நம்பத்தகுந்த ஹதீஸ்)

2. ஹசன் (ஏற்கத்தகுந்த ஹதீஸ்)

3. ளயீஃப் (பலவீனமான ஹதீஸ்)

இவ்விதமாகப் பல்வேறு வகை ஹதீஸ்கள் உள்ளன. ஹதீஸ்களைத் தொகுத்தவர்கள் ஆயிரக்கணக்கான ஹதீஸ்களை விமர்சன ரீதியாகப் பகுத்து அவை ஒவ்வொன்றையும் கவன மாகப் பரிசீலித்து அவற்றுள் நம்பகமான, ஆதாரப்பூர்வமான ஹதீஸ்களைத்[3] தேர்வு செய்தனர். மிகவும் ஆதாரப்பூர்வமான ஹதீஸ்கள் அனைத்தையும் முதன்முதலாய்த் தொகுத்தவர் இமாம் புகாரி (கி.பி. 810–870) ஆவார்[4]. இவர் அரேபியா முழுவதும் பயணம்செய்து சுமார் ஆறு லட்சம் ஹதீஸ்களை ஆயிரத்திற்கும் அதிகமான நபர்களிடமிருந்து சேகரித்ததாகக் கூறப்படுகிறது. சேகரித்த ஹதீஸ்களை ஆய்வு செய்து அவற்றில் 7275 ஹதீஸ்களையே ஆதாரப்பூர்வமானவை எனத் தேர்வுசெய்தார்.

இதுபோன்ற ஆதாரப்பூர்வமான இரண்டாவது ஹதீஸ் தொகுப்பைக்[5] கொண்டுவந்தவர் இமாம் முஸ்லிம் (கி.பி. 821–875). தாம் சேகரித்த மூன்று லட்சம் ஹதீஸ்களிலிருந்து 9200 ஹதீஸ்களையே ஆதாரப்பூர்வமானவை எனத் தேர்வுசெய்தார். பிற ஹதீஸ் தொகுப்புகளும் உண்டு.

ஹதீஸ்களை அடிப்படையாகக் கொண்டு தொகுக்கப் பட்ட நபிகள் நாயகத்தின் வாழ்க்கை வரலாறு ஸீரா என அழைக்கப்படுகின்றது. நபித் தோழர்கள் வாழ்ந்த காலத்திலும் எழுதப்பட்ட வாழ்க்கை வரலாறுகள் உண்டு. இவற்றில் நபிகள் நாயகத்தின் போர் நடவடிக்கைகள் பற்றிய விவரங்களே பெரும்பாலும் உள்ளன. ஆரம்ப காலப் போர் நடவடிக்கைகள் குறித்த மகாசி என்னும் இதழ் உர்வா பின் அல் சுபைர் (இறப்பு கி.பி. 712), முகம்மது பின் முஸ்லிம் (இறப்பு கி.பி. 741), மூஸா பின் உக்பா (இறப்பு கி.பி. 758) ஆகியோரால் தொகுக்கப் பட்டதாகக் கருதப்படுகின்றது. இதில் போர் நடவடிக்கை களுக்கும் யுத்தங்களுக்கும் காரணமான நிகழ்வுகள் பதிவு செய்யப்பட்டுள்ளன. நபிகள் நாயகத்தின் வாழ்க்கை வரலாற்று நூல்களை முழு விவரங்களுடன் முதன்முதலாக வெளிக்கொண்டுவந்தவர் இப்னு இஸ்ஹாக்[6]. (இறப்பு கி.பி. 761 அல்லது 767). கையெழுத்துப் பிரதியில் துண்டுகளாக மட்டுமே எஞ்சியிருந்த இஸ்ஹாக்கின் இந்த இரண்டு மூல நூல்களைத் திருத்தி ஒரே நூலாக ஒன்று சேர்த்துப் பாதுகாத்தவர் இஸ்ஹாக்கின் மாணவரான இப்னு ஹிஷாம் (இறப்பு கி.பி. 833). இப்னு ஹிஷாம் செம்மைப்படுத்திய இஸ்ஹாக்கின் *The life of Mohamed* என்ற நூலே கிழக்கிலும் மேற்கிலுமுள்ள அனைத்துக் கல்வியாளர்களும் குறிப்பிற்காகப் பயன்படுத்தும் முகம்மது வாழ்க்கை வரலாற்றின் முக்கியமான ஆதார நூலாகும். அதிக விவரங்களுடன் பல வரலாற்று நூல்கள் பிந்தைய கல்வி யாளர்களான அல் வாகிதி (747–823)[7] இப்னு சைத் (784–845)[8] ஆகியோராலும் வேறு பலராலும் எழுதப்பட்டன. இவ்வாறு மற்ற இறைத்தூதர்கள் போலல்லாமல் முகம்மது பற்றிய முழுமையான வரலாற்று நூல்கள் நம்மிடம் உள்ளன.

நான்காவது சான்று: முஸ்லிம் வரலாற்றாசிரியர்கள் எழுதிய அக்பார் (செய்திகள்) நான்காவது சான்றாகும், குறிப்பிட்ட நிகழ்வுகளை நேரில் கண்ட சாட்சிகளின் சான்றுகள், நாயகத்தின் செயல்பாடுகள் குறித்த அறிக்கைகளை அடிப்படை யாகக் கொண்டு ஹதீஸ்கள் வடிவத்தில் எழுதப்பட்ட உலகளாவிய வரலாறுகளும், நபிகள் நாயகம் வாழ்ந்த மக்கா மதீனா நகரங்கள் பற்றிய ஆண்டு ரீதியான வரலாற்றுப் பதிவுகளும் எழுதப்பட்டன. அல்–அஸ்ராகி (இறப்பு கி.பி. 837)

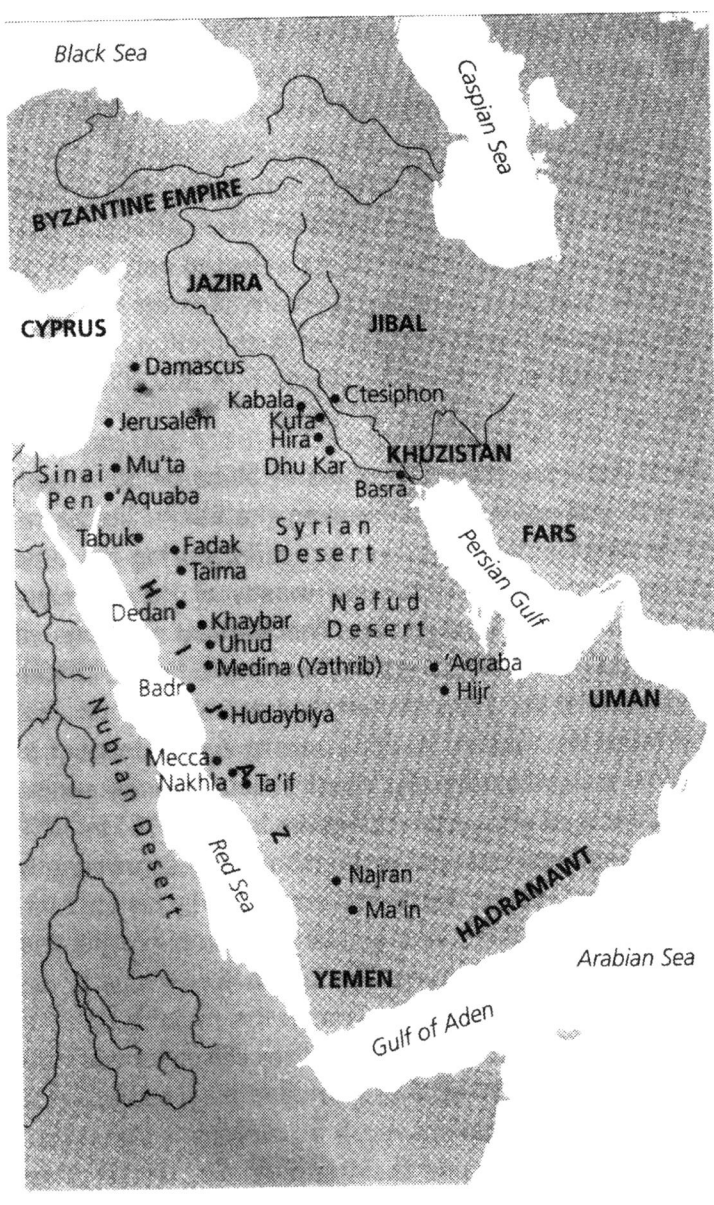

அரேபியாவின் வரைபடம்

எழுதிய அக்பார் இ மக்கா என்ற நூலும் உமர் பின் சாய்பா (இறப்பு கி.பி. 875) எழுதிய அக்பார் இ மதீனா என்ற நூலும் இத்தகைய மிகத் தொன்மையான வரலாற்று நூல்களாகும். இதனைத் தொடர்ந்து 'இறைத்தூதர்கள் மன்னர்கள் வரலாறு' என்ற உலகளாவிய மகத்தான வரலாற்று நூல் அல்–தபரி (838–923) அவர்களால் எழுதப்பட்டது.[9] இத்தகைய நூல்கள் நாயகத்தின் வாழ்வை விரிவான தளத்தில் புரிந்துகொள்ள உதவுகின்றன.

ஐந்தாவது சான்று: அந்தக் காலகட்டத்தின் கவிதைகளிலும் நபிகள் நாயகத்தின் வாழ்க்கை பற்றிய தகவல்கள் காணக் கிடைக்கின்றன. இஸ்லாத்திற்கு முந்தைய அரேபியா அதன் தேசிய வரலாற்றையும் குடும்பப் பரம்பரைத் தகவல்களையும் கவிதைகள் மூலமாகப் பாதுகாத்துப் பேணிவந்தது. வாய்மொழி மரபைக் கொண்ட ஒரு சமுதாயத்தில் இவ்விதம் இருந்ததில் வியப்பில்லை. சில நிகழ்வுகள் நபிகள் நாயகம் மேற்கொண்ட போர் நடவடிக்கைகள், எதிரிகளுடனான கருத்து வேறுபாடுகள், அவரின் பண்புகள், நடைமுறைத் தொடர்புகள் போன்ற நபிகள் நாயகத்தின் வாழ்வில் நடந்த சில நிகழ்வுகளைச் சம காலக் கவிதைகள் பேசுகின்றன. இவ்விதமாக நாயகத்தின் தொடக்க கால வரலாறுகள் கவிதைகள் நிரம்பியதாக உள்ளன. இவற்றில் சில மிக நீளமானவை.

விமர்சனம்

இவ்வாறு நாயகத்தின் வாழ்க்கைக்கு ஆதாரமான சான்றுகள் ஏராளமாக உள்ளன. இந்தச் சான்றுகளின் பெரும்பகுதி அவர் இறந்து கணிசமான காலகட்டத்திற்குப் பிறகு கிடைத்தது என்பதே பிரச்சினை. நமக்குக் கிடைத்த இந்த ஆதாரங்களை மூன்று காலகட்டங்களைச் சார்ந்தவையாகப் பிரிக்க முடியும் எனப் பொதுவாகக் கூறலாம். நாயகம் அவர்கள் வாழ்ந்தபோதே கிடைத்த ஆதாரங்கள் முதல் கட்டத்தைச் சார்ந்தவை, இந்தச் சமயத்தில் குர்ஆன் அருளப்பட்டது. உடன்படிக்கைகளும் ஒப்பந்தங்களும் எழுத்தில் பதிவாயின. அவர் கடிதங்கள் எழுதினார். இரண்டாவது காலகட்டத்தில்: நாயகத்தைப் பற்றிய வாய்வழித் தகவல்களை முஸ்லிம் கல்வியாளர்களும் வரலாற்றாசிரியர்களும் சேகரித்தனர், நாயகம் இறந்து நூறு ஆண்டுகளுக்குப் பிறகும் இது நீடித்தது. மூன்றாவது காலகட்டத்தில் வாழ்க்கை வரலாறுகள் எழுதப்பட்டன. நாயகம் இறந்து நூறு ஆண்டுகளுக்குப் பிறகான இந்த இறுதிக் கட்டம் மேலும் சில நூற்றாண்டுகள் தொடர்ந்தது.

இந்தக் கால அளவைக் கருத்தில் கொண்டு இந்த ஆதாரங்களைப் பற்றிப் பல நியாயமான கேள்விகளை நம்மால்

கேட்க முடியும்: நாயகம் இறந்து 150 ஆண்டுகளுக்குப் பிறகே முதன்முதலாக நாயகத்தின் வாழ்க்கை வரலாற்று நூலை இஸ்ஹாக் எழுதினார். இவ்விதம் இருக்கையில் இந்த நூலில் குறிப்பிடப்பட்டுள்ள விவரங்கள் எந்த அளவு நம்பகத் தன்மை வாய்ந்தவை? நாயகம் இறந்து 150 முதல் 200 ஆண்டுகள் வரையிலான இடைப்பட்ட காலத்தில் நேரில் கண்ட சாட்சி களிடமிருந்து சேகரிக்கப்பட்ட ஹதீஸ்களே ஸீரா என்னும் நபிகள் நாயகத்தின் வாழ்க்கை வரலாற்றிற்கும் ஆரம்ப கால இஸ்லாமிய வரலாற்றிற்கும் அடிப்படை ஆதாரமாக இருப்பதால் நேரில் கண்ட சாட்சிகளிடமிருந்து பெறப்பட்ட விவரங்கள் எந்த அளவு நம்பகத்தன்மை வாய்ந்தவை? ஹதீஸ்களுக்கான சரியான தகவல்களைச் சேகரிப்பதில் முஸ்லிம் மார்க்க அறிஞர்களின் மகத்தான முயற்சிகள், ஹதீஸ்கள் குறித்த விமர்சன முறைகள், தகவல் அளிப்போரின் சிறந்த நினைவாற்றல் ஆகியவை இருந்த போதிலும் தவறுகளும் பிழைகளும் ஏற்பட வாய்ப்புகள் கொண்ட மனித முயற்சிகள்தாமே இவை?

மேற்குறித்த விமர்சனங்களை முஸ்லிம் மார்க்க அறிஞர்கள் அறிந்தே இருந்தனர். ஹதீஸின் நம்பகத்தன்மை குறித்தும் அவற்றின் பங்களிப்பு குறித்தும் ஆரம்பக் காலத்தி லிருந்தே சர்ச்சை இருந்தது உண்மை. ஹதீஸிற்கு எதிரான போக்கும் பொதுவாகக் காணப்பட்டது.[10] இதன் காரணமாக ஹதீஸ் பற்றிய விமர்சனம் சம்பிரதாய அறிவிப்பாளர் வரிசையை மட்டுமே அடிப்படையாகக் கொண்டிருக்க வில்லை. சமமான முக்கியத்துவம் கொண்ட வேறு பல அளவுகோல்களும் இருந்தன. எடுத்துக்காட்டாக, நபிகள் நாயகம் வாழ்ந்த காலத்திற்கு அணுக்கமான காலகட்டத்தில் ஓர் அறிவிப்பாளர் இருந்திருப்பாரெனில் நபிகள் நாயகம் பற்றி அவர் கூறும் தகவல்கள் தீவிரமாகப் பரிசீலிக்கப்படும். நாயகத்தின் காலத்திற்கு மிகவும் பிந்தைய காலகட்டத்தைச் சேர்ந்தவராக இருந்தால் அவர் கூறிய தகவல்களின் நம்பகத் தன்மை குறைவாகவே இருக்கும். அறிவிப்பாளர்களின் சங்கிலி நாயகத்தின் காலம் வரை முழுமையானதாக இருப்பினும் இந்த அளவுகோல் பொருந்தும். நபிகளார் வாழ்ந்த காலத்திற்கு மிகவும் பிந்தையதாக அந்த அறிவிப்பு இருந்தால் அது அவ்வளவாக நம்பகத்தன்மை கொண்டதாக இருப்பதில்லை. ஹதீஸ் அறிவிப்பாளர்கள் வரிசை முழுமையாக இருந்தாலும் அவர்கள் அளிக்கும் தகவல்கள் திருப்தி தராமல் நம்பிக்கைக் குரியதாக இல்லாதிருந்ததால் அவை ஏற்றுக்கொள்ளப் படாமல் நிராகரிக்கப்படலாம். அல் தபரி போன்ற பிற வரலாற்றாசிரியர்களை விடவும் மிகவும் நம்பகமான இப்னு இஸ்ஹாக் நபிகள் நாயகத்தின் தோழர்களில் குறைந்தது

ஒருவரையாவது நேரில் பார்த்திருந்தவர். ஆனால் அவரின் ஹதீஸ்களின் நம்பகத் தன்மையில் சந்தேகம் இருந்தது. அனைத்துக் குறைபாடுகளையும் விமர்சனங்களையும் கணக்கில் எடுத்துக் கொண்ட பின்பும் இப்னு இஸ்ஹாக் எழுதிய வரலாற்றினை ஆங்கிலத்தில் மொழிபெயர்த்த ரெவரென்ட் ஏ குலேம்மெ *(A. Guillaume)* கீழ்க்காணும் கருத்தையே முடிவாக எடுத்துக்கொள்ள வேண்டும்.

'நாயகத்தின் வாழ்க்கை நேர்மையுடனும் உண்மையுடனும் பதிவுசெய்யப்பட்டிருக்கிறது . இதுபோன்ற வரலாற்று நூல்களில் அரிதாகக் காணப்படும் நடுநிலைமை இந்த நூலில் பேணப் பட்டிருக்கிறது.'[11]

கருத்தில் கொள்ள வேண்டிய மற்றொரு விமர்சனம் அண்மையில் எழுந்துள்ளது.

தங்களை இறை நம்பிக்கையாளர்கள் என வரையறை செய்துகொண்டவர்கள் தற்சார்பின்றிப் புறவயத்தன்மை கொண்டவர்களாக இருக்க முடியுமா என சமீப காலத்திய விமர்சகர்கள் – குறிப்பாக மதச் சார்பற்ற குழுவைச் சார்ந்தவர்கள் தொடர்ந்து கேள்வியெழுப்பி வருகின்றனர்.

ஸீரா, நபிகள் நாயகத்தை இறைத்தூதராக ஏற்றுக் கொண்டவர்களால் எழுதப்பட்ட புனித வரலாறாகும். குறிப்பிட்ட நம்பிக்கைகளை இது அடிப்படையாகக் கொண்டது. இது போன்ற வரலாறுகள் (ஸீரா) விமர்சனபூர்வமான ஆய்வுக்கு உட்படுத்தப்பட்டு ஏற்புடையவையாக இல்லாமல் இருந்தால் மட்டுமே, மதச்சார்பற்றவர்களின் கேள்வி நியாயமானது. விவாதத்திற்காக ஓர் எடுத்துக்காட்டைக் கூறலாம். நபிகள் நாயகத்தின் வாழ்க்கைச் சித்திரத்தை உருவாக்க முஸ்லிம் அல்லாத ஆதாரங்களையே பயன்படுத்த வேண்டும் என்று கூறுகிறார்கள். இது திகைக்கவைக்கும் கூற்றாகும். ஏனெனில் ஏழாம் நூற்றாண்டின் முஸ்லிமல்லாத வரலாற்று ஆதாரங்களில் நபிகள் நாயகம் பற்றிய தகவல்களே ஏறத்தாழ இல்லை எனலாம். ஆதலால் மேற்கத்தியக் கல்வியாளர்கள் சிலர் நாயகத்தின் வாழ்க்கை வரலாற்றை எழுதும் சாத்தியமே இல்லை என நிராகரித்து அவர் வாழ்ந்த காலகட்டத்தை மட்டுமே விவரிக்க முடியும் என்னும் வாதத்தை முன்வைக்கின்றனர். முகம்மது (ஸல்) என்பவர் உண்மையில் இருந்ததே இல்லை, மெசியா யூத நம்பிக்கை*யின் வடிவமே இஸ்லாம், குர்ஆன் சிரியாவில் உருவாக்கப்பட்டது போன்ற ஏற்றுக்கொள்ள

---

* 1950–60களில் உருவான சமய இணைப்பு இயக்கம். மெசியா நம்பிக்கை யூதமாகும். கிறிஸ்துவ இறையியலுடன் யூத நடை முறையையும் யூதச் சொல்லாடல் மூலங்களையும் இது இணைக்கிறது.

முடியாத தீர்மானத்திற்கு வேறு சிலர் வந்திருக்கின்றனர். வேறு சிலரோ முஸ்லிம் மரபில் எதுவுமே சரியில்லை என்று புள்ளி விவரங்களுடனும் பிற சாதனங்களின்[12] உதவியுடனும் நிரூபிக்க முயல்கின்றனர். நன்கு நிறுவப்பட்ட மேற்கத்திய மரபான கீழைத்தேயவியல் Orientalism நாயகத்தையும் முஸ்லிம் வரலாற்றையும் இழிவுபடுத்திவருகிறது.[13] இஸ்லாம் மீதான வெறுப்பைத் தாராளமாகப் பிரயோகித்து நவ கீழைத்தேய மீள் நோக்கு வரலாறு என்பதாக இது மீண்டும் எழுந்துள்ளது. இந்த மீள் நோக்கு வரலாறு மிகச் சரியாகவே அதன் மதிப்பை இழந்துவிட்டது. இஸ்லாத்தின் தோற்றம் பற்றிய ஆதாரங்களை மதிப்பிழக்கச் செய்யும் சம கால மீள் நோக்கு வரலாற்றை விடவும் இஸ்லாத்தின் தோற்றம் குறித்த ஆதாரங்களை விமர்சனப்பூர்வமாகவும் சுய மதிப்பீட்டுக்கு உட்படுத்தியும் பாரம்பரிய முஸ்லிம் அறிஞர்கள் அணுகி வருவது குறிப்பிடத்தக்கது.

மீள்நோக்கு வரலாற்று ஆசிரியர்கள்

மீள்நோக்கு வரலாற்று ஆசிரியர்களான பாட்ரிசியா க்ரோன், மைக்கேல் குக், ஜான் வான்ஸ்ப்ரோ (Patricia Crone, Michael Cook, John Wansbbrough) போன்றோர் இஸ்லாத்தின் தோற்றத்தை மிகப் பெரும் சதியாகக் கூறுகின்றனர். ஏழாம் நூற்றாண்டு முழுக் கதையாடலுமே முஸ்லிம் வரலாற்று ஆசிரியர்களும் நாயகத்தின் வாழ்க்கை வரலாற்று ஆசிரியர்களும் உருவாக்கியது என்று அவர்கள் உறுதிபடக் கூறுகின்றனர். குர்ஆனும் நாயகத்தின் வாழ்வும் கிழக்கின் சமய நூல் கருத்துக்களால் தோராயமாக ஒன்றிணைக்கப்பட்டது எனவும் சமயப் பார்வை ஒன்றை உருவாக்குவதற்காக ஒரு புனித வரலாறு உருவாக்கப்பட்டு, அதுவே பின்னர் ஏழாம் நூற்றாண்டில் உறுதியாக நிலைநிறுத்தப்பட்டது எனவும் மீளுருவாக்க வரலாறு கூறுகிறது. நவீன கல்வியாளர்கள் இதனை நிராகரித்துவிட்டார்கள்.

முஸ்லிம் வரலாற்று ஆதாரங்கள் அனைத்தும் ஒரு சார்புடையவை, பாரபட்சமானவை என ஆரம்பத்திலேயே புறக்கணிப்பது அனைத்து நம்பிக்கையாளர்களை மட்டு மல்லாது நம்பிக்கை என்னும் கருத்தாக்கத்தையே இழிவு படுத்துவதாகும். விமர்சனப்பூர்வமாக அணுகுவதற்கும் புறவய மாக மதிப்பிடுவதற்கும் திறனற்றவர்கள் என அனைத்து நம்பிக்கையாளர்களையும் தகுதியற்றவர்களாக்குவது பாரம்பரிய முஸ்லிம் ஆதாரங்களில் உள்ள தெளிவான சான்றுகளுக்கு எதிரானது. எனினும் நாயகத்தைப் பற்றி நமக்குக் கிடைக்கும்

பெரும்பாலான தகவல்கள் தம்மை மேம்படுத்திக்கொள்வதில் நாட்டமுள்ள வெவ்வேறு தன்னலக் குழுக்களால் உருவாக்கப் பட்டவை என்று சொல்வதற்கும் சம அளவு தெளிவான சான்றுகள் உண்டு. இவர்கள் நபி நாயகத்தின் வார்த்தைகளும் முன்மாதிரி நடத்தைகளும் மத, சமூக நடைமுறைகளை நிர்வகிக்கும் சட்டங்களாக எவ்விதம் மாற்றப்படவேண்டும் என்பது பற்றிய சர்ச்சைகளில் ஈடுபட்டுக்கொண்டிருக்கின்றனர். இறைத்தூதரின் வாழ்வை அழகுபடுத்தும் போலியான கதைகள் இருந்ததற்கான சான்றுகளும் உண்டு; உண்மையில் நாயகம் அதிசயங்கள் நிகழ்த்தியதாகக் கூறும் முழுமையான எழுத்து வகை ஒன்று இருந்தது உண்மை. யூத இறைத்தூதர்கள் பற்றிய கதையாடலின் செல்வாக்கினால் இந்த வகை எழுத்து உருவாகியிருக்கக்கூடும். கோதுமையிலிருந்து உமியைத் தனியே பிரிப்பதுபோல விரிவான இந்தத் தகவல்களை விமர்சன ரீதியாகப் பிரித்துச் சாத்தியமான வரலாற்று உண்மையைக் காண்பது நவீன கல்வியாளர் முன் உள்ள சவாலாகும். முஸ்லிம் ஆதாரங்களை முழுவதுமாக நிராகரிப்பது பொருளற்றது. அவ்விதம் நிராகரிப்பது ஒருதலைப்பட்சமானதும் அரசியல் ரீதியான தீர்ப்புக்களை அடிப்படையாகக் கொண்டதுமாகும்.

நபிகள் நாயகத்தைப் பற்றிய முஸ்லிம்களின் புரிதல் வரலாற்றுச் செயல்பாடு மட்டுமல்ல; முஸ்லிம்கள் அனைவரின் உணர்விலும் மிகத் தீவிரமாக இன்று நபிகள் நாயகம் உயிர் வாழ்கிறார். நபிகள் நாயகத்தின் ஆளுமை, அவரின் சொல், செயல் ஆகியவை தமது அன்றாட அனுபவத்தின் வாழும் பகுதியாக அனைத்து முஸ்லிம் சிறார்களுக்கும் கற்பிக்கப் படுகின்றன. நபிகள் நாயகம் கூறியவை, செய்தவை ஆகியவற்றை அடிப்படையாகக் கொண்ட பிரபலமான பழமொழிகள் மக்களின் சாதாரண உரையாடலின் பகுதியாக இருக்கின்றன. வழிபாடு செய்வதிலிருந்து தொடங்கி இங்கிதமான நடத்தை, தனிப்பட்ட சுகாதாரம் பற்றிய விஷயங்கள்வரை, ஏழைகள், பலவீனமானவர்கள், உழைப்பாளர்கள் ஆகியோரின் தேவை களை நிறைவேற்றுவதிலிருந்து தொடங்கிப் பெற்றோரை மதிப்பது, கல்வியின் முக்கியத்துவம்வரை எவ்வளவோ செய்திகள் நபிகள் நாயகத்தைப் பற்றிய உரையாடல்களில் உள்ளடங்கியுள்ளன. வாழும் மரபான இது முழுவதும் ஒரு தலைப்பட்சமானது என்றும் பெரும்பாலும் புராணக் கதை என்றும் கூறி நிராகரிப்பது நற்பண்புகள் நிறைந்த வாழ்விற்கு முன் மாதிரியாக விளங்கிய நபிகள் நாயகத்தின் செயல்பாடுகளை இழிவுபடுத்துவதாகும்; அது மட்டுமல்லாது இந்த நிராகரிப்பு கீழ்க்காணும் மற்றொரு உண்மையையும் காணத் தவறிவிட்டது. வரலாற்றில் எல்லாக் காலகட்டங்களிலும், இன்றும் நபிகள்

நாயகத்தைப் பற்றி முஸ்லிம்கள் அறிந்தவற்றில் ஒப்பனைகளும் மரபுசார்ந்த கற்பனைகளும் உள்ளன. அவை தொடர்ந்து அழகூட்டப்பட்டும் வருகின்றன. எனினும் இறைத்தூதர் பற்றிச் சொந்த உணர்ச்சிகளின் பாதிப்புக்கு உள்ளாகாமல் புறநிலை சார்ந்தும் விமர்சன ரீதியாகவும் நுண்ணறிவைத் தேடும் முஸ்லிம் மார்க்க அறிஞர்கள் நிச்சயமாக இருக்கிறார்கள். தங்களின் சொந்த நம்பிக்கையையும் அதன் நடைமுறை குறித்த புரிதலையும் வளப்படுத்தும் வழிமுறையாக இது அவர்களுக்கு உதவுகிறது. பன்முகத்தன்மை கொண்ட அனைத்துச் சூழ்நிலைகளிலும் நபிகள் நாயகத்தை முஸ்லிம்கள் எவ்விதம் புரிந்து கொள்கிறார்கள், எவ்விதம் எதிர்வினையாற்றுகிறார்கள் என்பது முக்கியமானது; சமநிலையான விசாரணையின் ஒரு பகுதியாகவும் இது உள்ளது.

முக்கியமானவை, பொருத்தமானவை, சுவாரசியமானவை, வெறுமனே திசை திருப்புபவை எனத் தாம் கருதுபவற்றின் அடிப்படையிலேயே ஒரு வரலாற்றாசிரியர் செயல்படுகிறார். இந்தத் தேர்வின் அடிப்படையிலேயே அனைத்தையும் சலித்து ஒழுங்குபடுத்துகிறார். அனைத்து வரலாறுகளும் இவ்வாறு தேர்ந்தெடுக்கப்படுவதே. உலகிலுள்ள ஒவ்வொன்றையும் நம்மால் எப்படி அறிந்துகொள்ள முடியாதோ அதுபோலக் கடந்தகாலம் பற்றிய அனைத்தையும் நம்மால் அறிந்துகொள்ள முடிவதில்லை. வாழ்க்கைப் பார்வையை வடிமைப்பதிலும் கடந்த காலத்தை எடுத்துரைப்பதிலும் தங்களின் சொந்தக் கருத்துகள், சித்தாந்தம், கோட்பாடு சார்ந்து ஒருதலைப்பட்சமாகவே வரலாற்றாசிரியர்கள் காலம் முழுவதும் இருந்துவந்துள்ளனர். சில வரலாற்றாசிரியர்கள் தங்களிடமுள்ள ஆதாரமான தகவல்களை விமர்சன ரீதியாக அணுகுவதில்லை. இத்தகைய வரலாற்றாசிரியர்கள் எப்போதும் உண்டு. வேறு சிலர் தங்களின் சொந்தத் திட்டத்தை நிறைவேற்றுவதற்கு ஆதாரங்களைச் சாமர்த்தியமாகப் பயன்படுத்திக்கொள்வர். சில வரலாற்றாசிரியர்கள் ஆதாரமான தகவல்களை விமர்சன ரீதியாக அணுகுவார்கள். சிறு நுணுக்கங்களையும் அவர்கள் அசட்டை செய்வதில்லை. இந்தப் போக்கினைப் பாரம்பரிய முஸ்லிம் மார்க்க அறிஞர்களிடம் காணலாம்; நவீன மேற்கத்திய கல்விப்புலம் சார்ந்த அறிஞர்களிடமும் இதைக் காணமுடியும்.

வரவிருக்கும் பக்கங்களில் நபிகள் நாயகத்தின் வாழ்க்கை வரலாற்றைக் கூறியுள்ளேன். அவரின் பிற சமகால வாழ்க்கை வரலாறுகளைப் போலவே இந்த வரலாறும் பாரம்பரிய முஸ்லிம் ஆதார நூல்களை அடிப்படையாகக் கொண்டது. நபிகள் நாயகத்தின் வாழ்க்கையில் நடந்த முக்கியமான நிகழ்வுகளில்

கவனம் செலுத்தியிருக்கிறேன். ஆவணங்கள், எழுத்துப்பூர்வமான பதிவுகள் என இவற்றுக்குக் கணிசமான சான்றுகள் உள்ளன. என்னைப் பொறுத்தவரை நபிகள் நாயகம் சிந்திக்கும் திறனும் பகுத்தறிவும் கொண்ட மனிதர். செய்ய வேண்டிய மிகப் பெரிய பணிச் சுமை அவருக்கு இருந்தது. அதனைத் தனது முழுத் திறமையுடன் நிறைவேற்ற முயன்றார். திட்டமிடுவது, கலந்தாலோசிப்பது, வியூகம் அமைப்பது ஆகியவற்றில் அவருக்கு நம்பிக்கை இருந்தது. எழுதப் படிக்கத் தெரியாதவராக அவர் இருந்திருக்கலாம். எனினும் அந்தக் காலகட்டத்தில் அவர் வாழ்ந்த சமூகத்தின் தர அளவுகோல்களின்படி அவர் நன்கு கற்றவராக இருந்தார். குறிப்பிட்ட வரலாற்றுக் காலத்தில் அவர் வாழ்ந்தார். அந்தக் காலகட்டம் தான் அவரை உருவாக்கிற்று. முஸ்லிம்கள் சிலர் நினைப்பதுபோல அதிசயங்கள் எதனையும் அவர் நிகழ்த்தவில்லை. அதிசயங்கள் நிகழ்த்துபவராக தன்னைப் பற்றிப் பேசும் அனைவரையும் வெளிப்படையாகவே கண்டித்தார். அவரின் மனோதிடம், குறிக்கோளில் மாறாத உறுதி, பரிவு குறிப்பிடத்தக்க உண்மையான சமூக நீதி உணர்வு ஆகியவையே அவரின் அனைத்து வெற்றிகளுக்கும் காரணமாக இருந்தன.

இறைத்தூதரின் ஒத்திசைவான சித்திரத்தைக் கட்டி எழுப்ப மத ரீதியான காரணங்களை மட்டுமே சார்ந்திருக்க வேண்டியதில்லை. இன்றைய உலக நிகழ்வுகளில் அவருடைய வாழ்வின் தாக்கம் காணப்படுவதுபோல, வரலாற்றில் அவர் வாழ்க்கை பெரும் தாக்கத்தை ஏற்படுத்தியது. பாரம்பரிய முஸ்லிம் அறிஞர்களின் உணர்ச்சிப்பூர்வமான விவாதங்களையும் மேற்கத்தியக் கல்வியாளர்களின் விமர்சனங்களையும் திறந்த மனத்துடனும், அவை உண்மைதானா எனத் தேடும் கண்கொண்டும் நம்மால் பரிசீலிக்க முடியும். இந்த அணுகுமுறையால் நபிகள் நாயகத்தைப் பின்பற்றுவோர் அவர் மரபைச் சரியாகப் பேணிவருகிறார்களா அல்லவா என்பதையும் நம்மால் மதிப்பிட முடியும். நபிகள் நாயகத்தைப் பற்றிய புகழுரைகளுக்கும் மேற்கத்திய அறிஞர்களின் ஒரே மாதிரியான வகையிலான கருத்துகளுக்கும் அப்பால் முகம்மதைப் புரிந்துகொள்வதும் வரலாற்றை உருவாக்கிய ஒரு குறிப்பிடத்தக்க மனிதரைக் காண்பதும் அப்போது சாத்தியமாகும்.

2

இஸ்லாத்திற்கு முந்தைய அரேபியா

இறைத்தூதர் முகம்மது(ஸல்) அவர்கள் சிந்தனையின் பரிணாம வளர்ச்சியைப் புரிந்து கொள்ள அவர் வாழ்ந்த காலகட்டத்தின் சமூக - வரலாற்றுப் பின்னணியைப் புரிந்துகொள்ள வேண்டியது அவசியமாகும்.

ஆசியா ஆப்பிரிக்கா ஐரோப்பா ஆகிய கண்டங்கள் சந்திக்குமிடத்தில் அரேபியத் தீபகற்பம் அமைந்துள்ளது. இது மலைகளும் தரிசான பாலைவனமும் வறண்ட பகுதிகளும் நிறைந்த நிலப் பகுதியாகும். இங்குள்ள கடுமை யான சூழலில் தண்ணீர் கிடைப்பது வாழ்க்கை முறையைத் தீர்மானிக்கிறது. நிலையான சமூகங்கள், சிறு நகரங்கள், நகரங்கள், விவசாயம் ஆகியவை உருவாகும் வாய்ப்புகள் உண்டு: பாலைவனச் சோலைகளும் தென்மேற்கு மலைகளும் உள்ளன. மிகச் சிறிதளவே பருவ மழை பெய்கிறது. நிலப் பரப்பின் பெரும் பகுதியிலும் காணப்படுபவை புதர்களும் பாலைவனமுமே. ஏறத்தாழ கிமு 1200இல் அரேபிய ஒட்டகங்களைப் பேணி வளர்க்கும் வழக்கம் தொடங்கியது. அப்போதிருந்து மிகவும் வறண்ட பகுதிகளைத் தமக்கு உதவும் வகையில் மனிதர்கள் பயன்படுத்திக்கொள்ளும் சாத்தியம் உருவானது. ஒட்டகம், செம்மறி ஆடு, வெள்ளாடு, குதிரைகள் போன்ற கால்நடைகளை வளர்ப்பது முக்கியமான வாழ்க்கைமுறையாகவும் பொருளாதாரத்தை ஈட்டும் வழியாகவும் இருந்தன.

நாடோடி வாழ்க்கை வெவ்வேறு விதமாக இருந்தது: நம்பகமான மேய்ச்சல் பகுதிகளுக்கிடையே அந்தந்தப் பருவ காலங்களில் சில குழுக்கள் நகர்ந்தன. வேறு சில குழுக்கள் சற்றேறக்குறைய நிரந்தரமாகவே நகர்ந்தவாறிருந்தன. விலங்குகளிலிருந்து கிடைக்கும் இறைச்சி, பால் உள்ளிட்ட பொருள்களாலேயே அவர்கள் பெரும்பாலும் வாழ்ந்தனர்

தங்களின் வாழ்வாதாரத்திற்குத் தேவையான அனைத்தையும் நாடோடி மேய்ப்பாளர்களே உற்பத்தி செய்யவில்லை. தாம் குடியேறிய சமூகங்களிலிருந்து தானியங்கள், பழங்கள், பிற பொருள்களைப் பெற்றுத் தம்மிடமுள்ள இறைச்சி, தோல், பால், விலங்குகள் ஆகியவற்றை அவர்களுக்குத் தந்து பண்டமாற்று செய்துகொண்டனர். நகரவாசிகளுக்கும் நாடோடிகளுக்கும் இடையேயான உறவுகள் வலுப்பெற வர்த்தகம் உதவியது. நகரத்தில் வாழ்வோரும் நாடோடிகளும் பொதுவான சடங்குகளைப் பகிர்ந்துகொண்டனர். அந்தச் சமயங்களில் நகரவாசிகள் ஆடு, ஒட்டகம், குதிரைகள் ஆகிய விலங்குகளையும் பால் பொருள்களையும் நாடோடிகளிடமிருந்து வாங்கி அவர்களை ஆதரித்தனர். நாடோடி வாழ்க்கைக்கு இந்த இருண்ட சூழலைக் கடப்பதற்கு அதிநவீன அறிவு தேவைப்பட்டது. இந்த அறிவு அரேபியாவிற்குள்ளும் அதற்கு வெளியேயும் வர்த்தக வழிகளைத் திறக்க உதவியது. அரேபியாவில் உற்பத்தி செய்யப்படும் பிற வளங்களான தங்கம், வெள்ளி, ஊதுபத்தி, சாம்பிராணி ஆகியவற்றுக்கு எல்லைப் பகுதிகளில் இருந்த நாகரிகமடைந்த சமூகத்தில் அதிக கிராக்கி இருந்தது. உலகளாவிய வர்த்தக வலையமைப்பில் ஒரு முக்கிய இணைப்பாக அரேபியா இருந்ததால் பழங்காலத்திலிருந்தே இந்தியாவிலிருந்தும் இலங்கையிலிருந்தும் மசாலா, ஜவுளி உள்ளிட்ட பொருள்களை ஒட்டகக் கேரவன்* மூலம் அரேபியப் பாலைவனங்கள் வழியாக மத்திய கிழக்குச் சந்தைகளுக்குக் கொண்டு செல்லப்பட்டன.

அரேபியர்கள் பழங்குடி மக்கள். பழங்குடி என்றால் பொதுவான வம்சாவளியைக் கொண்ட உறவினர் குழுக்களின் தொகுப்பு. அரிதான சந்தர்ப்பங்களில் மட்டுமே பழங்குடியினர் கூட்டு நடவடிக்கைக்கு ஒன்றுசேர்வார்கள். அன்றாட வாழ்வில் பழங்குடியினரின் சக்திவாய்ந்த அமைப்பாக குலக் குழுவைக் கூறலாம். குலக் குழுவானது நெருங்கிய பரம்பரை உறவுகளைப் பகிர்ந்துகொள்ளும் குடும்பங்களின் குழுவாகும். குலக்

---

* கேரவன்: அரேபியப் பாலைவன வழிகளில் ஆட்கள், விலங்குகள் இன்னும் பிற பொருள்களுடன் ஒட்டகத்தில் மேற்கொள்ளும் பயணம் கேரவன் பயணம். ஒரு வணிகக் குழுவின் பயணம் வணிகக் கேரவன் ஆகும்.

குழுக்கள் கௌரவத்திற்கும் ஆதிக்கத்திற்கும் ஒன்றோடொன்று போட்டியிட்டன, இதன் விளைவாக இரத்தம் சிந்தும் சண்டைகள் நடந்தன. ஆதரவுக்கும் பாதுகாப்பிற்கும் குலக்குழுவையே மக்கள் நாடினர்.

பாதைகளோ சாலைகளோ அற்ற விரிந்த பாலைவன மாகவே அரேபியா பெரும்பாலும் கற்பனை செய்யப்படுகிறது. உண்மையில் இது அங்கீகரிக்கப்பட்ட எல்லைகளைக் கொண்ட நிலப்பரப்பாகும். பல்வேறு பழங்குடி மக்கள் வாழும் நிலப் பகுதிகள் இங்கு உள்ளன. நீர், மேய்ச்சல் மீதான அவர்களின் உரிமைகள் மிக முக்கியமானவையாய் இருந்ததால் அவற்றை மிகக் கவனமாகப் பாதுகாத்து வருகின்றனர். பழங்குடிகளைப் பொறுத்தவரை தங்களின் பாரம்பரிய உரிமைகளைப் பாதுகாப்பது உயிர் வாழ்க்கைக்கு முக்கியமானது. இது குலக் குழுவின் மீது அவர்கள் கொண்டுள்ள பெருமித உணர்விலும் விசுவாசத்திலும் வெளிப்படுகிறது. மட்டுமல்லாமல் போர் தொடர்பான தற்காப்பு விழுமியங்களும் இராணுவத் திறன்களும் குலக் குழு விசுவாசத்தில் அழுத்தமாக உள்ளடங்கியுள்ளன. நாட்டுப்புறக் கதைகள், காப்பியங்கள் மூலமாகப் புகழ்பெற்ற போர்வீரர்களின் வீர தீரச் செயல்கள் தலைமுறைகளுக்குள் மீண்டும் கூறப்படுகின்றன.

நாடோடி வாழ்க்கையால் தீவிரமான சுதந்திர உணர்வு அவர்களிடம் வளர்ந்திருந்தது என அசிரியப் பேரரசின் மன்னரான சர்கோன் II (721–705 கிமு) குறிப்பிட்டுள்ளார். பாலைவனத்தில் எங்கோ வெகுதொலைவில் வாழும் அரேபியர்கள் அலுவலகம், பணியாளர்கள், மேற்பார்வை யாளர்கள் ஆகிய எவற்றையும் அறியாதவர்கள்'[14] என அரேபியர் பற்றிக் கூறியுள்ளார். கடினமான பாலைவனச் சூழல் காரண மாக மத்திய அரேபியா வெளிநாட்டு ஆக்கிரமிப்பிலிருந்து விடுபட்டிருந்தது. ஆனால் கடற்கரைப் பகுதிகளில் இந்த நிலை இல்லை. தெற்கே ஏமனும் பாரசீக வளைகுடாவின் கிழக்குக் கடற்கரைப் பகுதிகளும் பல்வேறு சமயங்களில் வெளிநாட்டு ஆக்கிரமிப்பிற்கு ஆளாகி அதன் ஆட்சியின் கீழ் வந்தன.

ஆறாம் நூற்றாண்டில் வடக்கே கிறிஸ்தவ பைசாந்தியம், கிழக்கே பாரசீகத்தின் சாசானியப் பேரரசு ஆகிய இரண்டு போட்டி வல்லரசுகளுக்கு இடையே அரேபியா அழுத்தப்பட்டுக் கொண்டிருந்தது. மூன்றாவதாக, கிறிஸ்தவ அபிசீனியப் பேரரசின் ராணுவ வலிமையால் அரேபியாவுக்கு நெருக்கடி ஏற்பட்டது. இந்தப் பேரரசு ஏமனை ஆக்கிரமித்து நபிகள் நாயகம் பிறந்த ஆண்டில் மக்காமீது தாக்குதல் நடத்தி அதில் தோல்வியடைந்தது. இந்தப் பேரரசுகளின் கூட்டாளிகளாக

அரபு இனக்குழுக்களும் அவற்றுக்கு ஆதரவான பிற குழுக்களும் பேரரசுகளின் எல்லையோரப் பகுதிகளில் இருந்தன. பைசாந்திய, பாரசீகப் பேரரசுகளுக்கு வெளியே இருந்த அகதிக் கிளர்ச்சியாளர்களும் மதங்களுக்கு எதிரானவர்களும் அரேபியாவில் குடியேறினர். பல யூதப் பழங்குடியினரைப் போலவே பல்வேறு கிறிஸ்தவச் சமூகங்கள் அரேபியாவில் இருந்தன. பல்வேறு வழிகளில் தங்கள் எல்லைகளுக்கு அப்பாற் பட்ட நாகரிகங்களுடன் அரேபியர்களுக்கு அறிமுகமிருந்தது; மட்டுமல்லாமல் அவற்றுடன் தொடர்பும் கொண்டிருந்தது தெளிவாகிறது.

நபிகள் நாயகத்தின் இறைப் பணிக்கு முந்தைய கால கட்டத்தை 'அறியாமைக் காலம்' என முஸ்லிம் மார்க்க அறிஞர்களும் வரலாற்றாசிரியர்களும் கூறுகின்றனர். அவர்களின் இந்தக் கூற்று குழப்பம் மட்டுமே அங்கே இருந்ததென மறைமுகமாகச் சுட்டுகிறது; அது மட்டுமல்லாமல் அரசு நிர்வாகமோ சட்டத்தின் ஆட்சியோ எதுவுமின்றிப் போர்ச் சூழல் மட்டுமே நிலவியதாகவும் சட்டம் ஒழுங்கின் சீர்குலைவால் பூசல்களும் திருட்டும் கொள்ளையும் அடிக்கடி நிகழ்ந்ததாகவும் அது குறிப்பிடுகிறது. எனினும் அந்த அறியாமைக் காலத்தில் அந்தச் சமூகத்தில் முறையான நிறுவனங்கள் இல்லையெனினும் வழக்கமான சட்டங்களும் நடைமுறைகளும் நிச்சயமாக இருந்தன. வழிவழியாக வந்த கடுமையான அந்தச் சம்பிரதாயங்கள் பிந்தைய கருத்துரை யாளர்களின் நன்னெறிக் கோட்பாடுகளை அவமதிப்பதாக இருந்தது. இந்த 'அறியாமை', இஸ்லாத்திற்கு முந்தைய அரேபியர்களிடையே பிரதானமாக இருந்த பேகன் சிலை வணக்கம் தொடர்புடையது. இஸ்லாத்திற்கு முந்தைய அரேபியர்களின் தனிவகையான வழிபாட்டு மரபுகளில் பண்டைய மத்தியக் கிழக்கின் பேகன்* மத நம்பிக்கைகளின் பொதுவான அம்சங்கள் இருந்தன. ஒவ்வோர் இனக்குழுவும் ஒரு சிலையைக் காக்கும் கடவுளாக வணங்கியது. கல்ப் பழங்குடி யினர் மனித வடிவத்திலுள்ள வத் என்ற கடவுளை வணங்கினர். ஹுதைல் பழங்குடியினர் பெண்ணைப் போன்ற சுவா என்னும் கடவுளை வணங்கினர்; பனூ தகீஃப் பழங்குடியினர் அல் – லாத் – தாய் தெய்வத்தையும், பனூ கினானா பழங்குடியினர்

---

* பேகன்: யூதம், கிறிஸ்துவம், இஸ்லாம் ஆகிய மதங்களைச் சாராத தொன்மையான ஐரோப்பிய நம்பிக்கையைக் குறிக்கிறது. புறச்சமயங்களைச் சேர்ந்த பழங்குடியினரான இவர்களிடம் பல தெய்வ வழிபாடு, மூதாதையர்களை வணங்குதல், ஆவி வழிபாடு ஆகியவை பொதுவாகக் காணப்படுகின்றன. கிறிஸ்தவம் ஐரோப்பாவில் பரவும் முன்னர் இவர்கள் செல்வாக்குப் பெற்றிருந்தனர்.

காதல், காமம், அழகின் தெய்வமான அல் – உஸ்ஸா – என்னும் பெண் தெய்வத்தையும் வணங்கினர். மக்கா குறைஷியர் வணங்கிய பிரதான சிலை ஹுபல் (ஆட்டிடையர்) ஆகும். நட்சத்திரங்கள், சூரியன், சந்திரன் ஆகியவையும் வணங்கப் பட்டன. காலை நட்சத்திரம் அத்தார் என அழைக்கப்பட்டது, சனி அல்லது மார்ஸ் – இன் கடவுள் நாக்ருஹ் ஆகும். மனாத் என்ற விதியின் தெய்வத்தை இருண்ட நிலவு பிரதிநிதித்துவம் செய்தது. அவர்களின் ஒழுக்க நெறிமுறையின் முக்கியமான கருப்பொருளின் அடையாளக் குறியீடு *முரூஅத்* – வீரம் ஆகும். மதரீதியான கூறு எதுவும் அதில் இல்லை. ஆனால் உன்னதமான போர்வீரரின் நெறிமுறைகள் அதில் இருந்தன.

பால் உறவுகள்

இஸ்லாத்திற்கு முந்தைய அரேபியர்கள் அதிகமும் காதல் உணர்வு கொண்டவர்களாக இருந்தனர். காதல் கலையில் தங்களின் வல்லமை குறித்துப் பெருமிதம் கொள்பவர்களாக ஆண் பெண் இருசாராருமே இருந்தனர். ஆண்கள் சாதாரண மாகவே அதிக மனைவியரையும் துணைகளையும் கொண்டிருந்தனர். தங்களுக்கெனச் சொத்துக்களை உடைமையாக வைத்துக்கொள்வது, திருமணத்திற்குச் சம்மதம் தெரிவிப்பது உள்ளிட்ட சில சுதந்திரங்களும் வழக்கமான உரிமைகளும் பெண்களுக்கு இருந்தன. பல திருமணங்களாலும் அடிக்கடி நிகழும் மண விலக்குகளாலும் தன்னை மகிழ்விக்காத கணவனை விவாகரத்து செய்யவும் ஒரு பெண்ணுக்கு உரிமை இருந்தது. விதவையான பெண்களும் மணவிலக்குப் பெற்ற பெண்களும் மீண்டும் திருமணம் செய்துகொள்ள முடியும்.

(யூதம், கிறிஸ்துவம், இஸ்லாம் சமயங்களைச் சாராத பல தெய்வங்களை வழிபடும்) புறச் சமய பேகன் அரேபியரின் சமூகம் பிரதானமாக வாய்மொழியை அடிப்படையாகக் கொண்டது. அதற்காக இதை அறியாமை நிறைந்த சமூகம் என்று சொல்லிவிட முடியாது.

கலை இலக்கியங்களில் ஆர்வமுடையவர்களாக அரேபியர் இருந்தனர். கவிதை, பேச்சுத் திறன், சொற்பொழிவு, கிராமியக் கதைகள் ஆகியவற்றை வளர்த்துக்கொண்டனர்

வாய்மொழிச் சமூகத்தில் நினைவாற்றலுக்கு மிகுந்த மதிப்பிருந்தது. வரலாறு, பழக்கவழக்கங்கள், மரபுகள் முதலியவை கவிதைகள், வம்சாவளிப் பாடல்கள், கதைகள் மூலம் பேணிப் பாதுகாக்கப்பட்டன. 10 அல்லது 20 தலை முறைகளைச் சார்ந்த

வம்சாவளிப் பெயர்களை மனனம் செய்யும்படி சிறார்கள் கற்பிக்கப்பட்டனர். இன்னாரின் மகனான இவர் அல்லது அவரின் மகனான இவர் இந்த வம்சத்தில் வந்தவர் என வம்சாவளிப் பெயர்கள் நினைவுகூரப்பட்டன. பாரம்பரியப் பாடல்களை ஒவ்வொருவராலும் நினைவுகூர்ந்து ஒப்பிக்க முடிந்தது. ஒவ்வொரு வருடமும் நிகழும் சடங்குகள் ஆண்டு விழா நாளில் அரேபியா முழுவதிலிருந்தும் அனைத்துக் குலக் குழுவினரும் இனக்குழுவினரும் ஒன்று கூடுவர். அன்று பாடல்கள் ஒப்பிப்பதும், பிற போட்டிகள் நடைபெறுவதும் உண்டு. வெளிப்படைத் தன்மை, வீரம், விருந்தோம்பல், பெருந்தன்மை முதலியவறுக்கு புறச்சமய அரேபியர் புகழ் பெற்றவர்கள். சுதந்திரத்தை விரும்புபவர்களான அவர்கள் தங்களின் சுய கவுரவம் குறித்த பெருமிதம் கொண்டவர்கள். மொழி, சில நம்பிக்கைகள், சடங்குகளால் ஒன்றிணைக்கப் பட்ட அரேபியரிடம் ஒரு பொதுவான அடையாள உணர்வு ஆறாம் நூற்றாண்டில் வளர்ந்தது.

மக்கா

யத்ரிப் (பின்னர் மதீனா எனப் பெயர் மாற்றப்பட்டது), தாயிஃப், மக்கா ஆகிய நகரங்கள் மத்திய அரேபியாவில் குறிப்பிட்ட முக்கியத்துவம் கொண்ட மூன்று நகரங்களாகும். வர்த்தகம், கலை, கலாசாரம், சமய நடவடிக்கைகள் ஆகியவை நடைபெறும் பகுதியாக இந்த நகரங்கள் விளங்கின. வடக்கே வெகு தொலைவில் யத்ரிப் இருந்தது. அங்குள்ள ஒரு பாலைவனச் சோலையிலிருந்த தண்ணீர் வளம் விவசாயத் திற்கு உதவிற்று. அங்கே பொற்கொல்லர், கைவினைஞர், வட்டிக்குப் பணம்கொடுப்பவர்கள் எனக் கணிசமான அளவில் யூதர்கள் இருந்தனர். இவர்களில் பலர் ஹீப்ரு பைபிளையும், தொன்மை வாய்ந்த புனித சமயப் போதனைகளின் தொகுப்பான தல்மூத்தையும் நன்கறிந்த கல்வியாளர்களாவர். தாயிஃப் நகரில் கோதுமை, திராட்சை, கனிகள் உற்பத்தியாகும் வளமான பாலைவனச் சோலைகள் அதிகமிருந்தன. மாறாக, தாயிஃபிற்கு வடக்கே நூறு கி.மீ தொலைவிலிருந்த மக்காவோ வறண்ட பள்ளத்தாக்கில் இருந்தது. அடிப்படைத் தேவைகளுக் காக அது வர்த்தகத்தைச் சார்ந்திருந்தது. நகரின் மையத்தில் கன சதுர அளவு கொண்ட அமைப்பான கஅபா இறை ஆலயம் இருந்தது. இதனைப் பார்வையிட வருகைதரும் புனிதப் பயணிகளே மக்காவின் புகழுக்கும் வருமானத்திற்கும் ஆதார மாக இருந்தனர். அரேபியா முழுவதிலுமுள்ள இனக்குழுக்கள் வழிபடும் சிலைகள் கஅபாவில் இருந்தன. தங்கள் கடவுளரை வணங்குவதற்காக ஆண்டுதோறும் அவர்கள் இங்கு வந்தனர்.

கஅபாவின் தோற்றம்பற்றிய வரலாறு இறைத்தூதர் இப்ராஹீமிடமிருந்து தொடங்குவதாக முஸ்லிம் ஆதாரங்கள் குறிப்பிடுகின்றன. மனைவி ஹாஜராவுடனும் ஆண் குழந்தை இஸ்மாயீலுடனும் தரிசாக இருந்த இந்தப் பள்ளத்தாக்கிற்கு வந்த இறைத்தூதர் இப்ராஹீம் (அலை), அவர்களை இங்கேயே விட்டுவிட்டார். அவர்களிடமிருந்த மிகக் குறைவான உணவும் பிற அத்தியாவசியப் பொருட்களும் தீர்ந்துபோக, மிக மோசமான நிலையில் இருப்பதை உணர்ந்த ஹாஜரா தண்ணீருக்காகத் தவியாய்த் தவித்தார். கைக்குழந்தை இஸ்மாயீல் தாகத்தில் அழுதவாறு தரையில் கிடக்கக் கவலையும் கண்ணீருமாய் ஸஃபா, மர்வா குன்றுகளுக்கு இடையே ஹாஜரா ஓடினார். அப்போது இறைவன் ஸம் ஸம் என்ற நீரூற்றினை ஹாஜராவுக்கு வெளிப்படுத்தி அருளினான். தண்ணீரை அருந்திய தாயும் பிள்ளையும் அந்தப் பகுதியிலேயே குடியேறினர். பயணிகள் தங்கி இளைப்பாறும் இடமாக அது உருவானது . பின்னர் இறைத்தூதர் இப்ராஹீம் (அலை) திரும்பி வந்தபோது இஸ்மாயில் வளர்ந்திருந்தார். ஏகத்துவத்தின் மீதான விசுவாசத்தின் அடையாளமாக ஓர் இல்லத்தைக் கட்டியெழுப்புமாறு இறைத்தூதர் இப்ராஹீமிற்கு இறைவன் பணித்தான். தந்தையும் மகனும் சேர்ந்து கஅபாவைக் கட்டியெழுப்பினர். காலப்போக்கில் இஸ்மாயீலின் வழி வந்தோர் அந்த நகரத்திலிருந்து வெளியேற்றப்பட்டனர். கஅபா அதன் உண்மையான முக்கியத்துவத்தை இழந்தது. அனைத்துக் கடவுளரின் சிலைகள் நிரம்பிய வழிபாட்டுத் தலமாக கஅபா உருவானது. பைபிளில் கூறப்பட்டுள்ள பல சம்பவங்கள் இஸ்லாமிய மரபு வழிச்சான்றுகளில் குறிப்பிடப்பட்டுள்ள நிகழ்வுகளிலிருந்தும் வித்தியாசமானவை. அவற்றில் இப்ராஹீம் நபி அவர்களின் கதையும் ஒன்று. இத்தகைய வித்தியாசங்கள் குறித்து அதிக விவாதங்கள் எழுந்துள்ளன. எனினும் இஸ்லாத்தில் இப்ராஹீம் நபி அவர்களின் கதைக்கு முக்கியப் பங்களிப்பு உண்டு. இதனை விளங்கிக்கொள்வது முக்கியமானது.

மக்கா வேறொரு நாட்டின் ஆளுகையில் இல்லாத தனி அரசாங்கமும் ஆட்சி அதிகாரமும் கொண்ட நகரமாகும். வம்சாவளித் தலைவர்களைக் கொண்ட சுதந்திரமான ஆட்சி மன்றம் தெளிவான அதிகாரப் பகிர்வுடன் இந்த நகரை ஆட்சி செய்தது. ராணுவ விவகாரங்கள், வெளியுறவு, நகராட்சி விஷயங்களைக் கவனிக்கப் பொறுப்பான அமைச்சர்கள் இருந்தனர். கஅபாவைப் பாதுகாக்கும் மிக முக்கியமான பொறுப்பிற்காகத் தனியாக ஓர் அமைச்சர் இருந்தார். கஅபாவிற்கு வருகை தரும் புனிதப் பயணிகளைக் கவனிப்பது, அவர்களுக்கு உணவையும் அவசியமான பொருள்களையும்

வழங்குவது, வெளிநாட்டுப் பிரமுகர்களுக்குத் துணையாக அவர்களுடன் செல்வது, சடங்குகளையும் கவிதை ஒப்பித்தல் நிகழ்வையும் மேற்பார்வை செய்வது முதலியவற்றுக்குப் பொறுப்பாகப் பிற அமைச்சர்கள் இருந்தனர். கேரவன் வணிகத்தை வணிகர் குழுத் தலைவர்கள் மேற்பார்வை செய்தனர்.

மக்கா நகரம் இரண்டு முக்கிய வர்த்தகப் பாதைகளில் அமைந்திருந்தது அதன் மற்றொரு சிறப்புக் கூறாகும். ஒரு பாதை தெற்கே ஏமனுக்கும் வடக்கே சிரியா, மத்திய தரைக் கடலுக்கும், மற்றொரு பாதை கிழக்கே ஈராக்கிற்கும் ஈரானுக்கும், மேற்கே அபிசீனியா, கிழக்கு ஆப்பிரிக்கா, எகிப்திய செங்கடல் துறைமுகங்களுக்கும் சென்றன. நான்கு திசைகளிலிருந்து வரும் கேரவன் வணிகக் குழுக்கள் நகரத்தில் ஒன்றிணைந்தன. மக்கா பொருளாதாரத்தின் பெரும் பகுதி கேரவன் வணிகக் குழுக்கள் மூலம் கிடைத்தது. அருகே இருந்த ஈரான், பைசாந்தியம், அபிசீனியப் பேரரசுகளுடன் மக்காவாசிகள் வணிக ஒப்பந்தம் செய்திருந்தனர். இது அவர்களின் எல்லைக்குள் வணிகத்தை ஒழுங்குபடுத்தியது. அது மட்டுமல்லாது வணிகக் குழு பயணம் செய்த வர்த்தகப் பாதையில் இருந்த இனக்குழுவினரையும் இந்த ஒப்பந்தம் கட்டுப்படுத்தியது. உள்ளூர் இனக்குழுக் குழுவினர் தோல், கால்நடைகள், மலைகளிலிருந்து வெட்டப்பட்ட உலோகங்கள் ஆகியவற்றை மக்காவிற்குக் கொண்டு வந்தனர். ஏமனில் உற்பத்தி செய்யப்பட்ட சாம்பிராணியும் தைலமும் கேரவன் வணிகக் குழுவால் கொண்டுவரப்பட்ட விலைமதிப்புமிக்க வணிகப் பொருள்களாகும். இவை மதச் சடங்குகளுக்கு மிக முக்கியமானவை. மட்டுமல்லாமல் மத்திய கிழக்கு முழுவதும் மருத்துவச் சுகாதார நடைமுறைகளுக்குப் பயன்படும் பொருள்களாகவும் இருந்தன. மசாலாப் பொருள்கள், ஜவுளி, மருந்துகள் உள்ளிட்ட வணிகப் பொருள்களையும் அடிமைகளையும் ஆப்பிரிக்காவிலிருந்தும் தொலைதூர நாடுகளிலிருந்தும் கொண்டுவரும் கேரவன் வணிகக் குழுக்கள் மக்கா நகரைக் கடந்து சென்றன. நகர்ந்து செல்லும் சிறிய நகரங்களைப் போலக் கேரவன்கள் இருந்தன. பணம், படைக் கலன்கள், தானியங்கள், ஒயின் ஆகியவற்றையும் அடிமைகளையும் இந்தக் கேரவன்கள் நகரத்திற்குக் கொண்டுவந்தன. இவற்றையும் அடிமைகளையும் மக்காவாசிகள் அரேபியா முழுவதும் விநியோகித்தனர். குறிப்பிடத்தக்க வணிக நகரமாக மக்காவின் முக்கியத்துவம் பேசுபொருளாயிருக்கிறது.[15]

இஸ்லாமிய வரலாற்றில் மக்காவுக்கு ஒரு சிறப்பான இடத்தைத் தருவதற்காக அந்த நகரின் முக்கியத்துவத்தை

முஸ்லிம் வரலாற்று ஆசிரியர்கள் மிகைப்படுத்தியுள்ளனர் என்று கூறப்படுகிறது.

சர்வதேச வர்த்தகப் பாதையில் மக்கா இல்லையெனக் கூறப்படுகிறது. பல தெய்வ வழிபாடு செய்யும் பேகன் குழுவினரின் முக்கிய மையமாக மக்கா இருந்ததற்கான தொல்லியல் சான்றுகள் அந்த நகரில் இல்லை.

பாரம்பரிய முஸ்லிம் வரலாற்று ஆசிரியர்களுக்கு ஆதரவாக நேரடியான தொல்லியல் ஆதாரங்கள் இல்லாதது பிரச்சினைக்கான பகுதி காரணமாகும். மக்காவும் மதீனாவும் புனித நகரங்களாகக் கருதப்பட்ட காரணத்தால் அந்த நகரங் களில் அகழ்வாராய்ச்சி மேற்கொள்ள அனுமதிக்கப்படவில்லை. நவீன மக்கா நகர் வளர்ச்சித்திட்டத்திலும் அகழ்வாராய்ச்சிக்கான சாத்தியங்கள் முற்றிலுமாக அகற்றப்பட்டிருக்கின்றன. அகழ்வாராய்ச்சி மேற்கொள்ளப்பட்ட இடங்களில் வர்த்தக வழித் தடங்கள் இருந்ததற்கான ஏராளமான சான்றுகள் தென்பட்டன. சவூதி அரேபியாவுக்குத் தென்மேற்கே செங்கடலைப் பார்த்தவாறிருக்கும் ஆசிர் பகுதியிலிருக்கும் ஜுராஷ் என்ற நகரில் மேற்கொள்ளப்பட்ட சமீபத்திய அகழ்வாராய்ச்சியில் முக்கியமான தடயங்கள் இருப்பது தெரியவந்தது. கடல் மட்டத்திலிருந்து நாலாயிரம் அடி உயரத்தில் மலைப் பகுதியில் ஜுராஷ் என்ற நகர் அமைந்துள்ளது. இந்த நகரம் சாம்பிராணி, அரிய வகை மசாலைச் சாமான்கள், பிற பொருள்களை ஏற்றிச் செல்வதற்கான நல்ல கேரவன் வழித்தடமாகும். பாலைவனத்தின் கடும் வெப்பத்தைத் தவிர்ப்பதற்காக இந்தக் கேரவன்கள் நகரத்தைக் கடந்து கிழக்கு நோக்கிச் சென்றன. எனவே இதுபோன்ற கேரவன்கள் மக்கா வழியாகச் செல்வது இயல்பானதாகும். மக்கா ஒரு முக்கியமான புறச்சமய மையமாக இருந்ததற்கான சான்றுகளாகப் பண்டைய கல்வெட்டு எழுத்துகள், கடவுள் சிலைகள், இன்னும் பிற பொருள்களின் புதையலே உள்ளது.

மக்காவைக் குறிப்பிடத்தக்க பேகன் நகரம் எனப் பழங்காலத்துக் கிரேக்கர்கள் அறிந்திருந்தனர். கி. மு. முதலாம் நூற்றண்டில் வாழ்ந்த கிரேக்க வரலாற்று ஆசிரியரான டியோடோரஸ் சிகுலஸ் (*Diodorus Siculus*) தனது *Bibliotheca Historica* என்ற நூலில் இவ்விதம் குறிப்பிடுகிறார்: 'மிகவும் புனிதமான, தெய்வத்தன்மை வாய்ந்த, அரேபியர் அனைவ ராலும் உயர்வாக மதிக்கப்படும் ஒரு கோயில் எழுப்பப் பட்டிருக்கிறது'.[16] கி. பி 90 – 168 காலகட்டத்தில் வாழ்ந்த எகிப்திய ரோமானிய குடிமகன் *Geography of Claugius Ptolemy*[17] என்ற

நூலிலும் இதனைக் குறிப்பிடுகிறார். முழுக்கவும் முக்கியமே யில்லாத நகரமாக மக்கா இருந்திருக்குமேயானால் இந்த எழுத்தாளர்கள் இவ்விதம் கூறியிருக்க முடியாது.

வம்சாவளித் தகவல்களைப் பேணிக் காப்பதில் பெருமிதம் கொள்பவர்களாக இனக்குழுவினர் இருந்தனர். இதன் காரணமாக இனக்குழு ஆட்சியாளர் பற்றியும் அதிகாரத்திற்கான அவர்களின் போட்டி குறித்தும் முழுமையான தகவல்களை முஸ்லிம் வரலாற்று ஆசிரியர்களான இஸ்ஹாக், தபரி, இப்னு சைத், இப்னு கஸீர் (1301–73) ஆகியோரால் மக்காவின் பழங்கால வரலாறு பற்றிய சித்திரத்தோடு தர முடிந்தது. இந்த வம்சாவளித் தகவல்களிலிருந்து அமாலீக் என்று அறியப் படும் அரபு நாட்டு மக்களே மக்காவை ஆட்சி செய்தனர் என்று அறிகிறோம். (அமாலீக் என்னும் இந்தப் பெயர் பைபிளில் அமாலீகைட்ஸ் என்று குறிப்பிடப்பட்டுள்ளது.) அமாலீக்கு களுக்குப் பிறகு ஏமனைப் பூர்வீகமாகக் கொண்ட ஜுர்ஹூம் இனக்குழுவும் கதூரா இனக்குழுவும் மக்காவை ஆட்சி செய்தன. மக்காவில் முதலில் குடியேறியவர்கள் ஜுர்ஹூம் இனக்குழுவினராவர். மக்காவில் அவர்களே மேலாதிக்கம் செலுத்துவோராகவும், குடிமையியல் தொடர்பானவற்றில் அதிகாரம்கொண்டவர்களாகவும் இருந்தனர். கி.பி. 200இலிருந்து 400வரையான கால கட்டம் வரை ஜுர்ஹூம் சகாப்தம் நீடித்தது. ஏமன் இனக்குழுவினர் தென் சவூதி அரேபியாவிலிருந்து வடக்கு நோக்கி இடம் பெயர்ந்தனர். இவ்விதம் புலம்பெயரும் நிகழ்வுகள் தொடர்ந்து நடந்தன. பல அரசியல் யுத்தங்களின் களமாக மக்கா உருவானது. ஜுர்ஹூம் போன்ற குஸாஆ என்னும் இனக்குழு ஜுர்ஹூம் இனக்குழுவை அதிகாரத்தை விட்டும் அகற்றியது. குஸாஆ இனக் குடியினர் மக்காவை ஆட்சி செய்த கால கட்டத்தில் பேகன் பல தெய்வ வழிபாட்டு முறை பரவிப் புனிதப் பயணம் மேற்கொள்ளும் யாத்ரீகர்களை ஈர்த்து மக்காவின் செல்வத்தைப் பெருக்கி அதனை ஒரு பொருளாதார நிறுவனமாக மாற்றியது.

நாடு கடத்தப்பட்டு ஏழு நூற்றாண்டுகள் வெளியே இருந்த குறைஷிய இஸ்மாயீலின் சந்ததியினரை மக்காவுக்குத் திரும்பி வர குஸாஆ ஆட்சி அனுமதித்தது.

இனி நகரத்தின் வரலாற்றில் குறைஷியரின் தலைவரான குஸையும், அவருக்குப் பின் அவருடைய மகன்களும் மருமகன்களும் ஆதிக்கம் செலுத்தினர். இவர்களைப் பற்றிய பெரும்பாலான விவரங்கள் இவர்களைப் புகழ்ந்து விதந்தோதும் பாடல்களிலிருந்து பெறப்பட்டவை. பேணிப் பாதுகாக்கப் பட்டு வரும் இந்தப் பாடல்கள் ஜுர்ஹூம் இனக்குழுவினரின்

அத்துமீறல்களையும், குறைஷித் தலைமையின் வீரத்தையும், குறைஷியரின் உயர் குணத்தையும் விவரிப்பவை. ஆதலால் இவற்றை அடிப்படையாகக் கொண்டு மக்கா வரலாற்றினை எழுதிய ஆசிரியர்கள் நிச்சயம் மிகைப்படுத்தியிருப்பர். ஆனால் வரலாற்றின் அடிப்படை வரையறையான இதனை மறுக்க முடியாது. நவீன அறிஞர்களும் தங்களின் ஒருமித்த கருத்தாக இதனை ஏற்றுக்கொண்டுள்ளனர்.

> மக்காவை முதன்முதலில் ஒரு சரியான நகரமாக நிர்மாணித்தவர் ஸைத் பின் கிலாப் ஆவார். மக்காவுக்கு வெளியே பிறந்ததால் குஸை ('சிறிய அந்நியன்') என பிரபலமாக அறியப்பட்டார். இவர் தனது இனக்குழுவான குறைஷி மக்களை ஒருங்கிணைத்து, ஏற்புடைய காரணங்களை எடுத்துக் கூறி, புனிதப் பகுதிக்கு உள்ளேயே வீடுகள் கட்டி அங்கேயே வாழும்படி அவர்களை இணங்கச் செய்தார். நபிகள் நாயகத்தின் ஐந்தாவது மூதாதையரான குஸை கி.பி. 490ஆம் ஆண்டு மறைந்தார் என நம்பப்படுகிறது.

இந்த வரலாற்று, மதப் பின்னணியில்தாம் நபிகள் நாயகம் ஓர் இறைத்தூதராக உருவெடுத்தார்.

3

நபித்துவத்திற்கு முந்தைய வாழ்க்கை

நபிகள் நாயகம் கி.பி. 570இல் மக்காவில் பிறந்தார். அவர் பிறக்கும் முன்பே அவர் தந்தை இறந்துவிட்டார். தொடக்கத்தில் அவர் பாட்டனார் அப்துல் முத்தலிப் அவரைப் பராமரித்து வளர்த்தார். முகம்மது (ஸல்) குறைஷ் இனக் குழுவைச் சார்ந்தவர். அந்த இனக்குழுவின் தலைவர் அப்துல் முத்தலிப் ஆவார். அந்தக் கால வழக்கத்தின்படி பதூயின்கள் நாடோடிப் பழங்குடியைச் சார்ந்த ஹலீமா என்ற செவிலித் தாயிடம் முகம்மது (ஸல்) ஒப்படைக்கப் பட்டார்.

(பதூயின்கள்: இஸ்லாத்தின் பிறப்பிடமான மக்கா பரந்த பாலைவனத்தின் சுற்றுவிளிம்பில் உள்ளது. பாலைவனத்தில் பதூயின்கள் என்று அழைக்கப்பட்ட செமிடிக் வகை நாடோடி இனக்குழு மக்கள் வாழ்ந்தனர். இவர்கள் கடின மாக உழைப்பவர்கள். கட்டுப்பாடின்மையும் அதிகாரத்தை மதியாமையும் நாடோடிகளான இவர்களின் இயல்புகள். இவை புதிதாகத் தோன்றிய இஸ்லாமிய அரசுக்குப் பிரச்சினைகளை உருவாக்கிற்று. ஒட்டகங்கள், செம்மறி ஆடுகள் போன்ற கால்நடைகளை வளர்த்தும் இதர இனக்குழுக்கள் மேல் கொள்ளைத் தாக்குதல் நடத்தியும் தங்களின் பொருளாதாரத் தேவை களை நிறைவேற்றிக்கொண்டனர். தங்களின் ஒட்டகங்கள், செம்மறி / வெள்ளாடுகள் கொண்ட

மந்தைகளை ஓட்டிக்கொண்டு மேய்ச்சல் நிலங்களைத் தேடி இடம்மாறிப் போய்க்கொண்டே இருப்பார்கள். மற்ற இனக் குழுக்களின் தாக்குதலைத் தவிர்ப்பதும் இவர்கள் இடம்மாறிச் செல்வதற்கான ஒரு காரணமாகும்.)

ஹலீமாவின் பராமரிப்பில் ஐந்தாண்டுகள் பாலைவனத்தில் இருந்த முகம்மது (ஸல்) ஓராண்டுக்குப் பின் மீண்டும் குடும்பத்துடன் இணைந்துகொண்டார். அதன் பிறகு ஒரு வருடத்தில் நபிகள் நாயகத்தின் தாயார் ஆமினாவும் இறந்தார். அடுத்த இரண்டாண்டுகளில் 80 வயதான பாட்டனார் அப்துல் முத்தலிபும் இறந்துவிட முகம்மது (ஸல்) இப்போது அநாதையானார்.

இப்போது முகம்மதின் பெரிய தந்தை அபூதாலிப் நபிகள் நாயகத்தைப் பராமரிக்கத் தொடங்கினார். அபூதாலிப் ஏழைதான். ஆனால் பெருந்தன்மையானவர். தனது சொந்தக் குடும்பத்தையே அவரால் காப்பாற்ற முடியவில்லை. பிழைப்பிற்காக முகம்மது (ஸல்) சம்பாதிக்க வேண்டியதிருந்தது. தனது குடும்பத்தின், அண்டை வீட்டாரின் மந்தையை மேய்க்கும் இடையனாக அவர் வேலை செய்தார். புத்திசாலியான அவர் கூர்ந்து கவனிக்கும் ஆற்றல் கொண்டிருந்தார். அன்றைய அரேபியர் அனைவரிடமும் வழக்கமாக இருந்த சிறந்த நினைவாற்றல் அவரிடமும் இருந்தது.

அந்த இளம்வயதிலேயே முதிர்ச்சியும் பக்குவமும் கொண்டவராக இருந்தார். தனது 12ஆம் வயதில் வியாபாரம் தொடர்பாகப் பெரிய தந்தை சிரியாவுக்குப் பயணம் செய்த போது அவருடன் நபிகள் நாயகமும் சேர்ந்துகொண்டார். பயணம் மிகக் கடினமாக இருந்தது. ஆனால் கற்றுக் கொள்வதற்கான முக்கிய ஆதாரமாகவும் அது விளங்கியது. பயணத்தில் மத்யன், வாதி அல்– குரா ஆகிய நகரங்களையும், ஸமூத் இனக்குழுவின் எல்லையோர இடங்களையும் கடந்து செல்லும்போது அந்த இடங்களைப் பற்றியும் அவற்றின் வரலாறு பற்றியும் மக்கள் பேசிக் கொள்வதை முகம்மது (ஸல்) கவனமாகக் கேட்டார். மக்காவின் தரிசு மலைகளுக்கு மாறாக சிரியாவில் பழத் தோட்டங்கள் இருப்பதைக் கண்டார். கிறிஸ்தவத் துறவிகளைச் சந்தித்தார். தங்களின் வேதங்களைப் பற்றி அவர்கள் கூறுவதைக் கேட்டார். பைசாந்தியப் பேரரசு பற்றித் தெரிந்துகொண்டார்.

முதன்முதலாக சிரியாவுக்குச் சென்று வந்தது, பயணம் செய்யும் ஆர்வத்தை அவரிடம் தூண்டியது. அருகேயுள்ள உக்காள், மஜன்னா, துல் மஜாஸ் முதலிய சந்தைகளுக்குத்

தொடர்ந்து சென்றுவரும் தனது உறவினருடன் சேர்ந்து கொண்டார். அங்கே கிறிஸ்தவர்களும் யூதர்களும் அரேபிய மக்களின் பல தெய்வங்களை வழிபடும் புறச்சமய நம்பிக்கையைக் கண்டனம் செய்யும் பேச்சுக்களைக் கேட்டார். கவிதை ஒப்புவிக்கும் கூட்டங்களில் கலந்துகொண்டார். தனது முன்னோர்களைப் பற்றியும், போர்க் களத்தில் அவர்களின் வீர தீரச் செயல்களைப் பற்றியும், தனது இனக்குழு பற்றியும் மக்காவாசிகளின் வம்சாவளி விவரங்களையும் அறிந்து கொண்டார். அரபுக் கவிதைகளின் சக்தியையும் நயத்தையும் உணர்ந்துகொண்டார். தனது இருபது வயதில் செல்வந்த வணிகர்களின் முகவராக வர்த்தகக் குழுவுடன் கேரவானில் பயணம் செய்தார். வியாபார நிமித்தம் அடிக்கடி பயணம் செய்ய வேண்டியதிருந்தது. இந்தப் பயணங்களிலும் வர்த்தகப் பரிவர்த்தனைகளிலும் நம்பிக்கைக்குரிய அவரின் செயல்பாடுகளுக்காக 'அல் அமீன்' என்ற பட்டப் பெயர் பெற்றார். பொறுமை, விடாமுயற்சி, துணிவு, நடுநிலைமை ஆகிய குணங்களுக்காகவும் மக்களிடையே நன்கு அறியப்பட்டவராக இருந்தார்.

பெயர்

உலகிலேயே மிகவும் பொதுவான பெயர் முகம்மது ஆகும்

சிறப்புப் பெயர்

இறைத்தூதராவதற்கு முன்பே மிகவும் நம்பிக்கைக்குரியவர் (அல் அமீன்) என்ற சிறப்புப் பெயர் அவருக்கு இருந்தது.

புனிதமற்ற யுத்தம்

சற்றேறக்குறைய முகம்மதுவுக்கு 15 வயதாகும்போது ஒரு கேரவனைச் சூறையாடியதில் அரபு இனக்குழுக்களிடையே மூண்ட பகை யுத்தமாகத் தீவிரமடைந்தது. மக்காவாசிகளால் புனிதமாகக் கருதப்படும் ஒரு மாதத்தில் இந்த யுத்தம் நிகழ்ந்ததால் இது புனிதமற்ற யுத்தம் என்று கருதப்படுகிறது. இந்த யுத்தத்தில் முகம்மதுவும் கலந்துகொண்டார். இங்கொன்றும் அங்கொன்றுமாய்ச் சிதறிக் கிடந்த எதிரிகளின் அம்புகளைப் பொறுக்கியெடுத்துத் தனது இனக்குழுவின் தலைவரும் தனது பெரிய தகப்பனாருமான அபூதாலிபிடம் ஒப்படைப்பதே இவர் வேலை.

நபிகள் நாயகத்தின் தொடக்கக் கால வாழ்க்கைச் சித்திரம் அவர் இறந்து 200 ஆண்டுகளுக்குப் பின் தொகுக்கப்

பட்ட 'அக்பார்' என்ற வரலாற்றுச் செய்திகளை இலக்கிய ஆவணங்களை அடிப்படையாகக் கொண்டதாகும். இவற்றி லுள்ள பல கதைகள் வரலாற்றுரீதியாகக் கேள்விக்குரியவை. இவற்றுள் சில நபிகள் நாயகத்தின் ஆளுமையைச் சுற்றிலும் புனித ஒளி வட்டத்தை உருவாக்குவதற்காகப் பிந்தைய தலைமுறையினரால் இணைக்கப்பட்டவையாகும். எடுத்துக் காட்டாக: சிரியா பயணத்தின்போது பஸராவில் பாகிரா என்ற கிறிஸ்துவத் துறவியை நாயகம் சந்தித்ததாகக் கூறப்படுகிறது. அந்தத் துறவி நாயகத்தையும் அவருடன் இருந்த குழுவையும் இரவு உணவுக்கு வர வேண்டுமெனக் கேட்டுக்கொண்டார். பயணச் சுமைகள், பணப் பை முதலியவற்றைக் கவனித்துக் கொள்ளும்படி இளம் முகம்மதை அங்கே விட்டுவிட்டு மற்றவர்கள் விருந்திற்குச் சென்றனர். விருந்தில் கலந்து கொள்ள வேண்டுமென நபிகள் நாயகத்தை பாகிரா குறிப்பாக அழைக்கவே முகம்மது (ஸல்) அங்கு சென்று அவர் முன்னால் நின்றார். நபித்துவத்தின் அடையாளம் உள்ளதா வென முகம்மதை பாகிரா பரிசோதித்தார். அவரிடம் தொடர்ந்து சில கேள்விகள் கேட்டார். எல்லாம் முடிந்ததும் அபூ தாலிபிடம் பாகிரா, யூதர்கள் முகம்மதைத் தமக்கு அச்சுறுத்தலாகக் காண்பதாகவும் அதனால் அவரைக் கவனமாகப் பாதுகாத்துக்கொள்ள வேண்டுமெனவும் முகம்மது வுக்கு (ஸல்) நல்ல எதிர்காலம் இருப்பதாகவும் கூறினார்.

ஒரு குழந்தையாக ஹலீமாவின் பராமரிப்பில் இருந்த போது வெண்ணுடை தரித்த இரு வானவர்கள் முகம்மதைச் சந்தித்ததாக ஓர் அறிவிப்பில் இடம்பெற்றுள்ளது. வானவர்கள் அவரைப் பிடித்துத் 'தரையில் கிடத்தினர். பின்னர் அவர் மார்பைத் திறந்து அதில் தங்களின் கைகளை வைத்தனர்'[18]. அவரைத் தூய்மைப்படுத்துவதற்காகத் தீமையின் மையமாக அங்கிருந்த கறுப்புக்கட்டியை எடுத்து வெளியே வீசினர். பின்னர் அவரின் இதயத்தையும் மார்பையும் பனியால் கழுவினர். தீமையின் தூண்டுதலிலிருந்து குழந்தையாக இருந்த நாட்களிலிருந்தே முகம்மது (ஸல்) பாதுகாக்கப்பட்டார் என்பதை விளக்குவதே இதன் நோக்கமாகும். நீதி நெறிக் கொள்கைகளை நிலை நாட்டவும் ஒடுக்கப்பட்ட மக்களுக்கு ஆதரவு தரவும் நிறுவப்பட்ட 'நற்பண்புடையோர்களின் உடன்பாடு' என்ற கூட்டணியில் முகம்மது (ஸல்) கலந்துகொண்டதாகக் கூறப்படுகிறது. ஓர் இளைஞனாக உத்வேகம் தரும் கனவுகள் அவருக்கு இருந்தன. தனது ஆன்மாவைப் பற்றிய சிந்தனையில் மட்டுமே ஆர்வமாக இருந்தார்.

இவை முகம்மதின் ஆளுமைமீது புனிதத் தன்மை ஏற்றவும் அவரின் சிறப்பான ஆன்மீக நிலையை நிறுவுவதற்குமான

பிற்கால முயற்சிகளேயாகும். ஒரு மனிதனாக முகம்மதின் நேர்மையும் உண்மையும், ஒரு வர்த்தகராக அவரின் வெற்றியும் செல்வவளம்மிக்க கதீஜாவின் கவனத்திற்கு வந்ததை உறுதியாகக் கூற முடியும். இரண்டு முறை திருமணமான கதீஜாவின் இரண்டாவது கணவர் கணிசமான சொத்துக்களை கதீஜாவுக்கு விட்டுச் சென்றிருந்தார். ஒரு வர்த்தக முகவர் கதீஜாவுக்குத் தேவையாக இருந்ததால் முகம்மதை அந்தப் பணியில் ஈடுபடுத்திக்கொண்டார். வியாபாரத்தில் கதீஜாவின் சார்பாக சிரியாவுக்கு முகம்மது (ஸல்) பயணம் செய்தார். அவருடன் கதீஜாவின் வேலையாளும் சென்றார். வியாபாரத்தில் கணிசமான லாபத்துடனும் வெற்றியுடனும் அவர் திரும்பினார். வியாபார விஷயங்களில் நேர்மை, கதீஜா மீதான விசுவாசம், மென்மையான நடத்தை முதலியவை முகம்மதிடம் வெளிப்பட்டதாக அந்த வேலையாள் சிரியா பயணம் பற்றிய முழுமையான அறிக்கையைக் கடமையுணர்வுடன் கதீஜாவிடம் தெரிவித்தார். முகம்மதின் குணத்தைப் பற்றி ஏற்கெனவே அறிந்திருந்தவற்றை வேலையாள் கூறிய அனைத்தும் உறுதி செய்தன. முகம்மதுவுடனான திருமணத்தை கதீஜா முன்மொழிய ஏறத்தாழ உடனே அவர்களின் திருமணம் நடந்தது. அப்போது கதீஜாவின் வயது 40. முகம்மதுவுக்கு 25.

கதீஜாவுடன் வாழ்ந்தபோது முகம்மதுவுக்கு இரண்டு ஆண் குழந்தைகளும் நான்கு பெண் குழந்தைகளும் பிறந்தன. கைக்குழந்தைகளாக இருந்தபோதே ஆண் குழந்தைகள் இறந்தன. ஸைத் இப்னு ஹாரிஸாவைத் தனது வளர்ப்பு மகனாக ஏற்றுக்கொண்டதன் மூலம் ஆண் குழந்தைக்கான முகம்மதின் ஆவல் நிறைவேறியது. முகம்மதின் மகள் களான ஸைனப் (ரழி), ருக்கையா (ரழி), உம்மு குல்ஸூம் (ரழி), ஃபாத்திமா (ரழி) ஆகியோர் வளர்ந்த பிறகு மணமுடித்துக் கொண்டனர். இஸ்லாத்தின் தோற்றத்திற்குப் பின் ஸைனப் (ரழி) (இறப்பு 630) தன் கணவரிடமிருந்து பிரிக்கப்பட்டார். ருக்கையாவும் உம்மு குல்ஸூமும் கணவர்களால் விவாகரத்துச் செய்யப்பட்டனர். பின்னர் உஸ்மான் (ரழி) ருக்கையாவை திருமணம் செய்தார். ருக்கையா (ரழி) இறந்த பிறகு உம்மு குல்ஸூமை உஸ்மான் (ரழி) திருமணம்செய்துகொண்டார் (இறப்பு 631). தனது நெருங்கிய உறவினரான அலீயை ஃபாத்திமா (ரழி) மணமுடித்தார். முகம்மது (ஸல்) இறந்த சில மாதங்கள்வரை ஃபாத்திமா (ரழி) வாழ்ந்தார். பின் கி.பி. 632இல் மறைந்தார்.

மகன்கள் இறந்ததில் வருத்தம் இருந்தபோதிலும் எல்லா விதத்திலும் முகம்மதுவும் கதீஜாவும் இருவரும் மிக மகிழ்ச்சி யாகவே இருந்தனர். இந்தக் காலகட்டத்தில் முகம்மதின்

வாழ்க்கை எந்தத் தொந்தரவும் இல்லாமல் அமைதியாகவும் பாதுகாப்புடனும் இருந்தது. சிந்திக்கவும் தனது செயல்பாடுகளை எண்ணிப்பார்த்துப் பரிசீலனை செய்யவும் அவருக்கு நிறையவே நேரம் இருந்தது. நுண்ணுணர்வு கொண்ட அவர் அநீதி, சமூகக் கொந்தளிப்பு, சிலை வணக்கம் ஆகியவற்றால் கலக்கமடைந்தார். ஆண்டுதோறும் தனியே ஓரிடத்தில் அமைதியாக அமர்ந்து இறை வணக்கத்திலும், தனது செயல்களின் நோக்கங்களைப் பற்றி மட்டுமல்லாமல் படைத்தவனுடனான உறவைப் பற்றியும் தனக்குள் சிந்திக்கும் ஆன்மப் பயணத்தில் நேரத்தைச் செலவிடுவது சிந்தனையும் பக்தியும் கொண்ட அரேபியரின் வழக்கமாகும். இது தகன்னூத் என அழைக்கப்படுகிறது. கூட்டத்திலிருந்து விலகித் தனியே ஓர் இடத்தில் அமர்ந்து சிந்தனையில் ஆழ்வதும் இதில் அடங்கும். தனது ஆன்ம தாகத்தைப் பூர்த்திசெய்யும் சிறந்த வழிமுறையாக இந்தப் பழக்கத்தை முகம்மது கண்டார். இதற்குப் பொருத்தமான இடம் மக்காவிற்கு வடக்கே சுமார் மூன்று கி. மீ. தொலைவிலுள்ள ஹிரா எனும் குகை. அங்கே மணிக்கணக்கில் அமர்ந்து ஆழ்ந்த சிந்தனையிலும் தியானத்திலும் முகம்மது (ஸல்) ஈடுபடுவார்.

ஹனீஃபாக்களும் கஅபாவை மீண்டும் கட்டியெழுப்புவதும்

பிரபஞ்சம் குறித்த சிந்தனையில் ஆழ்ந்திருக்கும் ஒரு நபர் ஒரு தபுலாராசாவாக இருக்க வேண்டிய அவசியமில்லை. (தபுலாராசா= எண்ணம், கருத்துப் பதிவுகள் ஏதுமற்ற வெற்றுப் பலகை)

இறைவன் தனது வார்த்தைகளை எழுதும் தூய்மையான வெற்றுத் தாளாகவே இறைத்தூதரைப் பார்க்க முஸ்லிம்கள் விரும்புகின்றனர். அவர் வாழ்ந்த சமூகத்திலுள்ள ஒருவரைப் போலவே எழுதப் படிக்கத் தெரியாதவராக அவரைப் பற்றிக் கூறப்படுகிறது. அவர் கல்வியறிவில்லாதவர் என்பதல்ல இதன் பொருள். பயணங்களின் மூலம் கணிசமான அறிவைப் பெற்றிருந்தார். மக்களிடம் பேசிப் பழகி ஏராளமான தகவல்களைச் சேகரித்துவைத்திருந்தார். சந்தை, கடைத் தெருக்களிலிருந்து பெற்ற கணிசமான அனுபவங்களும் திறன்களும் அவரிடமிருந்தன. அவருக்கு முறையாகக் கல்வி அறிவு கற்பிக்கப்படவில்லையெனினும் தன்னுடைய இனக்குழு வரலாறு குறித்தும் வீழ்ச்சியடைந்த நாகரிகங்கள் குறித்துமான அறிவும் புரிதலும் அவரிடம் இருந்தன. சிந்திப்பது, திட்டமிடுவது, உண்மைக்கும் கதைகளுக்கும் இடையேயான வித்தியாசம் போன்றவை பற்றி அவருக்குத் தெளிவாகத்

தெரிந்திருந்தது. விமர்சன ரீதியாக வித்தியாசங்களைப் பிரித்தறிய அவரால் முடிந்தது. கிறிஸ்தவ, யூத வேதங்களை வாசிக்க முடியாதவராக இருந்தார். எனினும் அவை பற்றிய அறிவு அவரிடம் கொஞ்சம் இருந்திருக்க வாய்ப்பு உண்டு. ஹிரா குகைக்குச் செல்லும் முன்னரே கடவுளை ஏற்கெனவே அவர் கண்டறிந்திருந்தார்.

மக்காவிலிருந்த குழு ஒன்று இப்ராஹீம் நபி (அலை) மீதான நம்பிக்கையை வலியுறுத்தியது; சிலை வணக்கம் புரிவோரிடமிருந்து விலகி இருந்தது. ஓரிறைக் கொள்கை யுடைய இவர்களில் சில கிறிஸ்தவர்களும் சில யூதர்களும், குறிப்பிட்ட எந்த மதத்தையும் சாராத வேறு சிலரும் இருந்தனர். இவர்கள் *ஹனீஃபாக்கள்*[19] என அறியப்பட்டனர். ஓரிறைக் கொள்கையைப் பின்பற்றும் முகம்மது (ஸல்) அவர்களும் இந்தக் குழுவில் இருந்தார். இப்ராஹீம் நபி (அலை) அவர்களின் மார்க்க கோட்பாட்டைத் தக்கவைத்திருந்த இந்த ஹனீஃபாக்கள் இறைவன் ஒருவனையே சரணடைய வேண்டு மென்பதில் நம்பிக்கை கொண்டவர்கள். தகன்னூத் (ஆழ்ந்த சிந்தனையிலும் தியானத்திலும் ஈடுபட விலகித் தனித்திருப்பது) என்ற பாரம்பரிய நடைமுறை வழக்கத்தை இவர்கள் பின்பற்றினர். கஅபா என்னும் இறை ஆலயத்தைக் கட்டி யெழுப்பியவர் நபி இப்ராஹீம் (அலை) என்பதிலும் அந்த ஆலயம் இறைவன் ஒருவனுக்கே அர்ப்பணிக்கப்பட்டுள்ளது என்பதிலும் அவர்கள் நம்பிக்கை கொண்டிருந்தனர். பல தெய்வங்களை வழிபடும் பேகன் வழியைப் பின்பற்றும் மக்கா வாசிகளை ஹனீஃபாக்கள் தொடர்ந்து நிந்தித்துவந்தனர்; அதற்காகத் துன்புற்றனர். கிறிஸ்தவம், யூத மதம் மட்டுமின்றி இஸ்லாத்தையும் நிராகரித்த செய்யது பின் உம்ர் முகம்மதின் நண்பராவார். முகம்மது (ஸல்) அவர்களின் வழிகாட்டியாகவும் தொடக்கத்தில் அவர் இருந்திருக்கக்கூடும். அவரின் ஓரிறைக் கருத்துகளால் குறைஷித் தலைவருடன் பூசல் ஏற்பட அவர் மக்காவிலிருந்து வெளியேற்றப்பட்டு சிரியாவிலும் ஈராக்கிலும் வாழ வேண்டியதிருந்தது. ஏகத்துவக் கொள்கைசார்ந்த குழுவின் இன்னொரு உறுப்பினரான உபைதுல்லா இப்னு ஜஹ்ஷ் இஸ்லாத்தைத் தழுவினார். பின்னர் மனம் மாறிக் கிறிஸ்தவத்தை ஏற்றுக்கொண்டு சாகும்வரை கிறிஸ்துவ ராகவே வாழ்ந்தார். அவரின் மனைவியான உம்மு ஹபீபா முஸ்லிமாகவே இருந்தார். பின்னர் முகம்மதைத் திருமணம் செய்துகொண்டு நம்பிக்கையாளர்களின் தாய் ஆனார். முகம்மது (ஸல்) அவர்களின் வாழ்வில் பிந்தைய காலகட்டத்தில் சில ஹனீஃபாக்களுக்கும் முகம்மது (ஸல்) அவர்களுக்கும் முரண்பாடு ஏற்பட்டது.

இந்தக் காலகட்டத்தில் முகம்மது (ஸல்) தனித்த ஓர் இடத்திற்குத் தொடர்ந்து சென்று அங்கே இறை வழிபாட்டிலும் ஆழ்ந்த சிந்தனையிலும் ஈடுபடலானார். எனினும் மக்காவின் பொது வாழ்விலிருந்து முழுவதுமாக விலகிவிடவில்லை. கி.பி. 605ஆம் ஆண்டு வாக்கில் முகம்மதின் 36ஆம் வயதில் கஅபாவின் வெளிச் சுவர் திரைச் சீலை தற்செயலாகத் தீப்பற்றிக்கொண்டது. கட்டடம் பாதிக்கப்பட்டது. அதனைத் தொடர்ந்து பெய்த கன மழையின் தாக்கத்தைக் கட்டடத்தால் தாக்குப் பிடிக்க முடியவில்லை. கஅபாவின் மேற்கூரையும் பாதிக்கப்பட்டதால் உள்ளேயிருந்த (தங்கம், வெள்ளி முதலான) பொக்கிஷங்கள் பாதுகாப்பின்றி இருந்தன. தாங்கள் கொள்ளையடிக்கப் படுவோமென்ற அச்சம் மக்காவாசிகளுக்கு ஏற்பட்டது. கஅபா மீண்டும் கட்டப்பட வேண்டும். கதவு களுடனும் மேற்கூரையுடனும் கஅபாவில் மாற்றம் செய்து திருப்பிக் கட்டினால் தமக்கு அதனால் சாபம் ஏற்படலாம் என அவர்கள் அஞ்சினர். என்ன செய்வதென்ற ஆலோசனையில் ஈடுபட்டனர். அந்தச் சமயத்தில் அருகேயிருந்த ஜித்தா துறைமுகத்தில் கப்பல் விபத்து ஏற்பட்டது. அந்தக் கப்பல் தச்சு ஆசாரியான பைசாந்திய வியாபாரிக்குச் சொந்தமானது. விபத்தினால் உடைந்த கப்பலிலிருந்து மீட்கப்பட்ட விலை மதிப்புமிக்க மரக் கட்டைகளை கஅபாவை மீண்டும் கட்டுவதற்கு பயன்படுத்திக்கொள்ள முடியும். இவ்விதம் கஅபாவைக் கட்ட வேண்டுமென அரைகுறை மனத்துடன் முடிவு செய்யப்பட்டது.

கஅபாவை மீண்டும் கட்டியெழுப்பும் பணியில் நகரிலுள்ள குடிமக்கள் அனைவரும் ஈடுபட்டனர். அனைவரும் அவரவர் வழிகளில் தமது பங்களிப்பை வழங்கினர். முகம்மது (ஸல்) அவர்களும் அங்கே இருந்தார். அருகே இருந்த மலைகளி லிருந்து கஅபாவுக்குக் கற்களைச் சுமந்து வந்ததில் அவரின் தோள்கள் காயமடைந்திருந்தன. கட்டடம் கட்டி முடிக்கப் பட்டுத் தயாராக இருந்தது. அடுத்து, கறுப்புக் கல்லை அதன் இடத்தில் வைக்க வேண்டும். கஅபா சுவரில் இருந்த கறுப்புக் கல் இப்ராஹீம் நபியின் காலத்தைச் சார்ந்தது. கஅபாவைச் சுற்றி வலம் வருவது புனித யாத்திரையின் சடங்காகும். வலம் வருவதை எங்கிருந்து தொடங்குவது என்று கஅபா சுவரி லுள்ள கறுப்புக் கல் அடையாளம் காட்டும் . இதுவே கறுப்புக் கல்லின் நோக்கமாகும். மக்காவிலுள்ள அனைத்துப் பழங்குடிகளும் கறுப்புக் கல்லை எடுத்து அதன் இடத்தில் வைக்கும் பெருமையை விரும்பினர். கறுப்புக் கல்லைத் தூக்கி யெடுத்துச் செல்லும் கௌரவத்தைத் தங்களிடையிலிருந்து யாரும் பறித்துவிட அனுமதிக்க கூடாதென மக்கா

கஅபாவின் தோற்றம். நபிகள் நாயகம் வாழ்ந்த காலத்தில் இது கட்டி எழுப்பப் பட்டிருக்க வேண்டும்.

உயர்குடியினர் சூளுரைத்தனர். அதற்காகத் தங்களுக்குள் அவர்கள் நெருக்கித் தள்ளியவாறிருந்தனர். ரத்தக்களரி ஏற்படும் அபாயம் உண்மையிலேயே அங்கு உருவானது. இந்த விஷயத்தை இறைவனிடம் விட்டுவிடுவதென இறுதியில் முடிவானது. மறுநாள் அதிகாலை கஅபா ஆலயத்திற்குள் நுழையும் முதல் நபரின் தீர்ப்பை ஏற்றுக்கொள்வதாக அங்கிருந்த உயர்குடியினர் ஒத்துக்கொண்டனர். மறுநாள் வழக்கமாக வேலைக்கு வந்த முகம்மது (ஸல்) அவர்கள் முதல் ஆளாக

கஅபாவுக்குள் நுழைந்தார். 'மிகவும் நம்பிக்கைக்குரியவர்' (அல் அமீன்) எனப் புகழ் பெற்றிருந்த முகம்மதின் தீர்ப்பை எவ்விதத் தயக்கமுமின்றிக் கூடியிருந்தோர் ஏற்றுக்கொண்டனர். முகம்மது (ஸல்) ஒரு துணியை விரித்து அதன் மீது கறுப்புக் கல்லை வைத்து நகரத்தின் அனைத்துப் பழங்குடியினத் தலைவர்களையும் ஒன்றாகத் துணியின் ஓரங்களைப் பிடித்துத் தூக்கும்படி கேட்டுக் கொண்டார். பின்னர் அவரே அந்தக் கல்லை அதன் இடத்தில் வைத்தார். அனைவரும் மன நிறைவடைந்தனர்.

கஅபாவை மீண்டும் கட்டிய பிறகு ஆன்மீகத் தேடல் முகம்மதை மேலும் அதிகமாய் ஆட்கொண்டது. அடிக்கடி ஹிரா குகைக்குச் செல்லலானார். அங்கே இரவும் பகலும் இறைவனை வழிபட்டார். நீண்ட நேரம் நோன்பிருந்தார். எப்போதும் சிந்தனையில் ஆழ்ந்திருந்தார். தனக்குள் கேள்விகள் கேட்டவாறும் மறு பரிசீலனை செய்தவாறும், சில சமயங்களில் குகையிலிருந்து வெளியே வந்து காலாறச் சற்று நடந்த பின் குகைக்குத் திரும்புபவராகவும் இருந்தார்.

ஆன்மிகப் பயிற்சிகளில் கட்டுப்பாடும் ஒழுங்கும் சத்தியத்தைத் தேடுவதில் உறுதியும் கொண்ட அவரால் தனிமையிலிருந்து தன்னை விடுவித்துக்கொள்ளமுடியவில்லை.

இவ்விதம் ஆறு மாதங்கள் கழிந்தன. குகையிலிருந்து வெளியே வரும்போதெல்லாம் அவர் மனத்தின் அலைக்கழிப்பு களை அவர் முகம் வெளிப்படுத்திற்று. அவருக்கு உடல் நலம் சரியில்லையா என்று கதீஜா கேட்குமளவுக்கு அவருடைய நிலை இருந்தது. இப்போது அவருக்கு வயது 40. ஐந்து வருடங்களாகத் தனிமையில் ஒதுங்கி இறைவனைத் தியானித்துவருகிறார். ஒப்பீட்டளவில் சச்சரவுகளுடனும் தொந்தரவுகளுடனும் வாழ்வை அதன் இயல்பான போக்கில் அதுவரை அமைதியாக வாழ்ந்து வந்திருக்கிறார். சத்தியத்தைக் கண நேரக் காட்சியாகவேனும் தனது ஆன்மிக ஒழுக்கத்தால் அவரால் பற்றிக்கொள்ள முடிந்திருக்கிறது. அதனால் வாழ்க்கை உலகாயத இருப்புக்கும் அப்பாற்பட்ட அதிக முக்கியத்துவம் வாய்ந்த ஆன்மிகப் பரிமாணம் கொண்டுள்ளதை அவரால் அறிந்துகொள்ள முடிந்திருக்கிறது. பின்னர் முழுக்கவும் எதிர்பாராத ஒன்று நடந்தது.

4

மக்காவில் இறைத்தூதர்

முஸ்லிம் மரபின்படி ஒருநாள் இரவு ஹிரா குகைக்குள் தியானம்செய்துகொண்டிருந்த முகம்மது (ஸல்) அப்படியே தூங்கிவிட்டார். பயங்கரமான திகிலில் திடீரெனக் கண்விழித்தார். அவர் உடம்பு முழுவதும் நடுங்கிற்று. ஏதோ ஒரு தேவதை இறுக்கமான அணைப்பில் தன்னை உறுதியாகப் பிடித்தாற் போலவும் அதனால் தனது உயிரும் மூச்சும் நெருக்கிப் பிழியப்படும் அச்சம் ஏற்பட்டதாகவும் இந்த உணர்வைப் பின்னாட்களில் முகம்மது (ஸல்) விவரித்தார். அதிர்ச்சியில் அங்கேயே நிலைகுலைந்து கிடக்கையில் அவர் ஒரு குரலைக் கேட்டார்.

குரல் ஆணையிட்டது: 'ஓதுவீராக!'

'என்னால் ஓத முடியாது. நான் வாசிப்போரில் ஒருவனல்ல' என்று பதிலளித்தார் முகம்மது (ஸல்).

மீண்டும் ஆணையிட்டது குரல்: 'ஓதுவீராக.'

மீண்டும் பதிலளித்தார், 'வாசிப்பவர்களில் ஒருவனல்ல நான். என்னால் ஓத முடியாது.'

'ஓதுக.' கட்டளை மீண்டும் வந்தது.

'என்ன ஓதுவது?' நடுங்கும் குரலில் அவர் கேட்டார்.

இதற்குப் பதிலாக, இறைவேதமாக வரவிருந்த குர்ஆனின் முதல் இறை வெளிப்பாடு என்று கருதப் பட்ட ஒரு வசனத்தை அந்தக் குரல் வழங்கிற்று.

'(நபியே அனைத்துலகங்களையும்) படைத்த உம் இறைவனின் பெயரால் ஓதுவீராக! அவன் (கருவறைச் சுவரில் ஒட்டிக்கொண்டிருக்கும்) ரத்தக் கட்டியி லிருந்து மனிதனைப் படைத்தான். ஓதுவீராக ! உம் இறைவன் மாபெரும் (அருட்) கொடையாளன். அவன்தான் எழுதுகோல் கொண்டு (எழுதக்) கற்றுக் கொடுத்தான். மனிதனுக்கு அவன் அறியாதவற்றை யெல்லாம் கற்றுக் கொடுத்தான்' 96: 1–5

இறைவெளிப்பாடு விவரிக்கவோ புரிந்துகொள்ளவோ முடியாத சிக்கலான புதிர் நிகழ்வாகும். தனது இறை வெளிப்பாட்டு அனுபவத்தை உடல்ரீதியாகக் கடுமையான துன்பமாக முகம்மது (ஸல்) உணர்ந்தார். இந்த அனுபவம் மற்ற இறைத்தூதர்களிடமும் பொதுவாகக் காணப்படுவதாகும். எடுத்துக்காட்டாக, பேசுவதற்கு முன் தனது உதடுகள் ஒரு நிலக்கரியால் எரிக்கப்படுவதாக ஈஸா (அலை) கூறினார். ஹீப்ரு இறைத்தூதரான எரேமியா 'என் ஆண்டவரே. . . நான் ஒரு குழந்தை. எனக்குப் பேசத் தெரியாது. எப்படிப் பேசுவது என்று எனக்குத் தெரியவில்லை' என்று கூறினார். முகம்மது (ஸல்) இவ்விதம் கூறினார்: 'வாசிக்கத் தெரிந்தவர்களில் ஒருவனல்ல நான்."

ஆனால் இது ஒரு தெய்வீக வெளிப்பாட்டு அனுபவமா? முஸ்லிம்களைப் பொறுத்தவரை இது நம்பிக்கையின் முக்கியப் பகுதியாகும். நம்பிக்கை இல்லாதவர்களுக்கு இதனைச் சரி பார்த்து உறுதிசெய்வதற்கான வழி எதுவும் தனியே இல்லை. உண்மையான புறவயச் சோதனை என எதுவும் இல்லை. இதற்கான பல விளக்கங்களை மேற்கத்திய அறிஞர்கள் முன்வைத்துள்ளனர். அவை வருமாறு: முகம்மது (ஸல்) ஒரு நல்ல கவிஞராதலால் வில்லியம் ப்ளேக்கின் தீர்க்க தரிசனக் கவிதைகளைப் போல முகம்மது குறிப்பிடும் வெளிப்பாடு அவர் கற்பனையின் விளைவாகும் அல்லது முகம்மதுவுக்கு வலிப்பு நோய் இருந்திருக்கலாம். தெய்வீக வெளிப்பாடு அந்த நோயின் தாக்கத்தினால் விளைந்ததாக இருக்கலாம் அல்லது வெளிப்பாடுகளைத் தொகுப்பதற்கு யூதர்களும் கிறிஸ்துவர்களும் அவருக்கு உதவியிருக்கலாம். இவ்விதமான மேற்கத்திய அறிஞர்களின் விளக்கங்கள் கடவுளுடைய வார்த்தையை ஒரு வானவரிடமிருந்து உண்மையிலேயே கேட்டதாக உறுதியாகக் கூறும் முக்கியமான விசயத்திற்கான ஏற்புடைய வாதமாக இல்லை. இறுதியாக, நம்பிக்கையானது

மதம் தொடர்பான விஷயம். மத ரீதியிலேயே அது சிந்திக்கப் பட வேண்டும். தத்துவார்த்த ரீதியாகவோ அறிவியல் ரீதியாகவோ அல்ல. ஒரு விஷயத்திற்குப் பகுத்தறிவு என்று கூறப்படும் விளக்கங்களைத் தேடித் திரிவது நமது புரிதலுக்குக் கூடுதலாக எதனையும் சேர்த்துவிடாது. முஸ்லிம்களின் நிலைப்பாடு என்னவெனில் இறை வெளிப்பாட்டினைத் தனது மனத்திலும் இதயத்திலும் முகம்மது (ஸல்) கண்டுணர்ந்தார். இது இறை வசனங்களை ஆழமாகவும் நிலையாகவும் தக்க வைத்துக்கொள்ளவும் ஓதவும் அவருக்கு உதவிற்று. இறை வெளிப்பாடுகளின் சான்றாகக் குர்ஆனே விளங்குகிறது. குர்ஆனின் சக்தியால் மனத் தூண்டடல் பெற்றவர்கள் நம்பிக்கை கொள்வார்கள்; மற்றவர்கள் மாற்று விளக்கங்களைத் தேடுவார்கள்.

என்ன நடந்ததென்று தொடக்கத்தில் முகம்மது (ஸல்) அறியாதிருந்தார். அச்சம் கொண்டவராகவும் ஐயம் நிறைந்தவ ராகவும் இருந்தார். ஏதோ பேய் பிடித்து ஆட்டுவது போல உணர்ந்தார். குகையை விட்டு வெளியேறினார். வெளிறிய நிலையில் நடுங்கியபடி மலையிலிருந்து இறங்கி நேராகத் தனது அன்பு மனைவி கதீஜாவிடம் ஓடினார். தனது கணவரின் இறை வெளிப்பாட்டு அனுவத்தில் கதீஜாவிற்கு எந்தச் சந்தேகமும் இல்லை. இது தொடர்பாக முஸ்லிம் பாரம்பரியத்தில் ஏராள மாக உள்ள செய்திகளில் இன்னொன்றையும் இப்போது இங்கு குறிப்பிடலாம். கிறிஸ்துவப் பாரம்பரியத்தில் சிறப்பாகத் தேர்ச்சி பெற்ற ஹனீஃபாவான தனது நெருங்கிய உறவினர் வரக்கா இப்னு நவ்ஃபலிடம் முகம்மது (ஸல்) அவர்களை கதீஜா அழைத்துச் சென்றதாகக் கூறப்படுகிறது. இறை வெளிப்பாடு முகம்மது (ஸல்) அவர்களுக்குக் கிடைத்திருப்பதை அவர் உறுதி செய்தார்.

முகமது (ஸல்) அவர்களின் சந்தேகங்கள் அப்போதும் குறைந்தபாடில்லை. கி. பி. 610ஆம் ஆண்டு ரமலான் மாதத்தில் குகையில் நடந்த அவரின் ஆரம்ப இறை வெளிப்பாட்டு அனுபவத்திற்குப் பிறகு அடுத்த இரண்டு ஆண்டுகள் எதுவுமே நிகழவில்லை. முகம்மது (ஸல்) விரக்தியடைந்தார். தான் ஏமாந்துவிட்டதாகவும் நினைக்கத் தொடங்கினார்; அல்லது இறை வெளிப்பாடுகளைப் பெறுவதற்குத் தேவையான குணங்கள் தன்னிடம் இல்லையோவென நினைத்தார். ஆனால் இதே போன்ற சந்தேகங்கள் மற்ற இறைத்தூதர் களுக்கும் இருந்தன. இறைத்தூதராக இருப்பதற்குரிய தகுதியும் ஆற்றலும் தன்னிடமிருக்கின்றனவா என்ற சந்தேகம் மூஸா (அலை) அவர்களுக்கு இருந்தது. இதேபோன்ற நெருக்கடியை ஈஸா (அலை) அவர்களும் எதிர்கொண்டார்.

"முகம்மது" – என்ற அரபிச் சொல்லின் கண்ணாடிப் பிரதிபலிப்பு

பின்னர் முகம்மது (ஸல்) அவர்களின் ஐயங்கள் தீர்ந்தன. ஒரு நாள் காலை ஹிரா மலைக் குகையில் அமர்ந்திருந்தார். தான் கைவிடப்பட்டுவிட்டோம் என்ற எண்ணம் அவர் மனத்தில் தோன்றியது. அப்போது மற்றொரு இறை வெளிப்பாடு அவருக்கு அருளப்பட்டது.

ஒளிமிக்க முற்பகலின் மீது சத்தியமாக! இருண்ட இரவின் மீது சத்தியமாக! நபியே! உம் இறைவன் உம்மைக் கைவிடவும் இல்லை; வெறுக்கவும் இல்லை. மறுமைதான் இம்மையைவிட உமக்குச் சிறந்த தாகும். மேலும் விரைவில் உம் இறைவன் பெரும் அருட் கொடைகளை வழங்குவான். அப்போது நீர் நிறைவடைவீர். அவன் உம்மை அநாதையாகக் கண்டு புகலிடம் அளிக்கவில்லையா? உம்மை வழி அறியாதவராகக் கண்டு நேர் வழியில் செலுத்தினான். உம்மைத் தேவையுடையவராகக் கண்டு பிறகு உம்மைப் பிறரிடமிருந்து தேவையற்றவராக ஆக்கினான். 93:1-8

கி.பி. 632இல் நபிகள் நாயகம் இறந்தார். இறப்பதற்கு ஒன்றிரண்டு மாதங்கள் முன்புவரை மேலும் பல இறை வெளிப்பாடுகள் சிறுசிறு இடைவெளி விட்டு அவருக்குத் தொடர்ந்து வந்துகொண்டிருந்தன. திடீரென வெளிப்படும் அவை அவரை எப்போதும் திகிலடையச் செய்தன. தனது ஆன்மா தன்னிடமிருந்து பிரிக்கப்பட்டாற்போல் உணர்ந்தார்.

வாய்மொழியாக வந்த வெளிப்பாடுகளின் உள்ளடக்கம் சில சமயங்களில் தெளிவாக இருந்தது. ஆனால் மற்ற சமயங்களில் அதிகமும் உருவகமாகவும் மறைவான ஆழ்ந்த அர்த்தம் கொண்டவையாகவும் இருந்தன.

குர்ஆனும் இஸ்லாமும்

குர்ஆன் இறைவனால் அருளப்பட்ட வேத வெளிப்பாடாகும். குர்ஆன் என்பதன் நேர் சரியான பொருள் – 'ஓதுதல்'. இறைச்செய்தியை எடுத்துரைக்கும் பணியை மேற்கொள்ள நபிகள் நாயகத்தைக் குர்ஆன் தூண்டியது. தனது சொந்தக் குடும்பத்தைச் சார்ந்தவர்களிடம் இறைச்செய்தியை ரகசியமாக எடுத்துரைக்கத் தொடங்கினார். அவர் மனைவி கதீஜா (ரழி)தான் முதன்முதலாக இஸ்லாத்தை ஏற்றுக் கொண்டவர். அடுத்ததாக இஸ்லாத்தை ஏற்றுக்கொண்டவர் நபிகள் நாயகத்தின் பெரிய தகப்பனாரின் பதின்வயது மகன் அலீ (ரழி) ஆவார். அவர் நபிகள் நாயகத்தின் பராமரிப்பில் இருந்தவர். அடுத்து நபிகள் நாயகத்தின் வளர்ப்பு மகன் ஸைத். வெற்றிகரமான வர்த்தகரும் நபிகள் நாயகத்தின் நீண்ட நாள் நண்பருமான அபூபக்கர் (ரழி) ஆரம்பத்திலேயே இஸ்லாத்தை ஏற்றுக்கொண்டார். இவர்களைத் தொடர்ந்து இஸ்லாத்தை ஏற்றுக்கொண்டவர்களில் முக்கியமாக இளைஞர்களும் உடைமைகளை இழந்தவர்களும் அடங்குவர். இவர்களில் பலர் உழைக்கும் வர்க்கத்தைச் சார்ந்த ஆண்களும் பெண்களுமாவர்; சிலர் அடிமைகள். இவர்களில் ஒருவர் அபிசீனியாவைச் சார்ந்த பிலால் (ரழி) ஆவார். நம்பிக்கையாளர்களைத் தொழுகைக்கு அழைக்க முதன் முதலாய்ப் பாங்கு சொன்னவர் எனப் பின்னர் பிரபலமானவர். ஆனால் நபிகள் நாயகத்தின் குடும்பத்தி லுள்ள ஒவ்வொருவரும் இறைச்செய்தியை ஏற்றுக்கொண்டவர்கள் அல்லர். தன்னைச் சொந்த மகனாகப் பராமரித்து வளர்த்த அபூதாலிபை இஸ்லாத்தை ஏற்றுக்கொள்ளும்படிச் செய்ய முகம்மதுவால் முடியவில்லை.

நபிகள் நாயகத்தின் முக்கியச் செய்தி நேரடியானதும் எளிமையானதுமாகும். இதுதொடர்பான குர்ஆன் வசனம் வருமாறு;

"நபியே மனிதர்களிடம் நீர் கூறும்; 'அல்லாஹ், அவன் ஏகன். அல்லாஹ், எவரிடமிருந்தும் எத்தேவையும் அற்றவன். அவன் எவரையும் பெறவுமில்லை; அவன் எவராலும் பெறப்படவுமில்லை. அவனுக்கு நிகராக எவருமில்லை" 112: 1–4/.

ஏழாம் நூற்றாண்டில் மக்காவில் வாழ்ந்த மக்களுக்கு நாயகத்தின் இறைச்செய்தி தீவிரமான சமூக, அரசியல்

மாற்றத்தைக் கோருவதாக இருந்தது; பல தெய்வங்களை வழிபடும் புறச்சமய அரேபியரின் நம்பிக்கை அனைத்தையும் வலுவிழக்கச் செய்வதாக இருந்தது; தங்கள் தெய்வங்களின் மீது தீவிரமான பற்றுவைத்திருந்த அவர்கள் நபிகள் நாயகத்தின் தெள்ளத் தெளிவான ஏகத்துவக் கொள்கையை நேரடியான சவாலாகவும் சீர்குலைக்கும் செயலாகவும் கண்டனர். எனவே அவரின் செய்தியை அவர்கள் எதிர்த்ததில் ஆச்சரியம் எதுவும் இல்லை.

மக்காவில் வாழும் மக்களின் சம்பிரதாயப் பழக்க வழக்கங்களை நபிகள் நாயகத்தின் செய்தி சீர்திருத்த முயன்றது. சிசுக்கொலை, பழங்குடிப் போர் நடவடிக்கைகள், கொலை ஆகியவற்றுக்கு முடிவுகட்ட நாயகம் விரும்பினார். அவற்றை அருவருப்பாகக் கண்டார். அவர் எடுத்துரைத்த இறைச்செய்தி கீழ்க்காணும் செயல்களைத் தடை செய்யப்பட்டவையாக அறிவித்தது. இந்தச் செயல்களை முகம்மதின் 'பத்துக் கட்டளைகள்' என்றும் கூற முடியும்.

"நபியே! நீர் கூறும்; மக்களே! வாருங்கள். உங்கள் இறைவன் உண்மையில் உங்களுக்குத் தடை செய்துள்ளவற்றை எடுத்துரைக்கிறேன். நீங்கள் அல்லாஹ்வுக்கு எதையும் இணை ஆக்காதீர்கள். பெற்றோர்களுக்கு நன்மை செய்யுங்கள். வறுமைக்கு அஞ்சி உங்கள் குழந்தைகளைக் கொன்றுவிடாதீர்கள். உங்களுக்கும் அவர்களுக்கும் நாமே உணவளிக்கிறோம். வெளிப்படையாகவோ மறைமுகமாகவோ மானக்கேடான செயல்களின்பால் நெருங்காதீர்கள். கொல்லக் கூடாதென அல்லாஹ் தடுத்துள்ள எந்த மனித உயிரையும் முறைகேடாகக் கொன்றுவிடாதீர்கள். நீங்கள் சிந்தித்துணரும் பொருட்டு அல்லாஹ் இவற்றை உங்களுக்கு அறிவுறுத்தியுள்ளான். ஓர் அநாதை தன் பருவ வயதை அடையும் வரை அவரது சொத்தை, நியாயமான முறையில் அன்றி அணுகாதீர்கள். அளவை, நிறுவை ஆகியவற்றை நியாயத்துடன் நிறைவுசெய்யுங்கள். நாம் எந்த ஆன்மாமீதும் அது தாங்க முடியாத அளவுக்கு மேல் பொறுப்பைச் சுமத்த மாட்டோம். பேசும்போது நியாயமாகப் பேசுங்கள். அது உங்கள் நெருங்கிய உறவினர் தொடர்புடையதாக இருந்தாலும் சரி, அல்லாஹ்வுக்குக் கொடுத்த வாக்குறுதியை நிறைவேற்றுங்கள். இவை நீங்கள் படிப்பினை பெறும் பொருட்டு அல்லாஹ் உங்களுக்கு இட்டுள்ள கட்டளை களாகும். இதுவே எனது நேர்வழியாகும் என அல்லாஹ் அறிவிக்கிறான். எனவே இதனை நீங்கள் பின்பற்றுங்கள். வேறு வழிகளைப் பின்பற்றாதீர்கள். அவை அவனது வழியிலிருந்து உங்களை விலகவைத்துவிடும். இது உங்களை நீங்கள்

காத்துக்கொள்ளும் பொருட்டு அல்லாஹ் உங்களுக்கு இட்டுள்ள கட்டளையாகும் என்றும் கூறுவீராக. 6: 151–153

நபிகள் நாயகம் போதித்தவை இஸ்லாம் என்று அறியப் பட்டது. 'சமாதானம்' 'கீழ்ப்படிதல்' 'சமர்ப்பணம்' என்று இது பொருள்படும். இது ஒரு சமத்துவச் செய்தி. புறச்சமய நம்பிக்கைகளிலிருந்து மக்களை விடுவிப்பதை நோக்கமாகக் கொண்டது. கருணையையும் சட்டத்தின் ஆட்சியையும் வலியுறுத்துவது.

அனைவரையும் சரிசமமாக நடத்தும் அன்பான சமுதாயத்தை உருவாக்குவதே முகம்மதின் முக்கிய அக்கறையாக இருந்தது. எதிர்காலத்திற்காக ஏராளமான செல்வத்தைக் கையிருப்பாகச் சேகரித்து வைப்பதும், தனிப்பட்ட முறையில் ஏராளமாகச் செல்வம் சேர்ப்பதும் தவறு என்றார். தானம் செய்வதும் சமுதாயத்தின் செல்வத்தைப் பங்கிடுவதும் நல்லது என்றார். சகோதரர்களாகிய நாம் அனைவரும் ஒருவருக்கொருவர் உதவியாக இருக்க வேண்டும். ஏழைகளுக்கும் அடிப்படைத் தேவைகள் உள்ளவர்களுக்கும் உதவ வேண்டும். நேர்மையான நன்மை விளைவிக்கும் செயல்களில் ஒருவருக்கொருவர் ஒத்துழைக்க வேண்டும். குற்றம் செய்வதையும் வலிந்து தீங்கு செய்வதையும் தவிர்க்க வேண்டும். சொல்லிலும் செயலிலும் நிதானமும் சகிப்புத் தன்மையும் வேண்டும். பெருந்தன்மை, மன்னிப்பது ஆகிய குணங்களைப் பேண வேண்டும். தற்பெருமை, அகந்தை, பாசாங்கு, மட்டுமீறிச் செலவு செய்தல் ஆகியவற்றைத் தவிர்க்க வேண்டும் என்று அறிவுறுத்தினார்.

நண்பர்களிடமும் தனிப்பட்ட முறையிலும் மூன்று ஆண்டுகள் இறைச் செய்தியை எடுத்துரைத்த பிறகு 615ஆம் ஆண்டு இறைவனின் கட்டளை அவருக்கு வந்தது.

"எனவே உமக்குக் கட்டளையிடப்படுவதைத் தெளிவாக எடுத்துரைத்துவிடுவீராக! இணை வைப்பவர்களைத் தடுத்து விடுவீராக!" (15:94)

நகரிலுள்ள முக்கியமான குடிமக்கள் நாற்பது பேரை நபிகள் நாயகம் இரவு உணவிற்கு அழைத்தார். நகர வர்த்தகர்களின் பேராசை, பண வெறிபற்றி நபிகள் நாயகம் விமர்சித்தார். இது மக்காவிலுள்ள செல்வந்தர்களைக் கோபம் கொள்ள வைத்தது. மட்டுமல்லாமல் அவர்களின் பழக்கவழக்கங்களையும் சம்பிரதாயங்களையும் நாயகம் தொடர்ந்து கண்டித்ததால் அவர்கள் மிகவும் கோபமடைந்தனர். (நபிகள் நாயகத்தின் போதனையால்) முன்னோர்கள் வணங்கிவந்த தெய்வங்களைக் கைவிட்டுவிடுவதென மக்கள் நினைக்கத்

தொடங்கினர். இதனால் ஆதிக்கச் சக்திகளான இனக்குழுத் தலைவர்கள் கலக்கம் அடைந்தனர். ஏனெனில் அந்தத் தெய்வங்களே அவர்களின் அந்தஸ்திற்கும் அதிகாரத்திற்கும் நியாயம் செய்துவருபவை; கஅபாவில் சிலை வணக்கம் செய்வதற்குப் பயணிகளை மக்காவுக்குச் செல்வத்துடன் வரச் செய்வதும் இந்தத் தெய்வங்களே; இவ்விதம் கிடைக்கும் செல்வம் சமூகத்தின் அதிகாரப் படிநிலை அமைப்பைத் தொடர்ந்து இருக்கச் செய்வது; இத்தகைய பயன்களை வழங்கும் இந்தத் தெய்வங்களை அழித்தொழிப்பது தங்களின் அதிகாரத்திற்கும் செல்வாக்கிற்கும் விடுக்கப்பட்ட அச்சுறுத்தலாக மக்காவை ஆதிக்கம் செலுத்தும் குறைஷியர் நினைத்தனர்.

குறைஷி இனக்குழுத் தலைவர்களும் பெரியவர்களும் அடங்கிய ஒரு குழு நபிகள் நாயகத்தின் பெரிய தந்தை அபூதாலிப்பைச் சந்திக்கச் சென்றது. இனக்குழுவிலேயே மிகவும் மதிப்பிற்குரியவர் அபூதாலிப். தங்கள் முன்னோர்களின் தெய்வங்களை அவமரியாதை செய்ய முகம்மதை அவர் எப்படி அனுமதிக்கலாம்? தங்கள் வாழ்விற்கு அடிப்படையான சம்பிரதாயங்களையும் பழக்கவழக்கங்களையும் முகம்மது (ஸல்) எப்படிக் கேள்வி கேட்க முடியும்? இவ்விதம் செய்யாமலிருக்கும்படி நபிகள் நாயகத்தைத் தடுத்து நிறுத்த வேண்டுமென அபூதாலிபை அவர்கள் வலியுறுத்தினர். அபூதாலிப், முகம்மதை (ஸல்) அங்கு வரவழைத்தார். 'எனக்கும் நமது குலக் குழுவிற்கும் இத்தகைய நெருக்கடியை எப்படி நீ ஏற்படுத்தலாம்? எட்டு வயதிலிருந்து நான் உன்னைப் பராமரித்து வளர்த்துவந்திருக்கிறேன் என்பதை மறந்துவிட்டாயா? என்னையும் உன்னையும் காப்பாற்றிக் கொள்' என்று முகம்மதிடம் அழுத்தமாகக் கூறினார். அதற்கு, 'கடவுள் மீது ஆணையாகக் கூறுகிறேன், இஸ்லாத்தைக் கைவிட்டு விட வேண்டும் என்ற நிபந்தனையுடன் என் வலது கையில் சூரியனையும் இடக்கையில் சந்திரனையும் தந்தாலும் இறைவன் என்னை வெற்றிபெறச்செய்யும்வரை அல்லது நான் அழியும்வரை இஸ்லாத்தை விட மாட்டேன்' என்று அபூதாலிபிடம் கண்ணீருடன் நபிகள் நாயகம் கூறினார்.[20]

தனது தம்பி மகனின் மன உறுதியை மெச்சிய அபூ தாலிப், முகம்மதையும் அவரின் மார்க்கத்தையும் தொடர்ந்து காப்பாற்றுவதாக வாக்குறுதி தந்தார். இப்போது மக்கா வாசிகள் தங்களின் உத்தியை மாற்றிக்கொண்டனர். செல்வ வளத்தையும் ஏராளமான சொத்துக்களையும் அவருக்குத் தந்தால் நமது தெய்வங்களை வெறுக்காமலிருப்பாரா? அல்லது மக்காவின் தலைவராக அவரை நியமித்தால் வெறுப்பதை நிறுத்துவாரா? இதுபோன்ற சலுகைகளை அவருக்குத் தர

அவர்கள் முன் வந்தனர். அனைத்தையும் நபிகள் நாயகம் நிராகரித்தார். ஆதலால் மக்காவாசிகள் வாய்ப்புக்கிடைக்குக் போதெல்லாம் அவருக்குத் தொல்லை தந்தனர், அவமதித்தனர். அவர் போகும் வழியில் முட்களைப் போட்டனர். குப்பைக் கூளங்களை அவர்மீது வீசினர். கற்களை எறிந்தனர். தொடர்ந்து அவரைத் துன்புறுத்தலாயினர்.

அபூதாலிபும் அவரின் குலக் குழுவினரும் நபிகள் நாயகத்தைப் பாதுகாத்தனர். முகம்மதைப் பின்பற்றும் பெரும்பாலானோருக்கு அவர்களின் இனக்குழுப் பாதுகாப்பு இல்லை. இதனால் அவர்களின் கடுமையான வன்முறைக்குப் பலியாயினர்; சிலர்மீது எரியும் நிலக்கரித் துண்டுகள் வீசப்பட்டன. இஸ்லாத்தை ஏற்றுக்கொண்ட ஒரு பெண்மணி கத்தியால் குத்திக் கொல்லப்பட்டார். மற்றவர்கள் கொடூரமாக அடிக்கப்பட்டுச் சித்திரவதை செய்யப்பட்டனர். மக்கா வியாபாரி ஒருவரின் அடிமையாக இருந்த ஆப்பிரிக்காவைச் சேர்ந்த பிலால் பாலைவனத்தில் பல நாள்கள் குதிரையால் இழுத்துச் செல்லப்பட்டார்.

ஜாஃபரின் வாக்குமூலம்

தன்னைப் பின்பற்றுவோரின் நலம் குறித்த அக்கறை நபிகள் நாயகத்திற்கு இருந்தது. மேலும் துன்புறாமல் அவர்களைக் காப்பாற்ற விரும்பினார். அதற்காகப் பாதுகாப்பான புகலிடம் ஒன்றைக் காண்பதென முடிவு செய்தார். மக்காவின் ஆதிக்கக் குழுவான, சமூகத்தில் உயர் அடுக்கில் இருக்கும் குறைஷியரின் அதிகாரத்திற்கு உட்படாத, போதிய அளவு பாதுகாப்பான இடம் அரேபியாவில் எங்கும் இருப்பதாகத் தெரியவில்லை. அபிசீனியாவுடன் நபிகள் நாயகத்தின் குடும்பத்திற்கு வர்த்தக உறவு இருந்தது. அபிசீனியா அப்போது அக்சும் பேரரசுக்கு உட்பட்டிருந்தது. கிறிஸ்தவப் பேரரசர் அதனை ஆட்சி செய்தார். அபிசீனியாவுக்குப் புலம்பெயரும்படி தன்னைப் பின்பற்றுவோர் சிலரிடம் நாயகம் யோசனை சொன்னார். அவர் யோசனையின்படி கி.பி. 615ஆம் ஆண்டு அகதிகள் குழு முதன்முதலாக மக்காவிலிருந்து ரகசியமாக வெளியேறியது. மொத்தத்தில் 83 முஸ்லிம்கள் தங்கள் குடும்பத்துடன் அபிசீனியாவுக்குப் பயணம் செய்தனர். நபிகள் நாயகத்தின் மகள் ருக்கையா, அவர் கணவர் உஸ்மான், அபூதாலிபின் மகன் ஜாஃபர் ஆகியோரும் அந்தக் குழுவில் இருந்தனர்.

இந்த வெளியேற்றத்தால் மக்காவாசிகள் கடுங்கோபம் கொண்டனர். அகதிகளைக் கட்டாயப்படுத்தி மக்காவுக்குத் திருப்பிஅனுப்ப வேண்டுமென அபிசீனியா மன்னர் நீகஸை

வலியுறுத்த ஒரு தூதுக் குழுவை மக்காவாசிகள் அனுப்பினர். இதுபற்றி அகதிகள் கூறுவதை அறிய மன்னர் விரும்பினார். "உங்கள் மக்களிடமிருந்து உங்களைப் பிரிப்பதற்குக் காரண மான மார்க்கத்தைப் பற்றிச் சொல்லுங்கள்" என்று அகதிகளிடம் மன்னர் கேட்டார். அகதிகள் சார்பில் இதற்குப் பதிலளித்தவர் ஜாஃபர். எல்லா எதிர்ப்புகளையும் மீறி மக்காவாசிகள் இஸ்லாத்திற்கு ஏன் மாறுகிறார்கள் என்பதற்கான நல்ல குறிப்பாக ஜாஃபரின் பதில் இருந்தது.

ஜாஃபர் கூறியதாவது: 'அரசே... அறியாமையிலும் ஒழுக்கக்கேடான நிலையிலும் நாங்கள் இருந்தோம். சிலைகளை வணங்கினோம். விலங்குகளின் அழுகிய இறைச்சியைப் புசித்தோம். அனைத்து வகை அநீதியையும் செய்தோம். உறவினர் யாரையும் நாங்கள் மதிக்கவில்லை. அண்டை வீட்டாருக்கு உதவவில்லை. எங்களில் வலுவனாவர் தன் சுயநலத்திற்காகப் பலவீனமானவர்களைச் சுரண்டினார். பின்னர் இறைவன் எங்கள் மக்களில் ஒருவரையே தன் தூதராக அனுப்பினான். அவரின் பரம்பரை, உண்மை, விசுவாசம் தூய்மை ஆகிய அனைத்தையும் நாங்கள் நன்கறிவோம். இறைவனை மட்டும் வணங்கும்படி அவர் எங்களை அழைத்தார். எப்போதும் உண்மை பேச வேண்டும், நம்பிக்கையையும் வாக்குறுதியையும் நிறைவேற்ற வேண்டும், உறவினருக்கு உதவ வேண்டும், அண்டை வீட்டாருக்கு நல்லவராக இருக்க வேண்டும். இவை அவர் எங்களுக்கு இட்ட கட்டளைகளாகும். மட்டுமின்றி ரத்தம் சிந்துவது, விபச்சாரம், பொய் சத்தியம், பொய் சாட்சி ஆகியவற்றையும் கட்டாயம் தவிர்க்க வேண்டும் என்பனவும் எங்களுக்கு இடப்பட்ட கட்டளைகளாகும். அவரை நாங்கள் பின்பற்றினோம். அநாதைகளின் செல்வத்தைக் கொள்ளை யடிக்கக் கூடாதென்றும் திருமணமான பெண்கள்மீது பொய்யாகப் பழி சுமத்தக் கூடாதெனவும் ஆணையிட்டார். அவர்மீது நம்பிக்கை கொண்டோம். அவரைப் பின்பற்றினோம். ஆனால் எங்கள் மக்கள் இந்தக் கட்டளைகளைப் பின்பற்றாத படி எங்களைத் திசைதிருப்ப முயன்றனர். பழைய வழிக்கே திரும்புமாறு வலியுறுத்தி எங்களுக்குப் பெருந்துன்பங்கள் இழைத்தனர். மக்காவில் எங்கள் வாழ்க்கை சகிக்க முடியாத தாக மாறியதால் நாங்கள் உங்களையும் உங்கள் நாட்டையும் தேர்ந்தெடுத்து நீதியுடனும் அமைதியுடனும் உங்கள் பாதுகாப்பில் வாழ இங்கு வந்தோம்.'[21]

முகம்மதின் இறைச் செய்தியில் சிறிது அறிந்துகொள்ள வேண்டுமென மன்னர் நீகஸ் கூறினார். குர்ஆனின் 19ஆம் அத்தியாயம் 17–26 வசனங்களை ஓதினார் ஜாஃபர். அது ஈஸா (அலை) அவர்களின் தாய் மர்யம் தொடர்புடையதாகும்.

அந்தக் கிறிஸ்தவ அரசவைக்கு இது மிகவும் பிடித்திருந்தது. ஜாஃபர் ஓதி முடித்ததும் மன்னர் நீகஸ், கிறிஸ்தவச் சமயக் குருமார்கள் ஆகியோரின் கண்களில் நீர் கசிந்தது. இனி அபிசீனியாவில் அகதிகள் பாதுகாப்பாக இருப்பார்கள் என்பதில் சந்தேகம் இல்லை.

மக்காவில் இன்னும் கொடூரமான முறையில் நபிகள் நாயகத்திற்கு எதிர்ப்பு வலுத்தது. நபிகள் நாயகத்தின் குலக்குழு முழுவதும் சமூகத்திலிருந்து புறக்கணிக்கப்பட வேண்டும் என்று அறிவிக்கப்பட்டது. அந்தக் குலக் குழுவைச் சார்ந்த யாருடனும் தொடர்புவைத்துக்கொள்ளக் கூடாது. அவர்களுடன் திருமண உறவோ வர்த்தகத் தொடர்போ கூடாது. மக்காவிலுள்ள சந்தையிலிருந்து உணவும் அவர்கள் வாங்கக் கூடாது. இந்தச் சூழ்நிலையில் மக்காவுக்கு வெளியே இருந்த ஒரு தாழ் நிலப் பகுதிக்குத் தனது குலக் குழுவினரைப் பாதுகாப்பாக அனுப்பிவைப்பது புத்திசாலித்தனம் என்று எண்ணிய அபூதாலிப் அவர்களை அங்கேயே அனுப்பி வைத்தார். அவர்களிடம் உணவும் மளிகைப் பொருள்களும் குறைவாகவே இருந்தன. அந்தப் பொருள்களும் விரைவி லேயே தீர்ந்துவிட, பட்டினியில் சிலர் இலைதழைகளைத் தின்று உயிர்பிழைக்க வேண்டிய நிலை ஏற்பட்டது. ஆனால் அவர்கள் பொறுமையுடனும் தைரியமாகவும் இந்தத் துன்பத்தைத் தாங்கிக்கொண்டனர்.

தனது இறைப்பணியை நபிகள் நாயகம் கைவிட்டுவிடுவார் அல்லது அபூதாலிப்பின் குலம் அழிந்து விடும் என்று குறைஷியர் எண்ணினர். அதற்கான நேரம் வந்துவிட்டதாகவும் அவர்கள் நம்பத் தொடங்கினர். எனினும் தமக்கு அருகே அண்டை வீட்டில் வசிக்கும் முஸ்லிம்களின் நிலை சில மக்காவாசிகளின் மனச் சாட்சியை உறுத்திற்று. அவர்கள்மீது விதிக்கப்பட்ட சமூகப் புறக்கணிப்பை அந்த மக்காவாசிகள் எதிர்த்தனர். இறுதியில் முஸ்லிம்கள்மீதான புறக்கணிப்பு நீக்கப்பட்டது, நபிகள் நாயகமும் அவரைப் பின்பற்றுவோரும் நகருக்குத் திரும்பி வர அனுமதிக்கப்பட்டனர்.

> **தீங்கு செய்தவர் துன்புற்றபோது:**
>
> ஒரு யூதப் பெண்மணி நபிகள் நாயகத்தை அவமதிப்பதையே வழக்கமாகக்கொண்டிருந்தார். தன் வீட்டைக் கடந்துபோகும் போதெல்லாம் குப்பைக் கூளங்களை அவர் மீது வீசுவார். ஒரு நாள் அந்தப் பெண்மணி அவரைத் திட்டவில்லை; அவர்மீது குப்பை கொட்டவுமில்லை. இதுகுறித்து அறிய ஆவல் கொண்டவராக நபிகள் நாயகம் அவரைப் பற்றி

விசாரிக்க, அவர் உடல் நலமின்றி இருப்பதை அறிந்தார். உடனே அவரிடம் சென்று நலம் விசாரித்து விரைவில் குணமடைய வாழ்த்தினார்.

இந்த அனுபவம் நபிகள் நாயகத்தைப் பாதித்தது. இன்னும் அதிகமான வேதனைகளை அவர் தொடர்ந்து அனுபவிக்க வேண்டியதிருந்தது. அவரின் பெரிய தகப்பனாரும் பாதுகாவலருமான அபூதாலிபின் உடல் நலம் கி.பி. 619ஆம் ஆண்டுவாக்கில் மிகவும் மோசமடைந்தது. இறக்கும் தறுவாயி லிருந்த அபூதாலிபை இஸ்லாத்தை ஏற்றுக்கொள்ளும்படிச் செய்ய நபி நாயகம் முயன்றார். அவ்விதம் மாறுவது யாரையும் நம்பிக்கைகொள்ளச் செய்யாது, அதனால் முகம்மது மட்டுமே மகிழ்வார் என்று கூறி நபிகள் நாயகத்தின் வேண்டுகோளை அபூ தாலிப் ஏற்க மறுத்தார். விரக்தியில் நபிகள் நாயகம் அழத் தொடங்கினார். அந்தக் கணத்தில் கீழ்க்காணும் குர்ஆன் வசனம் வெளிப்படுத்தப்பட்டது.

"நபியே! நீர் விரும்பியோருக்கு நேர் வழி அளித்திட உம்மால் முடியாது. ஆயினும் தான் விரும்பியோருக்கு அல்லாஹ் நேர் வழியை அளிக்கிறான். நேர்வழி பெறக் கூடியவர்கள் யார் என்பதை அவன்தான் நன்கறிவான்" (28:56)

இந்த வசனம் முக்கியமான பாடமாக அமைந்தது. நம்பிக்கை தனிப்பட்ட விஷயம். இதயம், அறிவு இரண்டி லிருந்தும் வருவது இது என இந்தக் குர்ஆன் வசனம் பிரகடனம் செய்தது. இஸ்லாத்தின் நம்பிக்கையை யார்மீதும் கட்டாயப்படுத்தக் கூடாது. அந்த நம்பிக்கை, விருப்பத்துடன் ஏற்றுக்கொள்ளப்பட வேண்டியதாகும். 'மார்க்கத்தை ஏற்றுக்கொள்வதில் எந்த வற்புறுத்தலும் இல்லை. தவறான வழியில் இருந்து நேர்வழி தெளிவாகிவிட்டது. எனவே எவர் சாத்தானை மறுத்து அல்லாஹ்வின் மீது நம்பிக்கைகொள் கிறாரோ அவர் என்றும் அறுபடாத பலமான கயிற்றைப் பற்றிக் கொண்டவர் ஆவார். அல்லாஹ் செவியுறுபவன்; முற்றும் அறிந்தவன்' (2–256) என்று குர்ஆன் அழுத்தம் திருத்தமாகக் கூறுகிறது. சில மாதங்களுக்குப் பிறகு நபிகள் நாயகத்தின் அன்பு மனைவியும் அவரின் ஆலோசகரும் அவரை 25 ஆண்டுகள் ஆதரித்தவருமான கதீஜா இறந்தார். தனது முழு உலகும் நொறுங்கிவிட்டதாக அப்போது அவர் உணர்ந்திருக்கக்கூடும்.

சாத்தானின் செய்யுள்கள்

சாத்தானின் வசனங்களில் குறிப்பிடப்பட்டுள்ள சம்பவம் கி.பி. 615ஆம் ஆண்டு நடந்திருக்கலாம் என்று கூறப்படுகிறது. சல்மான் ருஷ்டி இதே பெயரில் எழுதிய நாவலால் இந்த

வசனங்கள் பிரபலமடைந்தன. மக்காவில் மிக மோசமான காலகட்டத்தில் இருந்தபோது பேகன் நம்பிக்கைகளை நபிகள் நாயகம் ஏற்றுக்கொண்டதாகக் கூறப்பட்டது.

'(நம்பிக்கை இல்லாதவர்களே) நீங்கள் வழிபடும் லாத் உஸ்ஸா (எனும் தெய்வங்கள் பற்றியும்) மூன்றாவதான மனாத் பற்றியும் நீங்கள் (சிந்தித்தீர்களா?) சொல்லுங்கள்' (53: 19-20) குர்ஆனின் இந்த வசனத்தைத் தொடர்ந்து, 'இவை உயரப் பறக்கும் கொக்குகள்; அவற்றின் பரிந்துரையை நாட வேண்டும்' என்ற வரியும் இருந்ததாகக் கூறப்பட்டது. இதில் பெரு மகிழ்ச்சியடைந்த குறைஷியர் 'நமது தெய்வங்களைப் பற்றி அபாரமாக முகம்மது பேசினார் என்று அறிவித்தனர். (சில கொக்குகள் தெய்வங்களுடன் தொடர்புடையவை என்ற நம்பிக்கை சில பேகன் மரபுகளில் காணப்படுகிறது.) அதன் பின்னர் பிரதான வானவரான ஜிப்ரீல் இறைத்தூதரிடம், 'என்ன செய்துவிட்டீர்கள் முகம்மது? இறைவனிடமிருந்து நான் கொண்டுவராத இந்தச் செய்தியை இந்த மக்களிடம் வாசித்திருக்கிறீர்கள். இறைவன் உங்களிடம் கூறாததை நீங்கள் கூறியிருக்கிறீர்கள்' என்று சொல்ல முகம்மது சோகத்தில் ஆழ்ந்தார். (கொக்குகள் தொடர்பானவை என்று கூறப்படும்) வசனங்கள் ஏற்புடையவை அல்ல என்று அறிவிக்கப்பட்டு அவற்றுக்குப் பதிலாகக் கீழ்க்காணும் வசனங்கள் அருளப்பெற்றன. 'இவை நீங்களும் உங்கள் முன்னோர்களும் வைத்துக்கொண்ட வெறும் பெயர்களே யன்றி வேறொன்றுமில்லை. இவை தெய்வங்கள்தான் என்று அல்லாஹ் எந்தச் சான்றையும் இறக்கிவைக்கவில்லை. அவர்கள் ஊகங்களையும் மன விருப்பங்களையுமே பின்பற்றுகின்றனர். உறுதியாக அவர்களின் இறைவனிடமிருந்து அவர்களுக்கு வழிகாட்டுதல் வந்தே உள்ளது.' (53-23) மேற்கண்ட சம்பவம் இப்னு இஸ்ஹாக் எழுதிய முகம்மதின் வாழ்க்கை என்ற நூலில் விவரிக்கப்பட்டுள்ளது. ஆனால் பெரும்பான்மையான இஸ்லாமிய மார்க்க அறிஞர்கள் முழுவதுமாக இதனைக் கட்டுக்கதை எனக் கருதுகின்றனர். இது பொய்யாக பேகன்களால் கட்டமைக்கப்பட்ட கதை என அறிவித்துள்ளனர். நபிகள் நாயகம் நம்பிய, உறுதியாக இருந்த எல்லாவற்றுக்கும் இது எதிரானதாகும்.

இனக்குழுவின் பாதுகாப்பில்லாத சமூகத்தில் வாழ்வது மரண தண்டனைக்கு ஒப்பானதாகும். அதுவரை நபிகள் நாயகத்தையும், இஸ்லாத்தை ஏற்றுக்கொண்ட இனக்குழுவை யும் பாதுகாத்து வந்தவரும் அந்த இனக்குழுவின் தலைவரு மான அபூதாலிப் இறந்ததும் முகம்மது (ஸல்) கடுமையாகப்

பாதிக்கப்பட்டார். இப்போது குறைஷிய இனக்குழுவின் தலைமைப் பொறுப்பு நபிகள் நாயகத்தின் கொடிய எதிரிகளிடம் சென்றது. முகம்மது (ஸல்) அவர்களுக்கு எதிரான தாக்குதல்கள் அதிகரித்தன. அவரின் கழுத்தை நெரித்துக் கொல்வதற்கான முயற்சியும் நடந்தது. அருகேயுள்ள தாயிப் நகர மக்களின் ஆதரவு கிடைக்கும் என்ற நம்பிக்கையில் அங்கே புகலிடம்தேடுவதென நபிகள் நாயகம் முடிவுசெய்தார். ஆனால் அந்த நகர மக்களும் மக்காவாசிகளைப் போலத் தங்கள் முன்னோர்களின் தெய்வங்களை வணங்குவதில் உறுதியாக இருந்தனர். பெண் தெய்வமான அல்–லாத்தின் புனித ஆலயம் வாழ்வின் மையமாக அங்கே விளங்கியது. 'சர்வ வல்லமையுள்ள ஒரே கடவுள்' என்ற முகம்மது (ஸல்) அவர்களின் செய்தி அல்–லாத்தினைப் பின்பற்றுவோருக்குப் பிடிக்கவில்லை. அவர்கள் அவரைத் தாக்கினர். மரபுவழி விவரங்களின்படி இந்தக் காலகட்டம் 'துக்கத்தின் ஆண்டு' என்று குறிப்பிடப்படுகிறது.

இரவுப் பயணம்

இருளின் மறைவில் மக்காவுக்குத் திரும்பிய நபிகளார் தனது பெரிய தந்தையான அபூதாலிபின் மகள் ஹிந்த் வீட்டில் அந்த இரவைக் கழிப்பதென முடிவு செய்தார். ஆழ்ந்த துயரத்தில் இருந்த அவருக்கு ஆறுதல் தேவைப்பட்டது. அவர் தனக்குள் ஆழ்ந்தார். விடியும் முன்னர் 'இரவுப் பயணம்' என அழைக்கப்படும் ஆழ்ந்த ஆன்மிக அனுபவம் அவருக்கு வாய்த்தது. அறிவு, புலன்கள் கடந்த தரிசனத்தை நோக்கிய இஸ்ரா என அழைக்கப்படும் அந்தப் பயணம் அவரை ஜெருசலேம் கொண்டுசென்றது. அங்கிருந்து அவர் மேலே கடவுளின் திருச் சந்நிதியை நோக்கி வானுலகம் ஏகினார். அங்கே ஆதாம் (அலை), இப்ராஹீம் (அலை), மூஸா (அலை), ஈசா (அலை) ஆகிய முந்தைய இறைத்தூதர்கள் அவரை வாழ்த்தி வரவேற்றனர். பயணத்தில் மேலெழும் முன்னர் இந்த நிகழ்வை குர்ஆன் இவ்விதம் சித்திரிக்கிறது:

"தன் அடியாரை (முகம்மதை மக்காவின் கஅபா) இறையில்லத்திலிருந்து மிகுதொலைவில் இருக்கும் (ஜெருசலத்தின்) இறையில்லம்வரை ஓர் இரவில் அழைத்துச் சென்றவன் மிகவும் (அப்பாற்பட்டுத்) தனித்துயர்ந்தவன். நாம் அதன் சுற்றுப்புறங்களைப் பேறுபெற்றவையாக ஆக்கியுள்ளோம். எம் சான்றுகளை அவருக்குக் காட்டுவதற்காகவே அழைத்துச் சென்றோம். உறுதியாக அவன் அனைத்தையும் செவியுறுபவன்; உற்று நோக்குபவன். *(17:1)*

இரவுப் பயணம் முகம்மதின் வாழ்வில் நடந்த மிக முக்கியமான நிகழ்வுகளில் ஒன்றாகும். இந்த நிகழ்வு இஸ்லாமிய

இறையியலின் மையமாகும். இதுபோன்ற தெய்வீக அனுபவங்களைத் தேடுவதற்கான அகத்தூண்டல் பெற ஸூஃபி தலைமுறைகளை இந்த நிகழ்வு ஊக்கப்படுத்தியுள்ளது.

இந்த இரவுப் பயணத் தரிசனத்திலிருந்து சொர்க்கம் குறித்த தங்களின் புரிதலை முஸ்லிம்கள் பெற்றுக்கொண்டனர்.

17ஆம் நூற்றாண்டு துருக்கிய சுவர் ஓடுகளின் (டைல்) மீது மக்கா சித்திரிக்கப்பட்டுள்ளது

ஐந்து நேரத் தொழுகையை நிறுவுவதற்கும் இஸ்லாத்தின் மூன்றாவது புனித நகரமாக ஜெருசலத்தை மாற்றுவதற்கும் இந்த நிகழ்வு வழி செய்தது. ஜெருசலத்தில் உள்ள ஆலயத்தின் மலையில் உள்ள பாறையின் குவிமாடத்தில் இருந்து முகம்மது (ஸல்) அவர்களின் விண்ணுலகப் பயணம் தொடங்கியதாகக் கூறப்படுகிறது,

அனைத்து மறைஞான அனுபவங்களைப் போலவே இந்த நிகழ்வையும் சரிபார்க்க வழியில்லை. இது குறித்து முகம்மது (ஸல்) அவர்கள் தெரிவித்தவை பற்றி இஸ்லாமியப் பாரம்பரிய மார்க்க அறிஞர்களிடையே கருத்து வேறுபாடுகள் உள்ளன. இரவுப் பயணத்தின் தேதிகூட நிச்சயமற்றது. கி.பி. 620–622க்கும் இடையே இது நடந்ததாக மட்டுமே நம்மால் கூற முடியும். இரவுப் பயணம் குறித்த விவரங்கள் அழகுபடுத்தப் பட்டு, ஒளிரும் கலைப் படைப்புக்களுக்கான பொருளாகவும்

மாறியுள்ளன. இந்த இரவுப் பயணம் பற்றிப் பல்வேறு விளக்கங்கள் தரப்பட்டுள்ளன. உயிருடனும் உடலுடனும் முகம்மது (ஸல்) பயணம் மேற்கொண்டதாக முஸ்லிம்கள் சிலர் கருதுகின்றனர். கண்மூடித் திறப்பதற்குள் மக்காவிலிருந்து ஜெருசலேம் சென்றார். அதன்பின் அங்கிருந்து விண்ணுலகிற்கு உண்மையில் பயணம் செய்தார் என அவர்கள் கூறுகின்றனர். புராக் எனும் மின்னல் வேக வாகனத்தில் அமர்ந்து முகம்மது (ஸல்) பயணம் மேற்கொண்டார். இந்த வாகனத்தின் ஒரு பகுதி குதிரை, மறு பகுதி கோவேறு கழுதையாக இருந்ததுடன் வலிமையான சிறகுகளும் கொண்டவை என்றெல்லாம் இந்த வாகனம் குறித்துச் சில கதைகள் உள்ளன.

இஸ்ராவும் மிஃராஜும் உண்மையில் மறைஞான அனுபவங்களாகும் என வேறு சிலர் கருதுகின்றனர். இந்த இரவுப் பயணத்தை ஒரு தரிசனமாக உருவக, மெய்யியல் ரீதியில் குர்ஆன் விவரிக்கிறது.

"இரு வில்லின் (நீள) அளவுக்கு அல்லது அதைவிடவும் நெருங்கிவந்துவிட்டார். அல்லாஹ் தன் அடியாருக்கு அறிவிக்கச் சொன்னதை அறிவித்தார்" (53: 9–10).

"தம் இறைவனின் அழைப்பை ஏற்றுக்கொண்டோ ருக்கு நன்மைகள் உண்டு. அவனது அழைப்பை ஏற்றுக்கொள்ளாதோர் பூமியிலுள்ள அனைத்தையும் அதுபோன்ற இன்னொரு மடங்கையும் பெற்றிருந் தாலும் (இறுதித் தீர்ப்புநாளின் தண்டனையிலிருந்து தப்பிக்க) அவற்றை ஈடாகக் கொடுத்துவிடவே விரும்புவர். அவர்களுக்கு விசாரணை மிகக் கடுமை யானதாக இருக்கும். அவர்களின் உறைவிடம் நரகமாகும். அது மிகவும் கேடான உறைவிடம்" (13:18).

முகம்மதின் உடல் அசையாமல் உறங்கிக்கொண்டிருந்த போது இரவுப் பயணம் நிறைவுற்றதாக ஹிந்துவும், நபிகள் நாயகத்தின் இளம் மனைவி ஆயிஷாவும் உறுதிபடக் கூறிய தாக ஆதாரப்பூர்வமான நபிமொழித் தொகுப்பான முஸ்லிமில் பதிவுசெய்யப்பட்டுள்ளது. (ஹிந்த் – கி.பி 630இல் இஸ்லாத்தை ஏற்றுக்கொண்ட அபூ சுஃப்யானின் மனைவி.)

மனித அறிவு, அனுபவம் ஆகியவற்றுக்கு அப்பாற்பட்ட தரிசனம் முகம்மது (ஸல்) அவர்களின் சோர்வையும் கவலையையும் அகற்றி நம்பிக்கை, நன்மை, உண்மை, அழகு – இவை கொண்டு நிரப்பிற்று. ஒரு புதிய பேராற்றல் அவருள் நிறைந்தது. தனது இறைச் செய்தியை எடுத்துரைப்பதில் மேலும் உறுதிகொண்டார்.

5

ஹிஜ்ரா – புலம்பெயர்தல்

தனக்கு எதிராக எதிர்ப்புகளும் சதித்திட்டங்களும் இருந்தபோதிலும் இறைச் செய்தியை எடுத்துரைப்பதை நபிகள் நாயகம் தொடர்ந்தார். நகருக்கு வெளியே மக்காவைச் சுற்றியுமிருந்த குடியிருப்புகளிலும் தாழ்நிலப் பகுதிகளிலும் இறைச் செய்தியை எடுத்துரைப்பதில் அதிக நேரம் செலவிட்டார். ஒரு முறை ஹிரா குன்றுக்கும் மினாவுக்கும் இடையே மக்காவிலிருந்து சில மைல் தொலைவிலிருந்த அகபா என்ற இடத்தில் ஆறு பேர் கொண்ட ஒரு குழுவைச் சந்தித்து இறைச் செய்தியை அவர்களிடம் எடுத்துரைத்தார். வடக்கே யத்ரிப் நகரைச் சார்ந்த அவர்கள் வருடாந்தரப் புனிதப் பயணத்திற்கு மக்காவிற்கு வந்திருந்தனர். நபிகள் நாயகம் கூறியதை அவர்கள் ஆர்வத்துடன் கவனித்துக் கேட்டனர். இந்தச் சந்திப்பின் இறுதியில் இஸ்லாத்தைத் தழுவி ஓர் உடன்படிக்கையும் செய்துகொண்டனர். நபிகள் நாயகத்தின் செய்தியைத் தங்கள் நகருக்கு எடுத்துச் சென்றனர். அவர்களுக்குக் குர்ஆன் ஓதக் கற்றுக்கொடுக்கவும் மார்க்கம்பற்றி அறிவுறுத்தவும் இஸ்லாத்தைப் பின்பற்றுவோர் சிலரை அவர்களுடன் யத்ரிபிற்கு நபிகள் நாயகம் அனுப்பிவைத்தார்.

நபிகள் நாயகத்தைச் சந்திக்க 73 ஆண்களும் இரண்டு பெண்களும் கொண்ட ஒரு பெரிய தூதுக் குழு அடுத்த ஆண்டு அகபாவுக்கு வந்தது. இந்தச் சந்திப்பு இரண்டாவது அகபா உடன்படிக்கைக்கு வழிவகுத்தது. தங்களின்

சொந்தப் பெண்களையும் பிள்ளைகளையும் போல நபிகள் நாயகத்தைப் பாதுகாப்பதாகக் குழுவிலிருந்தவர்கள் ஒப்புக் கொண்டனர். இந்தச் சமயத்தில் யத்ரிபிலிருந்து வந்த குழுவினர் அனைவரும், பனு அப்துல் அஸ்ஹாலும் இஸ்லாத்தை ஏற்றுக் கொண்டனர். யத்ரிபிற்கு வருமாறு நபிகள் நாயகத்தை அவர்கள் வேண்டிக்கொண்டனர். குடும்பம், இனக்குழு, குலக்குழுமீதான விசுவாசமே விதியாக இருந்த கால கட்டத்தில் இறை நம்பிக்கையை அடிப்படையாகக் கொண்ட ஒரு புதிய கூட்டணியாக இது அமைந்தது.

இவ்விதம் நபிகள் நாயகம் யத்ரிபில் சில இனக்குழுக்க ளுடன் கூட்டணிவைத்துக்கொண்டதை விரைவிலேயே குறைஷியர் அறிந்துகொண்டனர். தங்களுக்கு எதிராகப் போர்தொடுக்கும் முயற்சியாக அவர்கள் இதனைக் கருதினார்கள். நபிகள் நாயகத்திற்கும் அவரின் எதிரிகளுக்கும் இடையேயான பதற்றம் கொதிநிலையை அடைந்தது. நபிகள் நாயகத்தைச் சூழ்ச்சியால் வெல்வது, அவரின் நம்பிக்கையைச் சிதைப்பது ஆகியவை பற்றி குறைஷியர் அதிகமாக யோசிக்கத் தொடங்கினர். இறுதியில் இறைத்தூதரைக் கொல்வது என்ற முடிவுக்கு வந்தனர். அவர்களின் திட்டம் எளிமையானதும் சாமர்த்தியமானதும் ஆகும். மக்காவிலுள்ள ஒவ்வோர் இனக்குழுவிலிருந்தும் ஒருவர் நபி நாயகத்தை ஒரே சமயத்தில் கத்தியால் குத்துவது. இவ்விதம் செய்வதால் குறிப்பிட்ட எந்த இனக்குழுவையும் நபிகள் நாயகத்தின் இனக்குழுவால் பழிவாங்க முடியாது. குறித்த ஒரு நாள் இரவில் தேர்வுசெய்யப்பட்ட ஓர் அணி நபிகள் நாயகத்தின் வீட்டைச் சுற்றி வளைத்தது. தனது வழக்கமான போர்வையைப் போர்த்தியவாறு தூங்கிக் கொண்டிருந்த ஓர் உருவத்தை வீட்டினுள் பார்த்தபோது நபிகள் நாயகம் அங்கே இருப்பது அவர்களுக்கு உறுதியானது. அந்த வீட்டிற்குள் பெண்கள் இருப்பதை அவர்கள் அறிந்திருந்தனர். எனவே அரபு நம்பிக்கைக்கு மதிப்பளித்து அவர்கள் வீட்டிற்குள் நுழையவில்லை.

அதிகாலையில் கத்திகளை உருவியபடி நபிகளாரின் வீட்டிற்குக் கொலையாளிகள் விரைந்தனர். ஆனால் அங்கே இறைத்தூதருக்குப் பதிலாக அவரின் மருமகன் இளைஞன் அலீ (ரழி) அவரின் படுக்கையில் படுத்திருந்தார். குறைஷியரின் சதித்திட்டத்தை ஏற்கெனவே அறிந்திருந்த நபிகள் நாயகம் யாருக்கும் தெரியாமல் இரவிலேயே வீட்டி லிருந்து நழுவியிருந்தார். பின்னர் எப்போதும் தன்னுடன் இருக்கும் தோழரான அபூபக்கரைச் சந்தித்தார். பின்னர் அவர்கள் இருவரும் யத்ரிபிற்குப் புறப்பட்டனர்.

நபிகள் நாயகத்தைக் கொலைசெய்வதற்காகத் தேர்வு செய்யப்பட்ட குறைஷிய இளைஞர்கள் அவர் தப்பிச் சென்றதை அறிந்து கடுங்கோபம் கொண்டனர். அவரைத் தேடிக் கண்டு பிடிப்பதற்காக ஆயுதம் தாங்கிய ஒரு குழுவை ஏற்பாடு செய்தனர். நபிகள் நாயகமும் அபூபக்கரும் தவ்ர் குகைக்குள் ஒளிந்துகொள்வதென முடிவுசெய்தனர். மக்காவிலிருந்து தெற்கே வழக்கமான பாதைக்கு எதிர்த் திசையில் அந்தக் குகை இருந்தது. ஒளிந்துகொள்ளும் செய்தி ரகசியமாகப் பாதுகாக்கப்பட்டது. எனினும் நபிகள் நாயகத்தைத் தேடும் குழு கால் தடங்களை வைத்து தவ்ர் மலையடிவாரம் வரை போக முடிந்தது. அதற்கு மேல் அடையாளம் எதனையும் அவர்களால் கண்டுபிடிக்க முடியவில்லை. மூன்று நாட்கள் தேடியும் நபிகள் நாயகத்தையோ அவரின் காலடித் தடங்களையோ கண்டுபிடிக்க முடியாததால் தேடுவதை விட்டுவிட்டு மக்கா திரும்பினர்.

பிடிபட்டுவிடும் அபாயம் நீங்கியதும் நபிகள் நாயகமும் அபூபக்கரும் யத்ரிபை நோக்கிப் பயணத்தைத் தொடர்ந்தனர். வழக்கமான கேரவன் பாதையில் செல்லாமல் மிகக் கடினமான பாலைவனத் தடத்தில் பயணம் செய்தனர். தாள முடியாத சூரிய வெப்பத்தை மட்டுப்படுத்த வழி ஏதும் இல்லை. தாகத்தைத் தணிக்கத் தண்ணீரும் இல்லை. கடுமையான வெப்பத்திலிருந்தும் பகைவர்களின் அச்சுறுத்தலிலிருந்தும் பாதுகாத்துக்கொள்வதற்காகப் பகலில் பயணம் செய்யாமல் இரவில் மிக விரைவாக ஏழு நாட்கள் பயணம் செய்தனர். மக்காவிலுள்ள அனைத்து முஸ்லிம்களும், நபிகள் நாயகத்தைப் பின்பற்றுவோரும் முறையாகத் திட்டமிட்டு மக்காவை விட்டு மெல்ல வெளியேறி யத்ரிபுக்குப் பயணம் செய்தனர். பாதுகாப்பாக வைத்திருக்கும்படி மக்காவாசிகள் முகம்மது விடம் ஒப்படைத்திருந்த சேமிப்புத் தொகையையும் அடைக்கலப் பொருட்களையும் அவர்களிடமே திருப்பித் தருவதற்காகவும், அவர்களிடமிருந்து நாயகம் வாங்கிய கடன் தொகையையும் பிற பொருள்களையும் அவர்களுக்குக் கொடுப்பதற்காகவும் யத்ரீபிற்குச் செல்லாமல் மக்காவிலேயே அலீ (ரழி) தங்கினார்.

நபிகள் நாயகத்தைக் கவுரவிக்கும் விதமாக மதீனாவில் அவருக்கு உற்சாகமான வரவேற்பு அளிக்கப்பட்டது. இதற்குப் பிறகு யத்ரிப் என்ற பெயர் என்றென்றைக்குமாய் மதீனத்துன் நபி அல்லது இறைத்தூதரின் நகரம் என்றானது. மதீனத்துன் நபி என்ற பெயர் சுருக்கமாக மதீனா என்று அழைக்கப் படுகிறது.

இஸ்லாமிய நாள்காட்டி

கி.பி. 622இல் இறைத்தூதர் மக்காவிலிருந்து மதீனாவுக்குப் புலம் பெயர்ந்தார். புலம்பெயர்ந்த இந்த ஆண்டு இஸ்லாமிய ஆண்டின் தொடக்கத்தைக் குறிக்கிறது, ஹிஜிரி என்று இந்த ஆண்டு அழைக்கப்படுகிறது. ஓர் இஸ்லாமிய ஆண்டு சந்திரனின் பிறைகளை அடிப்படையாகக் கொண்டது. (வசந்த காலம், கோடைகாலம், இலையுதிர்காலம், குளிர் காலம் என சூரியனுடன் தொடர்புடைய நான்கு பருவ காலங்களுடன் ஒத்திசைவு கொண்டவை அல்ல.) இஸ்லாமிய ஆண்டில் 11 அல்லது 12 நாள்கள் குறைவாக இருக்கும். தேதிகள் A H என்பதாகவும் ஹிஜ்ரா அல்லது ஹிஜ்ரி என்பதாகவும் குறிப்பிடப்படுகிறது.

தனது உயிருக்குத் தொடர்ச்சியான அச்சுறுத்தல்கள், தன்னைப் பின்பற்றுவோர் மீதான ஒடுக்குமுறை, இடைவிடாத துன்புறுத்தல்கள், ஏராளமான தனிப்பட்ட இழப்புகள், துயரங்கள் என இறைத்தூதராக மக்காவில் இருந்த கால கட்டத்தில் உலோகங்களை உருக்கும் கொதிகலன்போல அவர் வாழ்க்கை இருந்தது. அனைத்தையும் பொறுமையுடனும் இன்முகத்துடனும் தாங்கிக்கொண்டார். வேதனை தருபவர்களை மன்னிக்கவே எப்போதும் தயாராக இருந்தார். அவரின் ஜென்ம விரோதிகளும் அவர்மீது முழு நம்பிக்கை வைத்திருந்தனர். அவரின் நேர்மை, பணிவு, அன்பு, கருணை ஆகிய குணங்களுக்காக அவரை அவர்கள் மதித்தனர். குறைஷியருடன் நேரடியான மோதல் போக்கைத் தவிர்க்க நாயகம் மிகவும் முயன்றார். வன்முறையை எதிர்கொள்ளும் போது தனக்கு ஏற்படும் இக்கட்டான நிலையிலிருந்து விடுபடச் சாத்வீகமான வழியையே தேர்வுசெய்தார்.

நூறு பேருக்கும் குறைவான சிறிய முஸ்லிம் சமுதாயமே மக்காவில் இருந்தது. அவர்கள் வாழ்க்கை மிகவும் கடினமாக இருந்தது. அவர்களைப் பற்றிய விவரங்களைப் பதிவுசெய்ய முடியவில்லை. இதன் காரணமாக நபிகள் நாயகத்தின் மக்கா வாழ்க்கையை ஆவணப்படுத்தியிருக்க வேண்டிய அளவு ஆவணப்படுத்த முடியவில்லை. குர்ஆனின் மூன்றில் இரண்டு பங்கு வசனங்கள் மக்காவில் வெளிப்படுத்தப்பட்டவையே. தனித்தன்மை கொண்ட இந்தச் சிறிய வசனங்கள் வாழ்வின் ஆன்மிகக் கூறுகளை வலியுறுத்துபவை. நபிகள் நாயகத்தின் இறைப் பணியின் தோற்றம், ஆதாரம் பற்றி விரிவாகப் பேசுபவை. இறை நம்பிக்கையின் சாரத்தை மக்களுக்கு எடுத்துக் கூறி அதை அவர்களுக்குப் பயிற்றுவிப்பதே முகம்மதின்

இறைப்பணி எனக் குர்ஆன் கூறுகிறது. புதியதாக இறைச் செய்தி எதுவும் அவருக்கு வழங்கப்படவில்லை என்றும் முந்தைய இறைத்தூதர் அனைவருக்கும் வழங்கப்பட்ட செய்தியின் தொடர்ச்சியே அவருக்கு அருளப்பெற்றது என்றும் அவருக்குக் கூறப்பட்டது.

"நபியே! நூஹுவுக்கும் அவருக்குப் பின்னால் வந்த நபிமார்களுக்கும் நாம் வஹீ அறிவித்ததுபோல திண்ணமாக உமக்கும் நாம் வஹீ அறிவித்துள்ளோம். மேலும் இப்ராஹீம், இஸ்மாயீல், இஸ்ஹாக், யஅகூப் ஆகியோருக்கும் யாஅகூபின் வழித்தோன்றல்களுக்கும் ஈஸா, அய்யூப், யூனுஸ், ஹாரூன், சுலைமான் ஆகியோருக்கும் நாம் வஹீ அறிவித்திருக்கின்றோம். தாவூதுக்கு ஜபூரை வழங்கினோம்." *4: 163.*

மக்காவில் வெளிப்படுத்தப்பட்ட குர்ஆன் வசனங்களில் சட்டரீதியான கட்டளைகள் இல்லை; அவை மனிதரை ஊக்குவிப்பவை, வழிகாட்டுபவை, அறிவுறுத்துபவை.

மக்காவிலிருந்து மதீனாவுக்குப் புலம் பெயர்ந்ததும் முஸ்லிம்களின் நிலைமை குறிப்பிடத்தக்க விதத்தில் மாறியது. புலம்பெயர்ந்தவர்கள் அல்லது அகதிகள் *முஹாஜிர்கள்* என்று அழைக்கப்பட்டனர். இவர்களுக்கு அடைக்கலம் தந்து அனைத்து வகைகளிலும் உதவிய மதீனாவாசிகள் அன்சாரிகள். பெரும் எண்ணிக்கையில் இவர்கள் இஸ்லாத்தைத் தழுவினர். எனினும் முஸ்லிம் சமுதாயம் ஒப்பீட்டளவில் சிறியதாகவே இருந்தது. (150 முஹாஜிர்களும் 50 அன்சாரிகளுமாக முஸ்லிம் சமூகம் அளவில் இரட்டிப்பானதாகச் சில புள்ளிவிவரங்கள் கூறுகின்றன.) ஆனால் நபிகள் நாயகம் பெரும்பாலும் தன்னைப் பின்பற்றுபவர்களுடன் இருந்தார். முஸ்லிம்கள் தங்கள் விவகாரங்களைத் தாமே கவனித்துக்கொள்ளும் அதிகாரம் கொண்டவர்களாக இருந்தனர்.

நீதியான சமத்துவச் சமுதாயத்தைக் கட்டிஎழுப்ப முகம்மதுவால் இப்போது நேரம் ஒதுக்க முடிந்தது.

இவ்வாறு அவரது வாழ்வின் முக்கியத்துவம் மாற, இறை வெளிப்பாட்டின் தொனியும் தன்மையும் மாறின. இப்போது இறை வசனங்கள் சட்ட ரீதியான உள்ளடக்கம் கொண்டவையாக இருந்தன. பொதுவான எதிர்பார்ப்புக்கு மாறாக, குறைவான கட்டளைகளே குர்ஆனில் உள்ளன. வழிகாட்டும் வேதமே தவிரச் சட்டப் புத்தகம் அல்ல எனக் குர்ஆனே தன்னைப் பற்றிக் கூறிக் கொள்கிறது.

நபிகள் நாயகத்தை வரவேற்றுத் தங்கள் வீட்டில் தங்க வைக்க மதீனாவிலுள்ள உயர்குடியினர் ஒருவருக்கொருவர்

போட்டியிட்டனர். ஆனால் அவர்களின் வேண்டுகோளை நபிகளார் மறுத்துவிட்டார். இது சாதாரண விஷயமல்ல. அரசியல் முக்கியத்துவம் வாய்ந்தது. எனவே தங்குவதற்குக் குறிப்பிட்ட ஓர் இடத்தை அவர் தேர்வு செய்யவில்லை. அதற்குப் பதிலாக ஒட்டகம் எங்கு நிற்கிறதோ அந்த இடத்தில் குடியேறுவதென முடிவுசெய்தார். அநாதைச் சகோதரர் இருவருக்குச் சொந்தமான ஒரு துண்டு நிலத்தில் ஒட்டகம் நின்றது. அந்த நிலத்தை அன்பளிப்பாகத் தர அவர்கள் முன்வந்தனர். ஆனால் அன்பளிப்பாகப் பெற நபிகள் நாயகம் மறுத்துவிட்டார். நிலச் சொந்தக்காரர்களுக்குப் போதிய பணம் தரப்பட வேண்டுமென்று பிடிவாதமாக இருந்தார். அந்த இடத்தில் ஒரு பள்ளிவாசலைக் கட்ட வேண்டுமென நாயகம் ஆணையிட்டார். நபிகள் நாயகம் உட்பட சமுதாயம் முழுவதுமே பள்ளிவாசல் கட்டும் வேலையில் சேர்ந்து கொண்டது. அந்த வேலையின்போது நாயகம் இவ்விதம் பாடினார்கள்:

    மறு உலக வாழ்க்கை தவிர
    வேறு வாழ்க்கை இல்லை
    இறைவா,
    முஹாஜிர்கள் மீதும்
    அன்சாரிகள் மீதும்
    கருணை காட்டுவாயாக

அவரின் மருமகனான அலீ (ரழி) தான் எழுதிய கவிதையைப் பாடினார்:

    செங்கல் களிமண்ணால்
    எங்களுக்குப் பள்ளிவாசல் கட்டித்தர
    உழைக்கிறார் ஒருவர்
    இரவும் பகலும்.
    ஒருவர்
    தூசியிலிருந்து விலகிச் செல்கிறார்[22]

அந்தப் பள்ளிவாசல் இறைத்தூதரின் பள்ளிவாசல் என அழைக்கப்பட்டது. பள்ளிவாசலுக்குள் ஒரு சிறிய வீட்டையும் நாயகம் கட்டிக்கொண்டார். அனைத்து முஸ்லிம்களும் சகோதரர்களே என ஆணையிட்ட முகம்மது (ஸல்) ஒவ்வொரு முஹாஜிரையும் ஒரு அன்சாரி சகோதரருடன் பிணைத்தார். இந்தச் செயலால் உள்ளூர்வாசிகளின் கவுரவம் உயர்ந்தது. மட்டுமல்லாமல் முஹாஜிர்கள் உலகியல்ரீதியாகவும் பலன் அடைந்தனர். முஹாஜிர்களைத் தங்கள் வீடுகளுக்கு வரவேற்ற அன்சாரிகள் தங்களின் பணப் பையையும் அவர்களுக்குத் திறந்துவைத்தனர். தொடக்கத்தில் அவர்களின் விருந்தோம்பலை முஹாஜிர்கள் மகிழ்வுடன் ஏற்றுக்கொண்டனர். ஆனால் தங்களின் சகோதரர்களான அன்சாரிகளுக்குச் சுமையாகி

விட அவர்கள் விரும்பவில்லை. முஹாஜிர்களிடையே இருந்த வர்த்தகர்கள் விரைவிலேயே வியாபாரத்தில் தங்களை நிலைநிறுத்திக்கொண்டனர். நிலையான வருமானத்துடன் இப்போது அவர்களால் வாழ முடிந்தது. வர்த்தகத்தில் ஈடுபட முடியாதவர்கள் அன்சாரிகளின் நிலத்தைக் குத்தகைக்கு எடுத்து அதில் விவசாயம் செய்தனர். இந்த ஏற்பாடு அன்சாரிகளுக்கும் முஹாஜிர்களுக்கும் பரஸ்பரம் உதவியாக இருந்தது மட்டு மல்லாமல் உண்மையான தோழமையின் பிணைப்பு அங்கே நிலைகொண்டது. பிரிக்க முடியாத வலுவான சமுதாயமாக இப்போது முஸ்லிம்கள் தங்களை ஒன்றிணைத்துக்கொண்டனர்.

ஹிரா குகையின் நுழைவாயில்

முஸ்லிம் உலகு முழுவதும் இறை நம்பிக்கையாளர்களை ஒவ்வொரு நாளும் ஐந்துமுறை தொழுகைக்கு அழைக்கும் அதான் – பாங்கு சொல்லும் பழக்கத்தை மதீனாவிலிருந்த ஆரம்ப காலத்தில் நபிகளார் தொடங்கிவைத்தார். மக்காவில் கொடுமையான முறையில் சித்திரவதை செய்யப்பட்ட

அடிமையான பிலால் (ரழி) மிக அருமையான குரல் வளம் கொண்டவராக இருந்தார். எனவே முதன்முதலாய்த் தொழுகைக்குப் பாங்கு சொல்லும்படி அவர் கேட்டுக் கொள்ளப்பட்டார். கட்டாய ஏழை வரி – ஸகாத் கொடுத்தல், ரமலான் மாதம் நோன்பு நோற்பது ஆகிய பிற சமய விதிகளின் தொகுப்பும் நிறுவப்பட்டன.

அதான்/ பாங்கு

இறைவன் மிகவும் பெரியவன். இறைவனைத் தவிர வேறு கடவுள் யாருமில்லை என சாட்சி பகர்கிறேன். இறைவனின் தூதர் முகம்மது எனவும் சாட்சி கூறுகிறேன். தொழுகைக்கு வாருங்கள். வெற்றியின் பக்கம் வாருங்கள். இறைவன் மிகவும் பெரியவன்... இறைவனைத் தவிர வேறு கடவுள் இல்லை

தன்னைப் பின்பற்றுவோரிடம் முகம்மது (ஸல்) கூறியவை:

பிறரிடம் அன்பும் இரக்கமும் காட்ட வேண்டும். கர்வம், அகந்தையைத் தவிர்க்க வேண்டும். எல்லா விஷயங்களிலும் நேர்மையாகவும் அடக்கமாகவும் இருக்க வேண்டும். ஒருவர் தனிப்பட்ட முறையில் தன்னைத் தூய்மையாக வைத்துக் கொள்வதில் கவனம் செலுத்த வேண்டும்.

நபிகள் நாயகம் துறவியாகவே வாழ்ந்தார்; ஆடம்பரங் களையும் மட்டு மீறிய செலவுகளையும் தவிர்த்தார்.

மக்காவில் குறைஷியர்கள் கோபத்தில் கொந்தளித்துக் கொண்டிருந்தார்கள். முகம்மது (ஸல்) மக்காவில் பிறந்து வளர்ந்தார்; அங்கேயே கதீஜாவைச் சந்தித்து மணமுடித்தார்; முதன்முதலாய் இறை வெளிப்பாடு அருளப்பெற்றதும் அங்கு தான். அந்த நகரிலிருந்தும் நாயகத்தை அவர்களால் இப்போது வெளியேற்ற முடிந்தது. எனினும் மதீனாவில் குறைஷியரின் அதிகாரத்திற்கும் சிறப்புரிமைக்கும் பெரும் அச்சுறுத்தலாக இருந்தார். ஓரிறைச் செய்தியைச் சுதந்திரமாக அவரால் அங்கே எடுத்துரைக்க முடிந்ததும் எப்போதையும்விட மேலும் விரிவாக இறைச்செய்தியை இப்போது அவரால் பரப்ப முடிந்ததுமே இதற்குக் காரணம். அவரைத் தோல்வியுறச் செய்யவும், வளர்ந்து வரும் முஸ்லிம் சமுதாயத்தைப் பூண்டோடு அழிக்கவும் மக்காவாசிகள் உறுதியுடன் இருந்தனர்.

6

மதீனா அரசியல் சாசனம்

நபிகள் நாயகத்தின் மதீனா வருகைக்குப் பிறகு உள்ளூர்வாசிகள் பலர் இஸ்லாத்தை ஏற்றுக் கொண்டனர். அதற்குப் பிறகும் முஸ்லிம்கள் நகரின் சிறுபான்மையினராகவே இருந்தனர். புலம்பெயர்ந்து ஓராண்டு ஆகிய பிறகும் முஸ்லிம்களின் மொத்த மக்கள் தொகை 1500 பேருக்கும் அதிகம் இல்லை. மக்காவிலிருந்து மதீனாவிற்குக் குடியேறியவர்கள், அவர்களின் உதவியாளர்கள், மதீனா உள்ளூர்வாசிகள் ஆகியோர் வெவ்வேறு இனக்குழுக்களைச் சார்ந்தவர்கள். அவர்களின் வித்தியாசமான பழக்க வழக்கங்கள், சம்பிரதாயங்கள் காரணமாக முஸ்லிம்களிடையே சிறிது பதற்றம் ஏற்பட்டது. யூத இனக்குழுவைச் சார்ந்தவர்களே அதிக எண்ணிக்கையில் இருந்தனர். அவர்களே அரசியலிலும் ராணுவத்திலும் நகரின் ஆதிக்கச் சக்தியாக விளங்கினர். இப்போது நபிகள் நாயகத்திடம் புதிதாக அதிகாரம் வந்துசேர அவர்கள் கோபம் கொண்டனர்... நாயகத்தின் இறைச் செய்தியை ஏற்றுக்கொள்ளாத புறச்சமயத் தினர் அங்கே கணிசமாக இருந்தனர். இவ்வாறு மதீனா பிளவுபட்ட நகராக இருந்தது. இரண்டு முக்கிய அரபுப் பிரிவுகளும் அவர்களின் யூதக் கூட்டணிக் குழுக்களும் ஒன்றுடன் ஒன்று போரிட்டுக்கொண்டிருந்தன. இனக்குழுவின ரிடையே இருந்த வேறுபாடுகள் கொலை வெறியைத் தூண்டுமளவு வன்மம் கொண்டவை யாக இருந்தன. இந்த இனக்குழுக்களுக்கிடையே

சமரசம் ஏற்படுத்துவதற்காகவே மதீனாவுக்கு வருகைதரும்படி முகம்மது (ஸல்) கேட்டுக்கொள்ளப்பட்டார். இந்தப் பன்முகத் தன்மை கொண்ட கூறுகளிலிருந்து ஓர் ஐக்கிய சமூகத்தை உருவாக்குவதே நபிகள் நாயகத்தின் முக்கியப் பணியாக இருந்தது.

யூத இனக்குழுவினருடன் நல்லுறவை வளர்க்க நாயகம் அதிகச் சிரமம் எடுத்துக்கொண்டார். யூத இனக்குழுத் தலைவர்களையும் யூதப் பிரபுக்களையும் சந்தித்தார். அவர்களுடன் நோன்பு நோற்றார். வழிபாட்டின்போது அவர்களைப் போலவே ஜெருசலேம் நோக்கித் தொழுதார். எந்தக் கட்டுப்பாடுமின்றிச் சுதந்திரமாக முஸ்லிம்களுடன் பரஸ்பர ஒத்துழைப்பிற்கான கூட்டணி வைத்துக்கொள்ள யூதர்களையும் புறச்சமய இனக்குழுக்களையும் வலியுறுத்தி இணங்கச் செய்தார்

இதன் விளைவாக மதீனாவிலுள்ள முஸ்லிம்கள், யூதர்கள், கிறிஸ்தவர்கள், புறச்சமய இனக்குழுவினர் ஆகிய வித்தியாசமான குழுக்கள் ஒன்றிணைந்த ஒரு புதிய அரசியல் சமூகம் உருவானது. அனைத்துக் குழுக்களின் ஒப்புதலுடனும் எழுத்துப்பூர்வமான அரசியல் சாசனத்தை நகருக்கு நபிகள் நாயகம் வழங்கினார்.

நபிகள் நாயகம் வாழ்ந்த காலத்திலிருந்து நமக்குக் கிடைத்த முக்கியமான ஆரம்ப கால ஆவணங்களில் ஒன்று 'மதீனாவின் அரசியல் சாசன'மாகும்[23]. இந்தச் சாசனத்தின் பல வடிவங்களும் நபிகள் நாயகத்தின் சில கடிதங்களும் அழியாமல் இன்னும் உள்ளன. 'மதீனாவின் அரசியல் அமைப்பு சாசனம்' என்று பொதுவாக அறியப்பட்டபோதிலும் மூல மொழியான அரபியில் கிதாப் என அழைக்கப்படுகிறது.

மதீனா சாசனத்தை நவீன அர்த்தத்தில் அரசமைப்புச் சட்டமாக எடுத்துக்கொள்ளக் கூடாது. அது அதிகமும் சமூக ஒப்பந்தமாகும். ஒருங்கிணைந்த சமூகமாகச் செயல்படவும் குறிப்பிட்ட பணியை மேற்கொள்ளவும் வெவ்வேறு குழுக்களிடயே மேற்கொள்ளப்பட்ட ஒப்பந்தமாகும்.

இந்தச் சாசனத்தின் வார்த்தைகளை நபிகள் நாயகமே கூற அப்படியே அது எழுதப்பட்டது. மூன்று குழுக்களின் உறுப்பினர்களுக்கு இடையேயான உறவைச் சாசனம் வரையறுத்தது.

1. முஹாஜிர்கள் (அதாவது மக்காவிலிருந்து புலம் பெயர்ந்து வந்த குறைஷியர்).

2. அன்சாரிகள். இஸ்லாத்தை ஏற்றுக்கொண்ட மதீனாவாசிகளான இவர்கள் புலம்பெயர்ந்துவந்த குறைஷியர்களுக்கு ஆதரவாக இருப்பவர்கள்.

3. மதீனாவிலுள்ள யூத இனக்குழுக்கள். இந்த மூன்று குழுக்களின் சமூக அரசியல் நடத்தையின் ஒட்டு மொத்தச் சட்டரீதியான கட்டமைப்பைச் சாசனம் வழங்குகிறது. ரத்தப் பணம் அல்லது இழப்பீடு போன்ற விசயங்களில் மக்களின் உரிமைகளையும் பொறுப்புக்களையும் வெளிப்படுத்த மதீனாவில் ஏற்கெனவே இருந்துவரும் வழக்கமான சட்ட மொழியையும் குறியீடுகளையும் மதீனா சாசனம் பயன்படுத்துகிறது. ஒருங்கிணைந்த ஆவணமாக (ஆவணங்களின் திரட்டு/தொகுப்பாக) சில கல்வியாளர்கள் இதனைக் குறிப்பிடுகிறார்கள். மதீனா அரசியல் சாசனத்தில் இரண்டு பகுதிகள் தெளிவாக வரையறுக்கப்பட்டுள்ளன. முதல் பகுதி முஹாஜிர்களையும் அன்சாரிகளையும் பற்றிக் கூறுகிறது. இரண்டாவது பகுதி மதீனா யூதர்கள் பற்றிப் பேசுகிறது

மதீனா சாசனம், பிரிவு 25

அவ்ஃப் கிளையைச் சேர்ந்த யூதர்களும் நம்பிக்கையாளர்களும் உம்மா (சமுதாயம்) என்று கருதப்படுவார்கள். யூதர்களுக்கு அவர்கள் மதம், முஸ்லிம்களுக்கு அவர்களது மதம். இது அவர்களின் கூட்டணி இனக்குழு உறுப்பினர்களுக்கும் அவர்களது சொந்த இனக்குழு உறுப்பினர்களுக்கும் பொருந்தும். ஒடுக்குமுறைக் குற்றவாளிகளும் ஒப்பந்தத்தை மீறிய குற்றவாளிகளும் துன்பத்தை ஏற்றுக்கொள்ள வேண்டும் – அந்தக் குற்றங்களைச் செய்தோர் அவர்களின் வீட்டில் உள்ளவர்களாக இருந்தாலும்.

மதீனா சாசனம் சுதந்திரப் பிரகடனத்தைப் போல தொடங்குகிறது. சாசனத்தின் இரண்டாவது பிரிவு இவ்விதம் குறிப்பிடுகிறது: 'மற்ற எல்லோரையும் தவிர்த்து அவர்களே ஓர் உம்மாவாக இருப்பர்.' அவர்கள் என்ற சொல் முஸ்லிம்கள், யூதர்கள், முக்கிய இனக்குழுக்களைப் பின்பற்றும் நட்புக் குழுக்களைக் குறிக்கிறது. புதிதாக உருவாக்கப்பட்ட ஒட்டு மொத்த சமுதாயத்தின் சுயாட்சியை அவர்கள் வலியுறுத்து கின்றனர். இனி தங்களுக்கான அரசியல் அடையாளத்தை அவர்களே உருவாக்கிக்கொள்வார்கள். அந்த அரசியல் அடையாளம் மக்கா நகரிலுள்ள புறச்சமய இனக்குழுவின்

அடையாளத்துடனும், அண்டை நாடுகளான பைசாந்தியம், பாரசீகப் பேரரசுகளின் அரசியல் அடையாளத்துடனும் ஒப்பிடக்கூடியதும் அவற்றிலிருந்து வேறுபட்டதும் ஆகும். பிணைத்தொகை தந்து சிறைக் கைதிகளை மீட்டல், இழப்பீடு வழங்குதல், பொது நலன் ஆகிய விசயங்களுக்காகவே பத்து தனிப் பிரிவுகள் சாசனத்தில் உள்ளன. இதனைச் 'சமூகக் காப்பீடு' எனவும் குறிப்பிடலாம்.

'நம்பிக்கையாளர்கள் தங்கள் உறுப்பினர்களுக்குத் தேவையானவற்றை மீட்புப் பொருளாகவோ, இழப்பீட்டுத் தொகையாகவோ அல்லது வேறு வகையிலோ கொடுக்காமல் தங்களின் உறுப்பினர்களை நிர்க்கதியான நிலையில் நம்பிக்கையாளர்கள் விட்டுவிட மாட்டார்கள்.'

வெற்றிடத்தில் மக்கள் வாழ்வதில்லை என்ற நிலையைச் சாசனம் ஒப்புக்கொள்கிறது. எனவே மதீனாவில் பழங்குடி யினரின் மரபுகள், பழக்கவழக்கங்கள், ஏற்கெனவே இருந்து வரும் ஒப்பந்தங்கள், ஏற்பாடுகளைச் சாசனம் அங்கீகரிக்கிறது.

'இழப்பீட்டுத் தொகை பற்றியும் அது தொடர்பானவை குறித்தும் ஏற்கெனவே இருந்துவரும் உதவி ஒப்பந்தங்களின்படி பழங்குடி அமைப்புகளும் தலைமையும் ஒன்றுக்கொன்று உதவியாக ஒத்துழைத்து வருவது தொடரும்' என சாசனம் அறிவிக்கிறது. ஆனால் நீதிமன்றங்களை அணுகாமல் வழக்க மான தனிப்பட்ட முறையில் நீதி வழங்குவது, இனக்குழுக் களின் பழிவாங்கும் நடவடிக்கை, அதிக ஊதியம் போன்ற நியாயமற்ற நடைமுறைகளை மதீனா சாசனம் ஒழிக்கிறது:

'ஒரு முஸ்லிம் பழிவாங்கும் வகையில் இன்னொரு முஸ்லிமைக் கொல்ல மாட்டார். அல்லது அதிகமாக இழப்பீட்டுத் தொகை கோருவது. தவறான பாதையில் வழிகெடுக்க விழைதல், பாவம் செய்வது, வரம்பு மீறுவது, முஸ்லிம்களிடையே தீங்கு விளைவிப்பது போன்ற நடவடிக்கைகளில் ஈடுபட மாட்டார். அவ்விதம் ஈடுபடும் நபர் சாசனத்தை ஒப்புக்கொண்ட குழுவிலுள்ள ஒருவரது மகனாக இருப்பினும் அந்த நபருக்கு எதிராக அனைவரும் ஒன்றுசேர்வார்கள்.'

தனிநபரின் செயலுக்கு ஒட்டுமொத்த இனக்குழுவும் பொறுப்பாகாது. எனவே ஒட்டுமொத்தக் குழுவையும் பழி வாங்குவது அவசியமில்லை; அவரவர் செய்த செயல்களுக்கு அவரவரே முழுக்கவும் பொறுப்பாவார்.

'பிறரைப் புண்படுத்தும் ஒருவர் தன்னையே புண்படுத்திக் கொள்கிறார்.'

'பிறருக்கு உதவுவதும் நற்குணமும் வேறு. குற்றச் செயல்களில் ஈடுபடுவதும் பிறரைக் காயப்படுத்துவதும் வேறு. தான் செய்யும் செயல்களுக்கு மட்டுமே ஒருவன் பொறுப்பாவான்.'

நீதியை நிர்வகிக்கும் பணி மக்கள் சமுதாயத்தின் மைய அமைப்பைச் சார்ந்ததாகும்.

குடிமக்கள்

மதீனா சாசனம் மதச் சுதந்திரத்திற்கு, குறிப்பாக யூதர்களுக்கான மதச் சுதந்திரத்திற்கு, உரிய அங்கீகாரம் அளித்தது. மதீனாவின் குடிமக்களாக அனைத்து விஷயங்களிலும் அவர்களுக்குச் சம உரிமையை அது வழங்கியது:

'யூதர்களுக்கு அவர்களது மதம். முஸ்லிம்களுக்கு அவர்களின் மதம்.'

'இந்தச் சாசனத்தை ஒப்புக்கொண்டு நம்மைப் பின்பற்றும் யூதர்கள் நமது ஆதரவுக்கு உரியவர்கள். நமக்கு இருக்கும் அதே உரிமை அவர்களுக்கும் உண்டு. அதில் அநீதியோ பாரபட்சமோ இராது.'

'தங்கள் சொந்த மக்களுக்கும் நட்புக் குழுக்களுக்கும் பாதுகாப்பு உண்டு. ஆனால் அவர்களிடையே இருக்கும் அநியாயக்காரர்களுக்கும் குற்றவாளிகளுக்கும் பாதுகாப்பு இல்லை.'

'யூதர்கள் தங்களின் செலவை ஏற்றுக்கொள்வது அவர்களின் கடமை. அதுபோல் முஸ்லிம்கள் தங்களின் செலவை ஏற்றுக்கொள்வது அவர்களின் கடமை.'

'இந்த ஒப்பந்தத்தில் குறிப்பிடப்பட்டுள்ள ஒரு இனக்குழு அல்லது அதன் நட்புக் குழுவுக்கு எதிரான போரில் ஒப்பந்தத்திலுள்ள மற்ற தரப்பினர் உதவியாக இருப்பர்.'

இவ்விதம் இனம், மொழி தொடர்பான வேறுபாடுகள் ஒழிக்கப்பட்டன. மதீனா சட்டத்தின் முன் அனைவரும் சமம். அனைவருக்கும் சம உரிமை உண்டு. சமுதாயத்தில் உள்ள குழுவினர் அனைவரும் ஒருவருக்கொருவர் உதவிசெய்யவும் ஒத்துழைக்கவும் கேட்டுக்கொள்ளப்படுகிறார்கள். ஒருவர் மற்றவரின் 'மனமார்ந்த அறிவுரையையும்' ஆலோசனையையும் பெற வேண்டும்.

நகரின் பாதுகாப்பு பற்றியும் வெளியுறவுக் கொள்கை என அழைக்கப்படும் விஷயம் குறித்தும் மதீனா சாசனத்தில்

பிரிவுகள் உள்ளன. ‘இந்த உடன்படிக்கையில் உள்ள தரப்பினருக்கு மதீனா ஒரு சரணாலயம்’ என இறுதியில் அறிவிக்கப்பட்டது. முகம்மது (ஸல்) அவர்கள் சமுதாயத்தின் தலைவர் என்றும் குழுக்களுக்கு இடையே ஏற்படும் சர்ச்சை களைத் தீர்த்துவைக்கும் நடுவர் என்றும் சாசனம் நிறுவியது.’ எவ்வகைக் கருத்து வேறுபாடுகள் இருந்தாலும் அது அல்லாஹ் விடமும் நாயகத்திடமும் கொண்டு வரப்பட வேண்டும்.

உடன்படிக்கையில் (கைச்சாத்திட்டு) பங்குபெற்ற அனைத்து யூதக் குழுக்களின் பெயர்களும் சாசனத்தில் குறிப்பிடப்பட்டுளன. மதீனாவில் உள்ள அனைத்து யூதர்களும் சாசனத்தில் சேர்க்கப் பட்டார்களா என்பதில் சர்ச்சை உள்ளது. மதீனாவில் உள்ள அனைவரும் இந்தச் சாசனத்தில் சேர்க்கப்பட்டார்கள் என்பது இப்போது நிலவும் கருத்தாகும். இதுவே முஸ்லிம்களின் மேற்கத்திய கல்வியாளர்களின் உறுதியான கருத்துமாகும். எனினும் மதீனாவிலுள்ள நளீர், குறைளா, கைனுகா ஆகிய மூன்று முக்கிய யூத இனக்குழுக் களின் பெயர்கள் சாசனத்தில் குறிப்பிடப்படவில்லை எனச் சமகால யூதக் கல்வியாளர்கள் கருதுகின்றனர். எனினும் பின்னர் வெகுசீக்கிரமே நபிகள் நாயகம் இந்தக் குழுக்களுடன் இதேபோன்ற ஒப்பந்தம் செய்துகொண்டது நமக்கு நன்கு தெரியும். இவ்விதம் சாசனத்தில் வெளிப்படையாகச் சில யூதக்குழுக்களின் பெயர் விட்டுவிடப்பட்டிருப்பதை அனைத்து மதீனா யூதர்களும் உடன்படிக்கையில் பங்கேற்கவில்லை என்று சுட்டிக்காட்டப் பயன்படுத்தப்படுகிறது. தன்னுரிமை கொண்ட சுதந்திரமான யூத இனக்குழுக்களின் பெயர்கள் மட்டுமே சாசனத்தில் உள்ளன என்ற எதிர்வாதம் முன்வைக்கப் படுகிறது. மற்றொரு முக்கிய இனக்குழுவைப் பின்பற்றும் நட்புக் குழுக்களின் பெயர்கள் சாசனத்தில் இடம்பெற வில்லை. அந்தப் பெயர்கள் பொதுப்படையாகவே குறிப்பிடப்பட்டுள்ளன. சில இனக்குழுக்கள் வேறொரு இனக்குழுவுடன் அணுக்கமாக அடையாளம் காணப்பட்டதால் அவற்றின் பெயர்களும் தனியே குறிப்பிடப்படவில்லை. பல புறச்சமய இனக்குழுக்களின் பெயர்களும் சாசனத்தில் இல்லை. இதற்கு அர்த்தம் அந்தக் குழுக்களின் பெயர் நீக்கப்பட்டுள்ளன என்பதல்ல. அந்தக் குழுவினர் மற்றொரு இனக்குழுவைப் பின்பற்றுபவர்கள்; அல்லது மற்றொரு இனக்குழுவின் நட்புக் குழுவினர் என்று பொருள்.

மதீனாவிலுள்ள முஸ்லிம்கள், யூதர்கள், புறச்சமயத்தினர் என ஒட்டுமொத்தமாக அனைவரும் அடங்கிய ஒற்றை அரசியல் சமூகம் நபிகள் நாயகத்தின் தலைமையின் கீழ்

இப்போது உருவாயிற்று. புதிய இந்தச் சமூகத்தை 'உம்மா' எனச் சாசனம் விவரிக்கிறது. இந்த வார்த்தை 'உம்மா' முஸ்லிம்கள் மட்டுமே கொண்ட உலக சமயச் சமுதாயம் என்ற அர்த்தத்தை இப்போது அடைந்திருக்கிறது. ஆனால் மதீனா சாசனம் சமய உடன்படிக்கை அல்ல. உடன்படிக்கையிலுள்ள அனைத்துத் தரப்பினரும் இஸ்லாத்தை ஏற்றுக்கொண்டவர்களுமல்ல. நாயகத்தின் அரசியல் அதிகாரத்தை ஒப்புக்கொண்டு அவரைச் சமூகத் தலைவராக ஏற்றுக் கொண்டவர்கள். இவர்களில் பலர் யூத இனக்குழுவினரும் புறச்சமய இனக்குழுவினருமாவர் என்று சாசனத்தில் தெளிவாகக் குறிப்பிடப்பட்டுள்ளது.

உம்மா என்றால் அது பொதுவான அக்கறைகள் கொண்ட சமுதாயமாகும். பொதுநலன் என அந்தச் சமுதாயத்தி லுள்ளவர்கள் அங்கீகரித்த விஷயங்களுக்காக அது தொடர்ந்து செயல்பட்டது.

தமது ஒட்டுமொத்த நலன்களைப் பாதுகாப்பதற்காகப் பல சமயங்களைச் சார்ந்த, பல கலாசாரங்களைச் சார்ந்த ஒரு சமூகமே உம்மாவாகும். இதுவே தொடக்கத்தில் உம்மாவின் பொருளாக இருந்தது.

நம்பிக்கையாளர்கள்

முகம்மதுவும் ஆரம்பத்தில் அவரைப் பின்பற்றியவர்களும் தங்களை முஸ்லிம்களில் ஒருவராக எண்ணாமல் 'நம்பிக்கை யாளர்களின் சமுதாய' மாகக் கருதி, எல்லாரையும்விட மேலானவர்களாகத் தங்களை எண்ணிக் கொண்டனர். 'நம்பிக்கையாளர்கள்' என்று தங்களைக் குறிப்பிட்டனர்... ஆரம்பகால நம்பிக்கையாளர்களில் சிலரே கிறிஸ்துவர் களாகவும் யூதர்களாகவும் இருந்தனர். அனைவரும் அல்ல. 'திறந்த ஒப்புதல் வாக்குமூலம் அல்லது கிறிஸ்தவ உலகு முழுமைக்கும் உரிய தன்மைக்குக் காரணம். விசுவாசிகளின் அடிப்படையான சிந்தனைகளும் பக்தியைக் கடுமையான விதத்தில் கடைப்பிடிக்க வேண்டும் என அவர்கள் வலியுறுத்துவதுமாகும். இது கிறிஸ்துவர்கள், யூதர்கள் சிலரின் நம்பிக்கைகளுக்கும் நடைமுறைக்கும் எதிரானது அல்ல.

Fred M Donner, Muhammad and the Believers (Harvard University Press, 2010; pp 58, 69

ஒப்புயர்வற்ற தலைவராக நாயகம் இப்போது அங்கீகரிக்கப்பட்டிருந்தார். மதீனாவிலிருந்த யூதர்களையும் கிறிஸ்தவர்களையும்விட அதிக சக்திவாய்ந்தவராக நபிகளார்

இருந்தார். இதனால் யூத இனக்குழுவினர் மிகவும் கவலை கொண்டனர். யூதர்களின் முன்னணி ஆன்மிகத் தலைவரான அப்துல்லா பின் சலாம் இஸ்லாத்தை ஏற்றுக்கொண்டபோது நாயகத்திற்கும் முஸ்லிம்களுக்கும் எதிரான பிரச்சாரத்தை யூதர்கள் மேற்கொண்டனர். மக்காவிலிருந்து மதீனாவுக்குப் புலம்பெயர்ந்தவர்களையும் அவர்களின் ஆதரவாளர்களையும் தனியே பிரிக்க முயன்றனர். யூத சமூகத்தைச் சார்ந்த ஆன்மிகத் தலைவர்களும் பிரமுகர்களும் இப்ராஹீம் நபி (அலை) மீதான இறைத்தூதரின் நம்பிக்கையைச் சோதித்தனர். மதீனாவை விட்டு வெளியேறி ஜெருசலேம் செல்லும்படி அவரை வலியுறுத்தினர். உள்ளேயிருந்து நம்பிக்கையைத் தகர்க்கும் நோக்குடன் யூதர்களில் சிலர் இஸ்லாத்திற்கு மதம் மாறினர். கிறிஸ்துவர்கள், யூதர்கள், முஸ்லிம்கள் ஆகியோர் அடங்கிய மாநாட்டைக் கூட்டி நகரிலுள்ள மூன்று ஓரிறை நம்பிக்கையாளர்களையும் ஒன்றிணைக்க நபிகள் நாயகம் முயன்றார். மூன்று சமய நம்பிக்கைகளின் சிறப்பு குறித்து மாநாட்டில் விவாதிக்கப்பட்டது. அதில் எந்த முடிவும் எட்டப்படவில்லை. எனினும் நாயகத்தை எதிர்ப்பதில்லை எனக் கிறிஸ்தவர்கள் ஒத்துக்கொண்டனர்.

மதீனா அரசியல் சாசனம் பிரகடனப்படுத்தப்பட்ட பிறகும் நகரத்தில் அமைதி ஏற்படவில்லை. தொழுகையில்

மதீனாவிலுள்ள இறைத்தூதரின் பள்ளிவாசல்

ஜெருசலேத்திற்கு மாறாக மக்காவை நோக்கி முகத்தைத் திருப்புமாறு ஓர் இறைவெளிப்பாடு நபிகள் நாயகத்தைக் கேட்டுக் கொண்டது.

"நபியே! உம்முடைய முகம் அடிக்கடி வானத்தை நோக்குவதை நாம் பார்த்துக்கொண்டிருக்கிறோம். இதோ நீர் எந்தக் கிபுலாவை விரும்புகின்றீரோ அதன் பக்கமே நாம் உம்மைத் திருப்பிவிடுகின்றோம். மஸ்ஜிதுல் ஹரம் (கஅபா ஆலயம்) பக்கமாக உம்முடைய முகத்தைத் திருப்புவீராக! இனி நீங்கள் எங்கிருப்பினும் தொழுகைக்காக அதன் பக்கமாகவே உங்கள் முகங்களைத் திருப்புவீர்களாக! வேதம் அருளப்பட்டவர்கள் (கிப்லா மாற்றம் பற்றிய) இக்கட்டளை உண்மையானதுதான், தம் இறைவனிடமிருந்து வந்ததுதான் எனத் திண்ணமாக அறிவார்கள். ஆனால் இவ்வாறு உண்மையை அறிந்திருந்தும் இவர்கள் என்ன செய்துகொண்டிருக்கிறார்கள் என்பது பற்றி அல்லாஹ் கவனமற்றவனாய் இல்லை *(2: 144)*.

இது யூத இனக்குழுக்களுக்கு மகிழ்ச்சி தரவில்லை.

அதே நேரம் மதீனாவில் நடந்துகொண்டிருப்பதை மக்காவிலுள்ள நாயகத்தின் முன்னாள் எதிரிகள் முழுவதுமாக அறிந்திருந்தனர். அவர்களின் தெய்வங்கள், புறச்சமய இனக்குழுவினரின் நம்பிக்கைகள், பழைய வாழ்க்கை முறையால் ஈட்டிய செல்வத்தின் மீதான சுயநல நாட்டம் ஆகியவற்றுக்கு எதிரான முகம்மதின் அறைகூவல் புதிய உத்வேகம் கொண்டது. அவர்களின் எதிர்ப்பும் துன்புறுத்தலும் இனிமேலும் அவருக்குத் தடையாக இருக்கவில்லை. ஓரிறைக் கொள்கையின் நம்பிக்கைகள், நடைமுறைகளை வளர்ச்சியுறச் செய்யும் செயல்பாடுகளில் இருந்த தளைகள் நீங்கி விடுபட்டவரானார். முஸ்லிம்களுக்கும் மக்கா குறைஷியர்களுக்குமிடையே பற்பல மோதல்கள் ஏற்கெனவே நடந்திருந்தன. இப்போது மதீனாவின் மீது முழு அளவிலான தாக்குதல் நடத்த அவர்கள் தயாராக இருந்தனர்.

7

யுத்தங்கள்

ஒருவர் நமக்குத் துன்பமிழைத்தால் அதற்குப் பழி வாங்காமல் பொறுமையாக இருக்கும்படி மக்காவில் இருந்தபோது தன்னைப் பின்பற்றுவோர்களிடம் முகம்மது (ஸல்) கூறினார். மதீனாவிற்குப் புலம்பெயர்ந்து இரண்டு வருடங்கள் ஆன பின் மதீனாமீது பெரும் தாக்குதல் நடத்த மக்காவாசிகள் முனைப்புடன் தயாராகி வருவதாக நபிகள் நாயகத்திற்கு வழக்கம்போலத் தகவல்கள் வந்துகொண்டிருந்தன. வளர்ந்துவரும் முஸ்லிம் சமுதாயம் உடனடியாகத் தன்னைப் பாதுகாத்துக்கொள்ள வேண்டிய அவசரத்தை நாயகம் உணர்ந்தார்.

'போர் தொடுக்கப்பட்டோர் அநீதி இழைக்கப் பட்டுள்ளனர் என்ற காரணத்தால், எதிர்த்துப் போரிட அவர்களுக்கு அனுமதி அளிக்கப் பட்டுள்ளது. உறுதியாக அல்லாஹ் அவர்களுக்கு உதவிபுரிய ஆற்றலுள்ளவன். "அல்லாஹ்தான் எங்கள் இறைவன்" என்று கூறியதற்காகவே அவர்கள் நியாயமின்றித் தங்கள் வீடுகளிலிருந்து வெளியேற்றப் பட்டனர்.' (குர்ஆன் வசனம் 22:39-40).

மிக முக்கியமான ஒரு மக்கா கேரவன் தமாஸ்கஸ்ஸிலிருந்து திரும்பிவந்துகொண்டிருந்த செய்தியைக் கி.பி. 624 மார்ச் மாதத்தில் முகம்மது (ஸல்) கேள்வியுற்றார். கேரவன் கொண்டுவரும் ஆயுதங்களாலும் பொருட்களாலும் குறைஷியர் அதிகாரம் அதிகரிக்கும். அதனால் முஸ்லிம்களுக்கு அச்சுறுத்தல் ஏற்படப்போவதை அறிந்த முகம்மது

(ஸல்) கேரவனை இடைமறிப்பதென முடிவுசெய்தார். இவ்விதம் நிகழுமெனச் சந்தேகம் கொண்டிருந்த மக்காவாசிகளும் அதற்குத் தயாராகவே இருந்தனர். கேரவனைப் பாதுகாக்க ஒரு ராணுவத்தை அவர்கள் அனுப்பினர். அது முஸ்லிம்கள் கண்ணில் படாமல் திசை திருப்பப்பட்டு அவர்களைத் தாண்டிச் சென்றது. மதீனாவைத் தாக்கி முஸ்லிம்களை அரேபியாவிலிருந்தே வெளியேற்றும் நோக்குடன் குறைஷியர் படை மதீனாவை நோக்கிச் செலுத்தப்பட்டது.

சுமார் 90 கி.மீ. தொலைவில் பதாயின்கள் வசிக்கும் பத்ர் என்ற சிற்றூரில் குறைஷியரின் படையை எதிர்கொள்வதென நாயகம் முடிவுசெய்தார். போதிய போர்த் தளவாடங்கள் அற்ற 313 வீரர்கள், 70 ஒட்டகங்கள், இரு குதிரைகள் ஆகியவை முஸ்லிம் ராணுவத்தில் இருந்தன. குறைஷியர் ராணுவத்திலோ 1000 போர் வீரர்கள், 700 ஒட்டகங்கள், 300 குதிரை வீரர்கள், கேடயங்கள், அம்புகள், வாட்கள், போர்த் தளவாடங்கள் ஆகிய சகல உபகரணங்களும் இருந்தன. உயரமான மேட்டு நிலத்தில் குறைஷியர் தமது படையை நிறுத்தியிருந்தனர். கி.பி. 624ஆம் ஆண்டு மார்ச் 17ஆம் நாள் காலை சிறிய படையுடன் முஸ்லிம்கள் வருவதைக் கண்ட குறைஷியர் பொறுமையிழந்து முகம்மது (ஸல்) இப்போது நம்மிடமிருந்து தப்ப முடியாது என்று அறிவித்தனர். சம்பிரதாயங்களின்படி ஆயுதம் தாங்கிய இரண்டு வீரர்களின் ஒற்றைச் சண்டையில் யுத்தம் தொடங்கிற்று. மூன்று குறைஷிய வீரர்கள் வெளியே வந்து முஸ்லிம் வீரர்களுக்குச் சவால் விட்டனர். மூவரும் கொல்லப் பட்டனர். பின்னர் இரு படைகளும் ஒன்றையொன்று தாக்கத் தொடங்கின.

மிகக் கடுமையான அந்த யுத்தம் சில மணிநேரமே நீடித்தது. கட்டுப்பாட்டுடனும் தீவிரமாகவும் வெஞ்சினத்துடன் போரிடும் முஸ்லிம்களைக் கண்டு மக்கா ராணுவம் அதிர்ச்சி யடைந்தது. குறைஷிய ராணுவத் தலைவர்களைத் தேடிக் கண்டு பிடித்துத் தாக்குமாறு முகம்மது (ஸல்) தனது படை வீரர்களுக்கு ஆணையிட்டிருந்தார். தாக்குதலில் ஒருவர்பின் ஒருவராக வீழ்ந்தனர். பீதியடைந்த மக்கா வீரர்கள் வெவ்வேறு திசைகளில் சிதறி ஓடத் தொடங்கினர். யுத்தத்தின் முடிவில் மக்கா படை வீரர்கள் 70 பேர் கொல்லப்பட்டனர்; 70 பேர் பிடிபட்டனர்.

இஸ்லாமிய வரலாற்றின் தீர்க்கமான தருணமாக பத்ர் யுத்தத்தைக் குறிப்பிடலாம். இதில் தோல்வியடைந்திருந்தால் முஸ்லிம்களைப் பூண்டோடு அழிக்கப்பட்டிருப்பார்கள். அது மட்டுமல்லாது, வரலாற்றில் அவர்களைப் பற்றிய செய்தியே இருந்திராது.

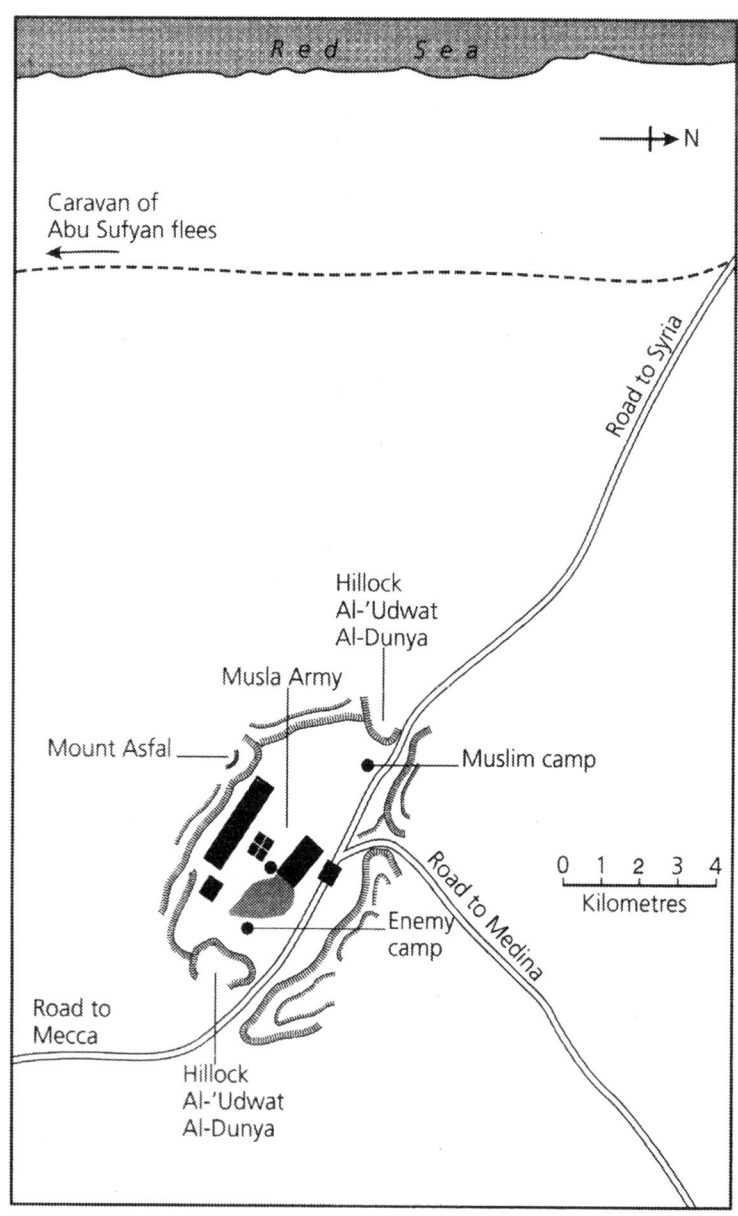

பத்ர் யுத்தம் நடந்த இடத்தின் வரைபடம்

பத்ர் யுத்தத்தின் வெற்றி முஸ்லிம்களைக் கணக்கில் எடுத்துக்கொள்ளப்படவேண்டிய சக்தியாக நிறுவிற்று. மட்டுமல்லாமல் பத்ர் யுத்தம் தனித்துவமானது. அரேபிய வரலாற்றில் முதன்முறையாகப் பழங்குடி அல்லது இனக்குழு அக்கறைகள் இல்லாமல் இறை நம்பிக்கையை அடிப்படை யாகக் கொண்ட ஒரு படை, மிக உயர்வான, வலிமை மிகுந்த ஓர் ராணுவத்தைத் தோற்கடித்திருக்கிறது.

உமைரின் கவிதை

பத்ர் யுத்தத்தில் மக்காவாசிகள் தீவிரமாகவும் வேகமாகவும் போரிட்டுக்கொண்டிருந்தபோது பேரீச்சம்பழங்கள் சாப்பிட்டு கொண்டிருந்த உமைர் பின் அல்–ஹுமாம் பழங்களை வீசியெறிந்துவிட்டு உடனடியாக வாளைக் கையில் ஏந்தி உயிர் போகும்வரை சண்டையிட்டார். அந்தச் சமயத்தில் அவர் பாடிய பாடல்:

இறைப்பணியில் உணவு வேண்டாம்
இறை உணர்வும் நற்செயலும் போதும்
இறை யுத்தத்தில் உறுதியாக இருந்தால்
நேர்மையாகவும்
உண்மையுடனும் நல்லவனாகவும்
இருந்தால்
மற்றவர்போல் அஞ்ச வேண்டாம்

(இப்னு இஸ்ஹாக் எழுதிய
முகம்மதின் வாழ்க்கை – நூல், பக்கம் 300)

பிடிபட்ட போர்க் கைதிகளின் கதிகுறித்து முஸ்லிம் களிடையே அதிகமாக விவாதங்கள் நடந்தன. இதுபற்றி நபிகள் நாயகம் விரிவாகக் கலந்தாலோசனை செய்தார். அவர் இப்போது ஒரு முடிவிற்கு வர வேண்டும். அதற்குத் தங்களின் கருத்துகளைத் தடையின்றிச் சுதந்திரமாகத் தெரிவிக்குமாறு தன்னைப் பின்பற்றுவோரிடம் நபிகளார் கேட்டுக்கொண்டார். சிறைக் கைதிகள் கொல்லப்பட வேண்டுமெனவும் அது பிறருக்கு எச்சரிக்கையாக இருக்க வேண்டுமெனவும் சிலர் கூறினர். அவர்களிடமிருந்து பிணைத்தொகை பெற்றுக்கொள்ளலாம், என்று சிலர் கூறினர். இறுதியில் சிறைக் கைதிகளிடமிருந்து பிணைத் தொகை பெறுவதென முடிவுசெய்யப்பட்டது. அதற்கான தொகையும் நிர்ணயிக்கப்பட்டது. பிணைத் தொகை தர முடியாதவர்கள் மதீனாவில் உள்ள இளைஞர்களுக்குத் தங்களுக்குத் தெரிந்ததைக் கற்பிக்க வேண்டும். எனினும் சிறைக் கைதிகள் இருவருக்கு மட்டும் மரண தண்டனை விதிக்கப் பட்டது.

மக்காவாசிகள் இந்தத் தோல்வியை அவமானமாகக் கருதினர். அவர்களால் அதனை மறக்கவோ மன்னிக்கவோ முடியாது. அதற்குப் பழி வாங்க வேண்டும். தங்கள் நகரின் பெருமைக்காகப் பழிவாங்கும் நோக்குடன் 3000 படை வீரர்கள், 300 குதிரைகளுடன் அடுத்த ஆண்டே மக்காவாசிகள் போருக்குத் திரும்பினர்.

மக்காவாசிகள் போர் அணிவகுப்புக்குத் தயாராக இருப்பதை அறிந்த நாயகம் அதனை எதிர்கொள்ளும் உத்தியைத் திட்டமிட யூதர்களையும் முஸ்லிம்களையும் ஒன்று திரட்டினார். மதீனாவைச் சுற்றியும் காவல் அரணாகப் படையை நிறுத்தி நகருக்கு உள்ளேயே குறைஷியருடன் சண்டையிட வேண்டுமென நாயகம் விரும்பினார். இளைஞர்கள் இவ்விதமான முற்றுகைக்கு எதிராக இருந்தனர். குறைஷியருக்கு எதிரான சண்டையை நகருக்கு வெளியே வைத்துக்கொள்ள வேண்டுமென அவர்கள் விரும்பினர். மதீனாவுக்கு வெளியே சில கி.மீ. தொலைவிலுள்ள உஹுத் மலையில் குறைஷியர் படையை எதிர்கொள்வதென இறுதியில் முடிவுசெய்யப்பட்டது. ஆயுதம் தாங்கிய 700 வீரர்கள் இப்போது முகம்மதிடம் இருந்தனர்.

எந்தச் சூழ்நிலையிலும் இடத்தை விட்டு அசையக் கூடாதென்ற கண்டிப்பான உத்தரவுடன் வில் அம்புகளுடன் 50 படை வீரர்களை மலைப் பாதையில் நாயகம் நிறுத்தினார். மக்காவாசிகளின் படை நெருங்கியபோது முஸ்லிம்களின் அம்புகள் எதிரிகளின் மேல் பாய்ந்து அவர்களைப் பின்வாங்கச் செய்தன. அவர்கள் பின்வாங்க முயன்றபோது அவர்களுடன் வந்த அவர்களின் மனைவியர் பாதையை வழி மறித்து, முன்னால் சென்று சண்டையிடுமாறு அவர்களைத் தூண்டினர். எனினும் இடைவிடாத அம்புகளின் தாக்குதலால் குறைஷியர் படை சிதறியது. படை வீரர்களும் பெண்களும் ஓடத் தொடங்கினர். முஸ்லிம்கள் அவர்களைத் துரத்தி ஆயுதங்களையும் பொருள்களையும் அவர்களிடமிருந்து கைப்பற்றினர். சண்டை முடிந்துவிட்டதென நினைத்து, நிறுத்தப்பட்டிருந்த தங்களின் இடத்திலிருந்து முஸ்லிம் வில் வீரர்கள் புறப்பட்டனர்...

ஹிந்த்தின் பாடல்

உஹுத் யுத்தத்தில் குறைஷியர் தலைவரான அபூ சுஃப்யானுடன் அவரின் மனைவி ஹிந்த் சென்றார். பிற பெண்களுடன் சேர்ந்து கஞ்சிரா அடித்தும் பாட்டுப் பாடியும் மக்கா படை வீரர்களைச் சண்டையிட ஊக்குவித்தார்.

> அப்துல் தாரின் பிள்ளைகளே
> எங்கள் உடலின் பாதுகாவலர்களே
> கூர்மையான ஒவ்வொரு
> ஈட்டியாலும் எதிரிகளைக்
> கொல்லுங்கள்
> போர்க் களத்தில் முன்னேறினால்
> உங்களைக் கட்டி அணைப்போம்
> மிருதுவான கம்பளத்தை
> உங்களுக்குக் கீழே விரிப்போம்
> போரில் பின்வாங்கினால்
> உங்களைப் பிரிந்துவிடுவோம்
> இனியும் அன்பு செய்யோம்
>
> *(இப்னு இஸ்ஹாக் எழுதிய*
> *முகம்மதின் வாழ்க்கை — பக்கம் 374)*

சண்டை முடிந்துவிட்டதாக எண்ணி முஸ்லிம் வில் வீரர்கள் தங்களின் இடத்தை விட்டு வெளியேறியது மிகவும் அபாயகரமான தவறாகும். திருப்பித் தாக்குவதற்கான வாய்ப்பாக மக்கா குறைஷிப் படை இதனைக் கருதியது. ஒரு குறைஷிப் படைப் பிரிவு உஹது மலையைச் சுற்றி வளைத்துப் பின்புறமிருந்து முஸ்லிம் படையைத் தாக்கிற்று. அந்தச் சமயத்தில் போரிலிருந்து தப்பி ஓடிக்கொண்டிருந்த மக்காவின் குறைஷிப் படை முன்பக்கமிருந்து மீண்டும் தாக்குதலைத் தொடங்கியது. கிடுக்கிப்பிடியில் மாட்டிக் கொண்டதாக முஸ்லிம்கள் உணர்ந்தனர். படை வீரர்களின் வரிசை கலைந்து முஸ்லிம் துருப்புக்களில் குழப்பம் ஏற்பட்டது. ராணுவத்தின் முதுகெலும்பான ஆணையிடும் அதிகாரிகள், தளபதிகள் ஆகியோர் ஒவ்வொருவராக விழ ஆரம்பித்தனர்.

20 வீரர்கள் தங்கள் உயிரைப் பணயம் வைத்து நாயகத்தைப் பாதுகாத்தபோதும் முகம்மது (ஸல்) தாக்கப்பட்டார். இறந்து விட்டதாகக் கருதி அவரின் மெய்க்காவலர்கள் அவரை மலையுச்சிக்குப் பாதுகாப்பாகத் தூக்கிச் சென்றனர். சரியாகப் பார்க்காமல் ஒரு கோணத்தில் நாயகத்தைப் பார்த்ததால் நேர்ந்த பிழை. நாயகம் இறக்கவில்லை. அவர் உதடு வெட்டப்பட்டுக் கீழ்ப் பற்கள் உடைந்திருந்தன. அவர் உயிர் பிழைத்தது ஓர் அதிசயமாக முஸ்லிம்களுக்குத் தோன்றியது. மலையுச்சியில் அவர்கள் முகம்மதைச் சுற்றித் திரண்டனர். இப்போது குறைஷியர்கள் களைத்துப்போயிருந்தனர். நாயகத்தைச் சுற்றி முஸ்லிம்கள் மீண்டும் திரண்டிருப்பதைக் கண்ட குறைஷியர்கள் மேற்கொண்டு தாக்குதல் நடத்தவில்லை. உயரமான மலைமீது பாதுகாப்பாக இருந்த முஸ்லிம்கள்மீது குறைஷியர்கள்

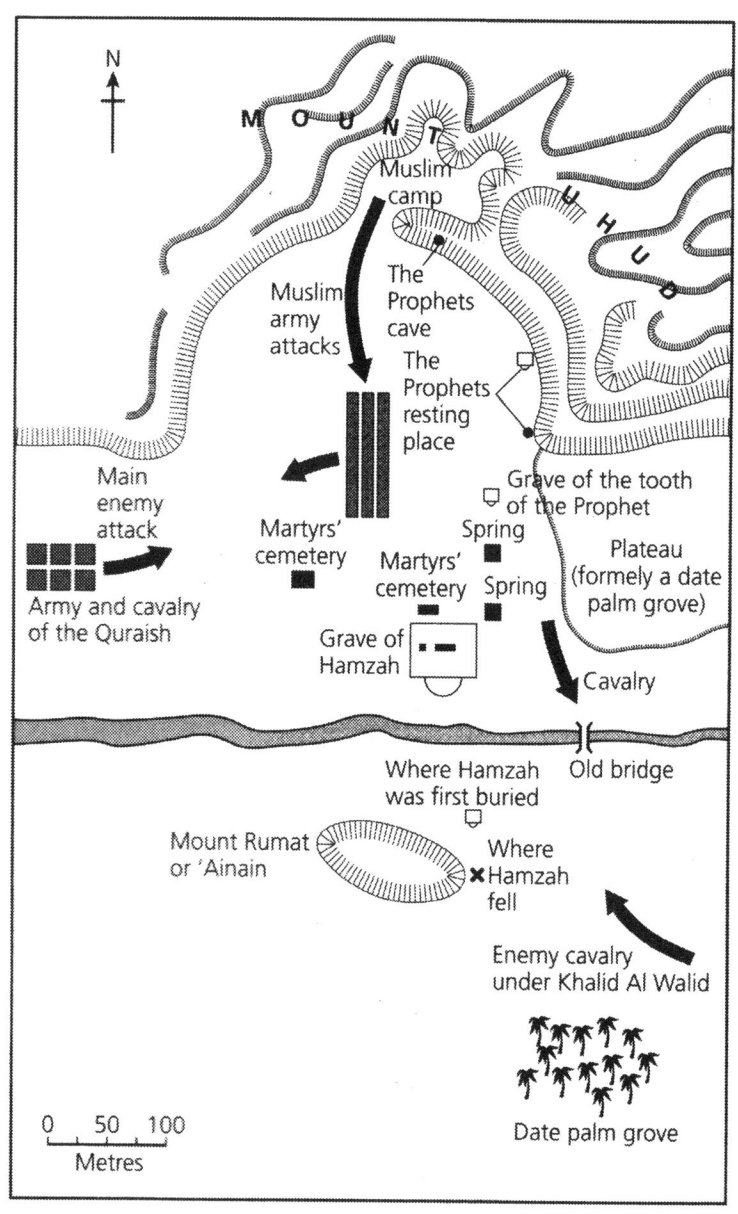

உஹத் யுத்தம் நடந்த இடத்தின் வரைபடம்

கல்லெறிந்தனர். மலை மீதிருந்ததால் முஸ்லிம்கள்மீது அவர்களால் தாக்குதல் நடத்த முடியவில்லை.

போரில் தோல்வியுற்றுக் கீழே விழுந்து கிடந்த முஸ்லிம்களின் உடல்களைச் சிதைப்பதில் குறைஷிப் படை திருப்தியடைந்தது. குறைஷித் தலைவர் அபூ சுஃப்யானின் மனைவி ஹிந்த் இறந்து கிடந்த நாயகத்தின் நெருங்கிய உறவினர் ஹம்ஸாவின் உடலிலிருந்து இதயத்தையும் கல்லீரலையும் வெட்டியெடுத்து அவற்றை விழுங்க முயன்றாள். மற்ற பெண்கள் முஸ்லிம் சடலங்களின் காது, மூக்கு உள்ளிட்ட பிற உடற்பகுதிகளைக் கயிறுகளில் கட்டி அவற்றை நினைவுப் பொருட்களாக மக்காவுக்குக் கொண்டுசென்றனர். போரில் 70 வீரர்களை இழந்தது முஸ்லிம்களுக்குப் பெரிய இழப்பு. குறைஷியர் 17 தலைவர்களை இழந்திருந்தனர்.

உஹுத் யுத்தத்தில் அடைந்த வெற்றியால் மக்காவிலுள்ள குறைஷியர் தைரியமடைந்தனர். சில தினங்களுக்கு முன்புவரை முகம்மதின் அதிகாரத்தின் மீது முஸ்லிம்கள் அல்லாத மதீனா இனக்குழுக்களுக்கு மதிப்பிருந்தது. உஹுத் யுத்தத்தில் அடைந்த தோல்வியால் அவர்கள் முகம்மதை வெளிப்படையாகவே எதிர்த்தனர். யூதக் குடிமக்களில் சிலர் குழப்பம் ஏற்படுத்தும் விஷயங்களைக் கிளறத் தொடங்கினர். பத்ர் யுத்தத்தில் குறைஷியர் தோல்வியடைந்ததால் கடுங்கோபம் கொண்ட யூதத் தலைவர்களில் ஒருவரான கஅப் பின் அஷ்ரஃப் மக்கா சென்றார். பேகன் குழுவினருடன் கூட்டணி அமைத்து முஸ்லிம்களைத் தோற்கடிக்குமாறு, குறைஷியரைத் தூண்டினார். உஹுத் யுத்தத் தோல்விக்குப் பிறகு வெளிப்படையாகவே பேகன்கள் எதிர்க்கத் தொடங்கினர். பனூ நளீர் யூத இனக்குழு முகம்மதை (ஸல்) கொல்லச் சதித் திட்டம் தீட்டியதால் மதீனாவிலிருந்து அந்த இனக்குழு வெளியேற்றப்பட்டது. வெளியேறுகையில் போர்க் கவசங்கள் உள்ளிட்ட தங்களின் உடைமைகளை எடுத்துச் செல்ல அவர்கள் அனுமதிக்கப்பட்டனர். உண்மையில் பகட்டுடனும் ஆடம்பரத்துடனும் நகரை விட்டு வெளியேறினர்.

அகழி யுத்தம்

முகம்மதின் கவலையெல்லாம் மதீனாவிலிருந்த பிரச்சினைகளோ, ஆரம்பித்த உஹுத் யுத்தத்தை முடிவுக்குக் கொண்டுவர ஆவலுடன் காத்திருக்கும் மக்காவிலுள்ள எதிரிகளோ அல்ல.

அரேபியாவிலுள்ள அனைத்து இனக்குழுக்களும் முகம்மதை வெளிப்படையாக எதிர்த்தன. அவருக்கு எதிராகச் சதி செய்தன.

கூட்டணிகளைத் தேடவும், காரணங்களை எடுத்துக் கூறி மேலும் பல இனக்குழுக்களைத் தன்னுடன் சமாதான உடன்படிக்கை மேற்கொள்ளச் செய்யவும் தேவைக்கு அதிக மாகவே நபிகளார் சிரமப்பட்டார். அன்றைய அரேபியக் கலாசாரத்தில் இனக்குழுக்களை ஒன்றிணைப்பதற்கான கருவியாகத் திருமணம் இருந்தது. அத்தகைய இனக்குழுக் கூட்டணிகளை உறுதிப்படுத்துவதற்காகப் பல மனைவியரை நபிகள் நாயகம் மணந்தார்.

இணக்கமான கூட்டணி உறவுகளை உருவாக்குவதற்காக மக்காவாசிகளும் முனைப்புடன் இருந்தனர். மிகக் கவனமான பேச்சுவார்த்தைகளுக்குப் பிறகு அரேபியாவிலுள்ள பெரும்பாலான இனக்குழுக்களுடன் மக்காவாசிகள் மிகப் பெரிய கூட்டணி வைத்துக்கொண்டனர். கைபரில் வசித்து வந்த பனூ அல் நளீர் யூதக் குழு இந்தக் கூட்டணிக்கு நிதியளித்து முஸ்லிம்களுக்கு எதிராக அந்தக் கூட்டணியைத் தூண்டியும்விட்டது. அரேபியாவின் பல்வேறு பகுதிகளி லிருந்தும் பத்தாயிரத்துக்கும் மேற்பட்ட போர் வீரர்கள் கொண்ட ஒரு ராணுவம் மதீனாவில் ஒன்று சேர்ந்தது. இதுபோன்ற ஒன்றை அரேபியா ஒருபோதும் கண்டதில்லை. இப்போது முழு அரேபியாவும் முகம்மதுவுக்கு எதிராக இருந்தது.

நகரைப் பாதுகாக்கும் வழிமுறைகள் பற்றி மதீனாவிலுள்ள மக்களுடன் நபிகள் நாயகம் ஆலோசித்தார். பாரசீகத்தைச் சார்ந்த முஸ்லிம் இளைஞரான சல்மான் அசாதாரணமான ஒரு யுக்தியை முன்வைத்தார்: ஒருபுறம் வீடுகளாலும் மறுபுறம் மேட்டு நிலத்தாலும் மதீனா பாதுகாக்கப்பட்டுள்ளது. இடைப்பட்ட பகுதி வழியாக எதிரிகள் நுழையலாம். இந்தப் பகுதியில் ஓர் அகழி வெட்ட வேண்டும் என்றார். இந்த யோசனை உடனடியாக ஏற்றுக்கொள்ளப்பட்டது. நபிகள் நாயகம் உட்பட ஒவ்வொருவரும் ஐந்து கஜ ஆழமும் ஐந்து கஜ அகலமும் கொண்ட அகழி வெட்டும் வேலையில் ஈடுபட்டனர். நபிகள் நாயகத்துடன் கூட்டணி வைத்துக்கொண்டிருந்த பனூ குறைளா யூத இனக்குழு அப்போது மதீனாவில் இருந்தது. அகழி வெட்டுவதற்குத் தேவையான மண்வெட்டிகளையும் பிற கருவிகளையும் அந்தக் குழுவினர் தந்து உதவினார்கள். அகழி தோண்டும் வேலை ஆறு நாள்களில் முடிவுற்றது. அகழி நீள வாக்கில் சம பகுதிகளாகப் பிரிக்கப்பட்டு ஒவ்வொரு

பகுதியையும் பாதுகாக்க வில்லேந்திய வீரர்கள் பத்துப் பேர் நிறுத்தப்பட்டனர்.

கி.பி. 627 மார்ச் 31 ஆம் நாள் குறைஷியரின் கூட்டணிப் படை மதீனா வந்து சேர்ந்தது. வடக்கிலிருந்தும் தெற்கிலிருந்தும் அவர்கள் வந்தனர். முஸ்லிம்களிருந்த கீழேயுள்ள பகுதியிலிருந்தும் மேலேயுள்ள பகுதியிலிருந்தும் அங்கே வந்த குறைஷியர் படை நகருக்கு முன்னால் முகாமிட்டது. போர்ப்பறை முழங்க, பெண்கள் கூச்சலிட்டவாறு பாடத் தொடங்கினர். வாளை உருவியவாறு, வில்லில் அம்பேற்றி அணிவகுத்து வந்த கூட்டணிப் படையினர் அகழியைக் கண்டதும் அதன் முன் அப்படியே நின்றனர். ஒட்டகங்கள் முன்னே நகரவில்லை. குதிரைகள் பின்னால் சென்றன. அகழியைக் கண்ட படை வீரர்கள் மூச்சு வாங்கியவாறு திகைத்து நின்றனர். ஒருபோதும் அவர்கள் இது போலப் பார்த்ததில்லை. முடிந்தவரை முயன்றும் அகழியைத் தாண்ட அவர்களால் முடியவில்லை.

மக்கா ராணுவத்திடம் உணவும் பிற அத்தியாவசியப் பொருள்களும் நிறையவே இருந்தன. நகரை முற்றுகையிடுவதென மக்கா ராணுவம் முடிவு செய்தது. அகழியைத் தாண்டும் முயற்சிகள் மேற்கொள்ளப்பட்டன. முயற்சியில் சிலர் வெற்றி பெற்றனர். முஸ்லிம் வில் வீரர்கள் தூரத்திலிருந்தே குறி பார்த்து அவர்கள் மீது அம்பெய்து வீழ்த்தினர். இரவு, பகல் என 30 நாள்கள் அகழியைத் தாண்ட குறைஷிக் கூட்டணிப் படையினர் முயன்றனர். நாள்கள் செல்லச்செல்ல குறைஷிக் கூட்டணிப் படையின் உற்சாகம் வடியத் தொடங்கிற்று. பின்னர் பனூ நஸீர் யூத இனக்குழுவினர் ஒரு திட்டத்தை முன்வைத்தார்கள். மதீனாவிலிருந்த சகயூதர்களான பனூ குறைளா இனக்குழுவினரை முகம்மதுவிற்கு எதிராகக் கிளர்ந்தெழச் செய்து அவரைத் தாக்குவதே அந்தத் திட்டமாகும். இது தொடர்பாக இரு இனக் குழுவினருக்குமிடையே நீண்ட பேச்சுவார்த்தை நடந்தது. தொடக்கத்தில் பனூ குறைளா யூத இனக்குழுத் தலைவர்கள் தயங்கினர்; இறுதியில் ஒப்புக்கொண்டனர். இந்தச் சதியைச் சீக்கிரமாகவே முகம்மது அறிந்துகொண்டார். ஏற்கெனவே செய்துகொண்ட பரஸ்பர உடன்படிக்கையை பனூ குறைளாவுக்கு முகம்மது (ஸல்) நினைவூட்டினார். ஆனால் பனூ குறைளா குழுவினர் 'நமக்கும் முகம்மதுவிற்கும் உடன்படிக்கையோ வாக்குறுதியோ எதுவுமில்லை'[24] என்று கூறினார்கள். பரஸ்பரம் ஒருவரையொருவர் திட்டிக்கொண்டதுடன் பேச்சுவார்த்தை முடிவுக்கு வந்தது. முற்றுகையின்போது தங்களின் கோட்டைக் குள்ளேயே இருந்த பனூ குறைளா அதிலிருந்து வெளியே வந்து முஸ்லிம்களின் பகுதிக்கு அருகே இருந்த வீடுகளில் குடியேறி முகம்மதைத் தாக்க ஆயத்தமானார்கள்.

நகருக்கு உள்ளே எதிரிகள்; அகழிக்கு வெளியே பகைவர். இவர்களில் ஒருவரை மற்றவருக்கு எதிராக நிறுத்தி ஆட்டமாடுவதென நபிகள் நாயகம் முடிவுசெய்தார். யுத்தத்திலிருந்து பின்வாங்கி வீடு திரும்பினால் மதீனா விளைச்சலில் மூன்றில் ஒரு பங்கு தருவதாக குறைஷிப் படைக் கூட்டணியில் உள்ள ஒரு முக்கிய இனக்குழுவிற்கு நபிகள் நாயகம் செய்தி அனுப்பினார். இதேபோன்ற ஒரு செய்தியை மற்றொரு இனக்குழுவிற்கும் அனுப்பினார். கூட்டணியிலுள்ள ஒரு குழு மற்றொரு குழுவின் மீது சந்தேகம்கொள்ள, படை வீரர்களிடையே உட்பூசல் ஏற்பட்டது.

பின் இயற்கை குறுக்கிட்டது. வானிலை மாறியது. பலத்த மழையுடன் பயங்கரமாகக் காற்று வீசத் தொடங்கிற்று. வானைப் பிளப்பதுபோல் மின்னலடித்தது. கூட்டணிப் படைகளின் கூடாரங்களைக் காற்று கிழித்தெறிந்தது. அவர்களைக் குழப்பம் சூழ்ந்துகொண்டது. இழப்புக்களைக் குறைத்துப் பின்வாங்குவதென அவர்கள் முடிவுசெய்தனர். முடிந்த அளவு உடைமைகளை மீட்டுக் கொண்டு குறைஷியர் மக்கா திரும்பினார்கள். மக்காவிலிருந்து பாதுகாப்பான தூரம் வரும்வரை கடுமையான காற்றும் மழையும் தொடர்ந்தன.

வெளியிலிருந்து இருந்து வந்த எதிரிகள் விரட்டப்பட்டனர். தன்னைக் கொல்லவும் கூட்டணிப் படைகளுடன் சேர்ந்து முஸ்லிம் சமுதாயத்தை அழிக்கவும் வெளிப்படையாகவே சதி செய்த பனூ குரைளா யூத இனக்குழுமீது நாயகத்தின் கவனம் இப்போது திரும்பியது. அவர்களின் கோட்டை முற்றுகையிடப்பட்டது. கற்களை எறிவது, அவ்வப்போது அம்பு எய்வது என மட்டுப்படுத்தப்பட்ட சண்டையுடன் முற்றுகை 25 நாள்கள் நீடித்தது. இறுதியில் பனூ குரைளா யூத இனக்குழு சரணடைவதென முடிவுசெய்தது. பனு நளீர் முன்பு செய்ததைப் போலத் தங்களின் உடைமைகளுடனும் கவசங்களுடனும் நகரை விட்டு வெளியேற அனுமதிக்கும்படி அவர்கள் கேட்டனர். நபிகள் நாயகம் மறுத்துவிட்டார்.

பின்னர் நடந்த சம்பவம் நபிகள் நாயகத்தின் வாழ்வில் நடந்த மிகவும் சர்ச்சைக்குரியதாகக் கருதப்படுகிறது. நாயகத்தின் எதிரிகளுக்கு உதவ மாட்டோம் என பனூ குரைளா யூத இனக்குழு ஒப்பந்தத்தில் கையொப்பமிட்டிருந்தது. ஆனால் அதற்கு மாறாக அவர்கள் நாயகத்தின் எதிரிகளுக்கு உதவியதாக முஸ்லிம் மார்க்க அறிஞர்கள் வாதிடுகிறார்கள். மதீனா சாசனத்தின்படி அவர்கள் துரோகிகள். இதுபற்றி முடிவு செய்ய அவர்களுக்குள்ளேயே ஒருவரை நடுவராகத் தேர்வு செய்யும்படி நாயகம் கேட்டுக்கொண்டார். அவர்களின் தலைவிதி அந்த

நடுவரால் தீர்மானிக்கப்படும். அவ்ஸ் இனக்குழுவைச் சேர்ந்த மதிப்பிற்குரிய சஅத் பின் முஆத்–ஐ நடுவராக அவர்கள் தேர்வு செய்தனர். நடுவர் பணியைத் தொடங்கும் முன்னர் தனது முடிவை ஏற்றுக்கொள்வதாக இரு தரப்பினரிடமிருந்தும் சஆத் உறுதிமொழி வாங்கிக்கொண்டார். இரு தரப்பும் ஒப்புக் கொண்ட பிறகு தனது தீர்ப்பை சஆத் வழங்கினார்; ‘ஆண்கள் கொல்லப்பட வேண்டும். சொத்து பங்கிடப்பட வேண்டும். பெண்களும் குழந்தைகளும் சிறைக் கைதியாக எடுத்துக் கொள்ளப்பட வேண்டும்’[25]. கடுமையான இந்தத் தண்டனை நிறைவேற்றப்பட்டது.

இத்தகைய கொடூரமான விதியை பனூ குரைளா யூத இனக்குழுவுக்கு நடுவரான சஅத் ஏன் தண்டனையாகத் தர வேண்டும்? தாம் தேர்வுசெய்த ஒருவரே இவ்விதமான தண்டனையை வழங்குவார் என அந்த யூதக்குழுவே நிச்சயம் எதிர்பார்த்திருக்காது. தங்களின் சதித் திட்டத்தில் பனூ குரைளா வெற்றி பெற்றிருக்குமேயானால் குறைஷியரிட மிருந்தும் அவர்களின் கூட்டாளிகளிடமிருந்தும் இதேபோன்ற நிலைமையே முஸ்லிம்களுக்கும் ஏற்பட்டிருக்கும். எனவே அவர்கள் முஸ்லிம்களுக்கு இழைக்க விரும்பிய தண்டனையை நடுவர் சஅத், பனூ குரைளாவுக்குத் தந்தார். பனூ குரைளாவை எதுவும் செய்யாமல் விட்டு விட்டால் பனூ நளீர் குழு உள்ளிட்ட பிற யூத இனக்குழுக்களைப் போல அவர்களும் முஸ்லிம்களின் எதிரிகளுடன் சேர்ந்து அவர்களின் படைக்கு வலுச் சேர்த்திருக்கக்கூடும். முன்பு மதீனாவைப் பாதுகாக்கும் போர் நடவடிக்கைகளின்போது பனூ குரைளாவின் கூட்டணிப் படையால் சஆத் கடுமையாகக் காயமடைந்தார் எனவும் நடக்கவும் முடியாத நடுவரான அவரைத் தீர்ப்பளிக்கும் இடத்திற்குத் தூக்கிச் செல்ல வேண்டிய நிலை ஏற்பட்டது எனவும் பாரம்பரியச் சான்றாதாரங்கள் தெரிவிக்கின்றன. அது மட்டுமல்லாமல் அகழி யுத்தத்தில் பனூ குரைளாவால் சஅத் மிக மோசமாக நடத்தப்பட்டார். எனவே அவருக்குத் தனிப்பட்ட முறையில் பனூ குரைளாமீது வெறுப்பு இருந்திருக்கலாம்

மதீனாவில் யூதர்களை நாயகம் முன்பு நடத்திய விதத்திற்கு இப்போது பனூ குரைளாவை முகம்மது (ஸல்) நடத்தும் விதம் முற்றிலும் மாறானது. இதன் காரணமாகவே இந்தச் சம்பவம் நிகழவே இல்லை எனவும் அவ்விதம் நிகழ்ந்ததென ஒரு கற்பனை நிகழ்வை ஆதாரங்கள் அழகுபடுத்திக் கூறுவதாகவும் முஸ்லிம் அறிஞர்கள் தெரிவிக்கின்றனர். ரைஹானா என்ற பெண் சிறைக் கைதியை நாயகம் ராஜதந்திரரீதியாக மண முடித்ததைத் தங்களின் கருத்துக்கு ஆதரவாக இந்த முஸ்லிம்

அறிஞர்கள் முன்வைக்கின்றனர். பனூ குரைளாவை முகம்மது (ஸல்) உணமையிலேயே அழித்தாரெனில் அந்தக் குழுவைச் சார்ந்த ரைஹானாவை அவர் ஏன் திருமணம் செய்துகொள்ள வேண்டும்? பனூ குரைளா இனக்குழுவைக் கொலைசெய்யும் காட்டுமிராண்டி நடத்தை இறைத்தூதரும் மதத்தலைவரு மான நாயகத்திற்குத் தகுதியானதல்ல என்ற சம்பிரதாயமான கதையாடலையே பெரும்பாலான மேற்கத்திய அறிஞர்கள் ஏற்றுக்கொள்கிறார்கள். அவர்களின் இந்தக் கருத்து சூழலையோ பின்னணியையோ பொருட்படுத்தாமல் இறைத்தூதரின் இயல்பு என்ற குறிப்பிட்ட லட்சியத்தை அடிப்படையாகக் கொண்டிருக்கிறது. பழைய ஏற்பாட்டில் குறிப்பிடப்பட்டுள்ள பல்வேறு இறைத்தூதர்கள் தொடர்பாகப் பதிவுசெய்யப் பட்டுள்ள எண்ணற்ற யுத்தங்களையும் வன்செயல்களையும் இந்தக் கருத்து புறக்கணிக்கிறது. வரலாறு நெடுக மீறலிலேயே அதிகமாக மதிக்கப்படும் இறைத்தூதரின் இயல்பு என்னும் கருத்தாக்கத்திற்கு இந்தக் கருத்து பெருமளவு கடன் பட்டுள்ளது. ஆனால் இதுவே நவீன உணர்வுகளை ஈர்க்கிறது. நவீன நடைமுறையை அல்ல. இது முகம்மதுவிற்கும் மதீனா யூதர்களுக்குமிடையே அதிகரித்தவாறிருக்கும் பதற்றங்களின் விளைவாகும். ராணுவ மோதலுக்கு இது வழிவகுத்தது. எனினும் சிலர் நினைப்பதுபோல யூத விரோதப் போக்கின் சான்றாக இதனைப் பார்க்க முடியாது. அந்த நேரத்திலோ முஸ்லிம் வரலாற்றுப் போக்கை வடிவமைத்த காலகட்டத்திலோ உருவானதன் சான்றாகவும் இதனைக் காண முடியாது. மாறாக, கொடூரமான இந்தச் சம்பவம் ‘கருணையின் அரசிய’லைப் பிரதிபலிக்கிறது என்றும் கூறப்படுகிறது.

கருணை முதலில் பயத்துடன் இணைந்திருந்தால் மட்டுமே அது உண்மையில் புரிந்துகொள்ளப்பட்டு உணரப்படும். இதனை மனித இயல்பின் தவிர்க்க முடியாத தர்க்கம் எனவும் கூறலாம். மாற்ற முடியாத ஒரு தீர்ப்பையேனும் இறைத்தூதர் வெளிப்படுத்தியிராவிட்டால் பின்னர் தண்டனைக்குரிய ஒருவருக்குக் காட்டப்படும் கருணை பலவீனமாகவும் தவறாகவும் கருதப்பட்டிருக்கும்.[26]

பனூ குரைளாவிற்கு நேர்ந்த கொடூரமான விதி மதீனாவி லுள்ள யூதர்களின் இருப்பை முடிவுக்குக் கொண்டு வர வில்லை. சில யூத இனக்குழுக்கள் நகரில் எஞ்சியிருந்தன. நாயகத்தின் மீதான யூதர்களின் எதிர்ப்பு அரேபியாவின் மற்ற இடங்களிலும் தொடர்ந்து இருந்துவந்தது. கோட்டைகளால் வலுவாகப் பலப்படுத்தப்பட்டிருந்த கைபர் நகரிலிருந்து அது இயக்கப்பட்டது

8

ஹுதைபியாவும் கைபரும்

மதீனாவைச் சுற்றியுள்ள பகுதியில் பல பேகன் இனக்குழுவினர் குடியேறியிருந்தனர். குறைஷியர் உள்ளிட்ட கூட்டணிப் படையினர் நகரத்தின் மீது தாக்குதல் நடத்தியபோது அதில் பேகன் இனக்குழுவினரும் பங்கேற்றனர். அகழி யுத்தத்தைத் தொடர்ந்து கூட்டணிப் படையினரைக் கையாள்வதிலேயே ஆண்டின் பெரும்பகுதியும் கழிந்தது. தூகரத் நகருக்கு ஒருசிறிய படை அனுப்பப் பட்டது. நகரிலுள்ள குடிமக்கள் மதீனாவிலிருந்த முஸ்லிம்கள் மீது கொள்ளைத் தாக்குதல் நடத்தி அவர்களைக் கடத்துவதில் ஈடுபட்டிருந்தனர். 200பேர்கொண்ட மற்றொரு சிறிய படை ஒன்று ஃபதக் என்ற கிராமத்திற்கு அனுப்பப்பட்டது. அங்கே மதீனாவைக் கைப்பற்றுவதற்கான ஒரு புதிய திட்டத்தைக் கூட்டணிப் படை தீட்டியது.

கி.பி. 628ஆம் ஆண்டு பிப்ரவரியில் புனிதப் பயணியாக மக்கா செல்லவிருப்பதை ஓர் எச்சரிக்கையாக முன்கூட்டியே நாயகம் அறிவித்திருந்தார். புனிதப் பயணியின் எளிமை யான உடை தரித்து கஅபாவைத் தரிசிக்கத் தனது பிறந்த ஊருக்குப் புறப்பட்டார். அவரைப் பின்பற்று வோர் 1400 பேர் அவருடன் சென்றனர். அனைவரும் சடங்கிற்குரிய புனிதப் பயணிகளின் சம்பிரதாய உடை அணிந்திருந்தனர். தைக்கப்படாத இரண்டு வெள்ளைத் துணிகளில் ஒன்றினை இடுப்புத் துணியாக உடுத்தியும் மற்றொன்றைத் தோளைச் சுற்றியும் அவர்கள் போர்த்தியிருந்தனர். ஆயுதங்கள் எதுவுமில்லாமல் உம்ரா எனப்படும் சிறிய புனித யாத்திரை செய்ய இருந்தனர்.

நாயகத்தின் மக்கா வருகையில் குறைஷியர் யாருக்கும் மகிழ்ச்சி இல்லை. அவரின் நோக்கத்தையே அவர்கள் சந்தேகித்தனர். இது நாயகத்தின் புதிய தந்திரமாக இருக்குமோ? மக்காவிற்குள் நுழைந்து அதனைத் தனது கட்டுப்பாட்டிற்குள் கொண்டுவர அவர் திட்டமிடுகிறாரா? மதீனாவிற்குள் குறைஷியர் நுழைய முடியாத நிலையில், தான் மக்காவிற்குச் செல்ல முடியுமென உலகிற்குக் காட்ட முனையும் நாயகத்தின் சூழ்ச்சியா இது? இப்படியெல்லாம் குறைஷியர் நினைத்தனர். அவரை எப்படியாவது தடுத்து நிறுத்த வேண்டுமென உறுதி பூண்டனர். நாயகத்தின் வாகனத்தை வழிமறித்து அவரை நகருக்குள் வரவிடாமல் செய்ய 200 குதிரை வீரர்கள் கொண்ட ஒரு குழுவை அனுப்பினார்கள்.

மக்காவிலிருந்து 12 கி.மீ. தொலைவிலுள்ள ஹுதைபியா வில் முகம்மதின் புனிதப் பயணிகளின் குழு வலுக்கட்டாய மாகத் தடுத்து நிறுத்தப்பட்டது. உண்மையைக் கண்டறியவும், முகம்மதை எச்சரிக்கவும் அவரின் முகாமிற்குச் சிலரைக் குறைஷியர் அனுப்பினர். உர்வா இப்னு மஸ்வூத் அவர்களில் ஒருவர். அவர் விரிவாகப் பயணம் செய்பவரும் அனுபவ அறிவுடையவருமான முதியவர். முகம்மதின் முன்னால் அவர் வந்தமர்ந்தார். அவரின் மொழி ராஜதந்திர ரீதியாக இல்லை. பேசும் போதெல்லாம் அவரது கை கிட்டத்தட்ட முகம்மதின் (ஸல்) தாடியைத் தொட்டது. தோழர்கள் இதனால் கவலை கொண்டனர். கூர்மையான வார்த்தைகளுடன் அவ்வப்போது பேச்சு தடித்தது. தான் சண்டையிட வரவில்லை எனவும் உம்ரா செய்யவே வந்ததாகவும் உர்வாவுக்கு முகம்மது உறுதியளித்தார். முகம்மதின் தோழர்கள் தன்னை நடத்திய விதம் பற்றி அவர் குறைஷியரிடம் கூறியதாவது: 'நான் குஷ்ரோவை அவரின் ராஜ்யத்திலும், சீசரை அவரின் ராஜாங்கத்திலும், நெகஸை அவரின் ராஜ்யத்திலும் பார்த்திருக்கிறேன். ஆனால் முகம்மது (ஸல்) தனது தோழர்களிடையே ஓர் அரசரைப் போல இருக்கிறார். இதுபோல் தன் மக்களிடையே இருக்கும் ஒரு ராஜாவை நான் ஒருபோதும் பார்த்ததில்லை.'[27] பேச்சுவார்த்தையில் முட்டுக்கட்டை வந்தது போல் ஒருசமயம் தோன்றியது. குறைஷியர் தலைவர்களிடம் முகம்மதுவே தனது தூதர்களை அனுப்பினார். அவர்கள் கடுமையாக நடத்தப்பட்டனர். சிறிய குறைஷிக் குழு ஒன்று ஒருநாள் இரவில் முஸ்லிம்களின் முகாம் மீது தாக்குதல் நடத்தி அவர்கள்மீது கற்களை வீசியது. ஆயுதம் ஏதுமின்றித் தங்களைத் தற்காத்துக்கொள்ள முடியாத நிலையில் முஸ்லிம்கள் இருந்ததை அறிந்த குறைஷியர் முகம்மதைச் சண்டையில் இறங்கவைக்க முயன்றனர். பின்னர் ஒரு சிறப்புத் தூதரை அனுப்பிச் சமாதானப் பேச்சுவார்த்தை நடத்தினார்கள்.

முகம்மதை அவமதித்தல்

முகம்மதை அடிக்கடி வசைபாடினார்கள்; கேலி செய்தார்கள். இதுபற்றிக் குர்ஆனிலும் 'இறைத்தூதரே, உங்களைப் பார்க்கும்போதெல்லாம் உங்களை அவர்கள் ஏளனம் செய்கின்றனர்' என ஒரு வசனம் அருளப்பெற்றது. 'இவர்களிலிருந்தே எச்சரிப்பவர் ஒருவர் இவர்களிடம் வந்தது பற்றி வியப்படைகின்றனர். இறை மறுப்பாளர்களான இவர்கள் இவர் சூனியக்காரர், பெரும் பொய்யர் என்று கூறுகின்றனர்' – *(38:4)* அவரை அவமதித்தும் இழிவுபடுத்தியுமாய்த் தொடர்ந்த இந்தத் தாக்குதல்கள் அவரைக் கலங்கச் செய்திருக்க வேண்டும். ஆனால் குர்ஆன் 'அவர்கள் (உமக்கு எதிராகப்) பேசுவதைப் பொறுமையுடன் சகித்துக்கொள்வீராக. கண்ணியமான அழகிய முறையில் அவர்களை விட்டு விலகி இருப்பீராக' *(73:10)* என்று அவருக்கு அறிவுறுத்துகிறது. 'அவர்களை மன்னித்துப் புறக்கணிப்பீராக' *(5:13)* எனவும் அவர்களை அன்புடன் நடத்துமாறும் மீண்டும் மீண்டும் குர்ஆன் நாயகத்திடம் கூறுகிறது. எனவே சமகாலத்தில் கூறப்படுவதுபோல் முகம்மதை அவமதிக்கும் செயலுக்கு எதிரான சட்டம் எதுவும் இல்லை.

அந்தத் தூதரின் பெயர் சுஹைல் இப்னு அம்ர். மக்காவிலுள்ள செல்வாக்குமிக்க தெளிவான சிந்தனைகொண்ட மனிதர்களில் அவரும் ஒருவர். அவர் ஒரு திட்டத்தை முன்மொழிந்தார். முகம்மது (ஸல்) இம்முறை மக்காவுக்குள் நுழையாமல் மதீனாவிற்கே திரும்பிச் செல்ல வேண்டும். வரும் ஆண்டில் கஅபா புனிதப் பயணத்திற்காக மக்காவுக்கு வர மூன்று நாள்கள் அவருக்கு அனுமதி தரப்படும். இந்த ஏற்பாட்டினால் குறைஷியரின் எதிர்ப்பை மீறி மக்காவிற்கு நாயகம் சென்றதாக அரேபிய இனக்குழுக்கள் கூற முடியாமல் போகும் என்று அவர்கள் வாதிட்டனர். இதைப் பற்றி அவருடன் விவாதித்து, தன்னைச் சேர்ந்தவர்களுடன் வழக்கம்போல் கலந்தாலோசனை மேற்கொண்ட பிறகு, இந்தத் திட்டத்தை நாயகம் ஏற்றுக்கொண்டார்.

உடன்பாட்டிற்கான பேச்சுவார்த்தை இன்னும் முடியவில்லை. உடன்படிக்கையில் சம்பந்தப்பட்ட தரப்பினருக்கு இடையேயான பரிவர்த்தனை தெளிவாகவும் வெளிப்படையாகவும் இருக்க வேண்டும், அது எழுத்துப்பூர்வமாகப் பதிவு செய்யப்பட வேண்டும் என்பது இறைவெளிப்பாட்டின் பகுதியாகும். உடன்படிக்கை தொடர்புடைய விஷயங்களில் இணக்கத்துடனும் நெகிழ்வுடனும் நடந்துகொள்ள நபிகள்

நாயகம் எப்போதும் தயாராக இருந்ததையும் சமாதானம் செய்வதில் உறுதியாக இருந்ததையும் கீழ்க்காணும் சம்பவம் எடுத்துக் காட்டுகிறது.

தொடக்க வரியாக 'நன்மை பயக்கும். . . இறைவனின் திருப்பெயரால்' என்று உடன்படிக்கையில் எழுதும்படி நபிகள் நாயகம் கூறினார். இந்த நன்மை பயக்கும் இறைவன் பற்றித் தனக்கு எதுவும் தெரியாதென சுஹைல் மறுப்புத் தெரிவித்தார். 'ஓ. . . அல்லாஹ் உனது திருப்பெயரால் 'என்ற வழக்கமான வாசகத்தைப் பயன்படுத்தும்படி அவர் வலியுறுத்தினார். முஸ்லிம்கள் முணுமுணுத்தனர். ஆனால் நாயகம் சுஹைல் கூறியதை ஏற்றுக்கொண்டார். உடன்படிக்கையில் தொடர்ந்து இவ்விதம் எழுதும்படி நாயகம் கூறினார். 'இந்தச் சமாதான உடன்படிக்கை இறைவனின் தூதருக்கும். . .' சுஹைல் மீண்டும் மறுப்புத் தெரிவித்தார். நாயகத்தை இறைவனின் தூதர் எனக் குறிப்பிடுவது அவரைத் தூதர் எனத் தாங்கள் ஏற்றுக் கொள்வதற்கு ஒப்பாவதால் 'முகம்மது பின் அப்துல்லாஹ்' என்றுதான் குறிப்பிட வேண்டும் என்றார். இது முஸ்லிம்களை உண்மையிலேயே கிளர்ந்தெழச் செய்தது. அந்த வாக்கியத்தை மாற்றக் கூடாது என மறுப்புத் தெரிவித்தனர். நபித் தோழர்களில் சிலர் எழுதுபவரின் கையைப் பிடித்து 'இறைத்தூதர் முகம்மத்' என்று எழுத வேண்டும் அல்லது பிரச்சினை போர்க் களத்தில் தீர்க்கப்பட வேண்டும் என்று அறிவித்தனர். 'இறைவனின் தூதர்' என எழுதப்பட்டிருந்த வார்த்தைகளைத் தன்னிடம் சுட்டிக்காட்டும்படி நாயகமே கேட்டு அந்த வார்த்தைகளை அழித்து 'முகம்மது பின் அப்துல்லாஹ்'[28] என எழுதுமாறு அலீயிடம் அறிவுறுத்தினார். மேலும் குறுக்கீடுகள் எதுவுமின்றி உடன்படிக்கை எழுதுவது தொடர்ந்தது. சமாதானம் பத்து ஆண்டுகள் நீடிக்குமெனத் தெளிவாக அதில் குறிப்பிடப்பட்டது. குறைஷி இனக்குழுவிலிருக்கும் ஒருவர் மதீனாவிலுள்ள முகம்மதின் முகாமிற்கு இடம்பெயர்ந்தால் அவர் மக்கா வுக்குத் திருப்பி அனுப்பப்படுவார் எனவும், யாராவது ஒரு முஸ்லிம் மதீனாவிலிருந்து வெளியேறி மக்காவுக்குச் சென்றால் அவர் திருப்பி அனுப்பப்பட மாட்டார் எனவும் அதிகாரப் பூர்வமாக உடன்படிக்கையில் குறிப்பிடப்பட்டது. இது மட்டு மின்றி குறைஷியருடனோ முகம்மதுவுடனோ நட்புறவுடன் தங்களை இணைத்துக்கொள்ளும் சுதந்திரம் உள்ளூர் இனக்குழுக்களுக்கு உண்டு எனவும் இதில் எந்தத் தரப்பி லிருந்தும் தடையெதுவும் அவர்களுக்கு இராது எனவும் துல்லிய மாகவும் அதிகாரப்பூர்வமாகவும் உடன்படிக்கை கூறியது.

ஹுதைபியா உடன்படிக்கை முடிவடைந்ததும் தங்களின் ஆதரவு யாருக்கு எனப் பல்வேறு இனக்குழுக்கள் அறிவிக்கத்

தொடங்கின. முகம்மதுவுடன் நீண்ட காலமாகத் தீராத பகை கொண்டிருந்த பனு பக்ர் இனக்குழு குறைஷியருடன் சேர்ந்தது. குஸாஆ என்ற இனக்குழு முகம்மதுவுடன் சேர்ந்துகொண்டது. தான் முஸ்லிம்களுடன் சேர்ந்ததாக சுஹைலின் மகனான அபூ ஜிந்தால் அறிவித்தார். தன் முன்னிலையிலேயே மகன் முகம்மதின் நம்பிக்கையை ஏற்றுக்கொண்டதைக் கண்ட சுஹைல் கடுமையாகக் கோபம்கொண்டார், அவர் முகத்தில் அறைந்து அவன் தலைமுடியைப் பற்றியிழுத்துக் குறைஷியர் முகாமிலேயே மீண்டும் விட்டார். மக்காவுக்குத் திரும்பிப் போகாதிருக்கவும் ஓரிறைவன்மீது நம்பிக்கை கொண்டதற்காகத் தன்னைத் துன்புறுத்தாமல் இருப்பதற்காகவும் தனக்கு உதவுமாறும், தன் தந்தை சுஹைலிடமிருந்து தன்னைக் காப்பாற்றும்படியும் அபூ ஜிந்தால் முஸ்லிம்களை அழைத்தார். அவருக்கு உதவியாகச் செயல்பட வேண்டிய கட்டாயத்தில் முஸ்லிம்கள் இருந்தனர். ஆனால் முகம்மது (ஸல்) அபூ ஜிந்தாலிடம் கூறியதாவது: ‘பொறுமையுடனும் ஒழுக்கத்துடனும் இருங்கள். சமய நம்பிக்கை காரணமாக நீங்களும் உங்கள் நண்பர்களும் கொடுமைப்படுத்தப்படுகிறீர்கள். துன்பத்திலிருந்து விடுபட கடவுள் விரைவிலேயே உங்களுக்கு வழிகாட்டுவார். ஒருவர் மற்றவரை ஏமாற்ற மாட்டோம் எனக் குறைஷியருடனான ஒப்பந்தத்தில் வாக்குறுதி தந்துள்ளோம்.’ [29] அபூ ஜிந்தால் மக்காவில் மீண்டும் காவலில் வைக்கப்பட்டார்.

முஸ்லிம்கள் மனம் உடைந்துபோனார்கள். தாங்கள் அவமானப்படுத்தப்பட்டதாக உணர்ந்தவாறு மதீனா திரும்பினார்கள்.

மேலோட்டமாகப் பார்த்தால் ஹுதைபியா உடன்படிக்கை ஒரு சார்புடையதாகத் தோன்றலாம்

முஸ்லிம்கள் மதீனா சென்றடைவதற்கு முன்பே ஹுதைபியா உடன்படிக்கை வெற்றியடைந்ததாக இறைவசனம் வெளிப்படுத்தப்பட்டது.

‘நபியே! உறுதியாக நாம் உமக்குத் தெளிவான வெற்றியை அளித்துள்ளோம். அவ்வாறு அளித்தது அல்லாஹ். உம்முடைய முன் பின் பாவங்களை மன்னிப்பதற்காகவும், தனது அருட்கொடையை உமக்கு முழுமைப்படுத்துவதற்காகவும் நேர்வழி காட்ட வேண்டுவதற்காகவும், உமக்கு (மென்மேலும்) வல்லமை மிக்க பேருதவி செய்வதற்காகவுமே ஆகும்’ *(48: 1–3).*

சமாதான ஒப்பந்தம் ஒரு தலைப்பட்சமாகத் தோன்றினாலும், அதனால் ஓரளவே அமைதி விளைந்தாலும் சமாதானமே விரும்பத்தக்கது என்றே இந்த இறைவசனங்கள்

நினைவூட்டுகின்றன. உண்மையில் இந்த இறைவசனத்தால் மதீனாவில் அமைதி ஏற்பட்டது. அடுத்துச் செய்ய வேண்டியவை பற்றி யோசிப்பதற்குத் தேவையான ஓய்வு முகம்மதுவுக்குக் கிடைத்தது. இஸ்லாத்தை ஏற்றுக்கொள்வது பன்மடங்கு அதிகரித்தது.

கைபர் படையெடுப்பு

ஹுதைபியா உடன்படிக்கையால் யூதர்களின் செல்வாக்கு அரேபியாவில் கணிசமான அளவு குறைந்தது. அரேபியத் தீபகற்பத்தில் உள்ள வசதிபடைத்த வலிமையான இனக்குழுக்களில் கைபரில் உள்ள யூத இனக்குழுவும் ஒன்று. எதிர்பாராத எல்லாச் சூழ்நிலைகளையும் எதிர்கொள்ளும் விதமாகப் பாதுகாப்புடனும் படைக்கலன்களுடனும் அங்கே கோட்டைகள் இருந்தன. மதீனாவில் குறைஷியரின் ஈடுபாடு இல்லாத காரணத்தால் அங்கேயுள்ள யூத இனக்குழுக்களின் ஆதிக்கம் குறைவாக இருந்தது. தங்களுக்கு எதிராக முகம்மது திரும்புவார் என யூதர்கள் சந்தேகித்தனர். அரேபியாவிலுள்ள பிற யூத இனக்குழுக்களை இணைத்துக் கூட்டணிவைத்துக் கொள்ள வேண்டுமெனவும் (எதிரிகளின் தாக்குதலை எதிர்பார்த்து) முன் கூட்டியே மதீனாவின் மீது தாக்குதல் நடத்த வேண்டுமெனவும் சில யூத இனக்குழுத் தலைவர்கள் கருதினர். ஹுதைபியாவைப் போன்று ஓர் உடன்படிக்கை மேற்கொள்ள வேண்டும் என வேறு சில தலைவர்கள் விரும்பினர். அடுத்து என்ன செய்வதென யூத இனக்குழுக்கள் விவாதித்துக்கொண்டிருந்தபோது கைபருக்கு எதிராகப் போர் தொடுப்பதென நாயகம் முடிவுசெய்தார். போரில் அனுபவமும் திறமையும் மிக்க 1600 படை வீரர்களும் 100 குதிரைகளும் கொண்ட ராணுவத்தை முகம்மது (ஸல்) வழி நடத்தினார். இந்த ராணுவம் மூன்றே நாட்களில் ரகசிய மாகவும் விரைவாகவும் கைபரை அடைந்தது. இதனை யூத இனக்குழுக்கள் சற்றும் எதிர்பார்க்கவில்லை. தங்கள் நகருக்கு முன்னால் நின்றுகொண்டிருந்ததைப் பார்த்த பிறகே அது முஸ்லிம்களின் ராணுவமாயிருப்பதை அவர்கள் தெரிந்து கொண்டனர். கி.பி. 628ஆம் ஆண்டு மார்ச் 15ஆம் தேதி இது நடந்தது.

> **தனது ராணுவத்திற்கு முகம்மது இட்ட கட்டளை:**
> பெண்கள், சிறார்கள், போரில் ஈடுபடாத பொதுமக்கள் ஆகியோரைக் கொல்லக் கூடாது. மரங்களை வெட்டவோ கட்டடங்களைச் சேதப்படுத்தவோ கூடாது.

குறைஷியரும் அரேபியாவிலுள்ள மற்ற இனக்குழுக்களும் நடுநிலையான கத்ஃபான் யூத இனக்குழுவும் போரில் கலந்து கொள்ளவில்லை. போரின் முடிவுக்குக் காத்திருந்தனர்... போரில் முகம்மதுவிற்கு எதிரான தமது கடைசி நிலைப்பாடு இதுவே என்பதை கைபரில் உள்ள இனக்குழுக்கள் உணர்ந்திருந்தன. அந்த நகரத்தில் வெவ்வேறு கோட்டைகளும் ஆயுதங்கள் கொண்ட பல ராணுவக் குடியிருப்புக்களும் இருந்தன. யூத இனக்குழுக்கள் தங்களின் (தங்கம், வெள்ளி முதலான) பொக்கிஷங்களை ஒரு கோட்டையில் சேகரித்து வைத்திருந்தனர். அவர்களின் குடும்பங்கள் மற்றொரு கோட்டையில் இருந்தன. படை வீரர்கள் நத்தாத் (Natat) என்று அழைக்கப்படும் மூன்றாவது கோட்டையில் பாதுகாப்பாக இருந்தனர். ஒரே நேரத்தில் எல்லாக் கோட்டைகளையும் முற்றுகையிடவோ ராணுவப் பிரிவை ஒரே இடத்தில் நிலை நிறுத்தவோ முடியாது. நீண்ட நாள் போருக்கான உணவுப் பொருட்களின் கையிருப்பு முகம்மதிடம் இல்லை. மதீனாவி லிருந்து துண்டிக்கப்படுவதான சூழ்நிலைகளே அதிகமும் இருந்தன. முகம்மது (ஸல்) நத்தாத்தைத் தாக்கினார். கடுமையான சண்டை நடந்தது. யூதர்கள் துணிச்சலுடன் போரிட்டனர். ஐம்பது முஸ்லிம்கள் காயமடைந்தனர். முகம்மது(ஸல்) பின்வாங்க வேண்டியிருந்தது.

எனினும் முற்றுகை தொடர்ந்தது. நத்தாத் கோட்டையைக் கைப்பற்றும் முயற்சிகள் தொடர்ந்து நடந்தன. முகம்மதின் மருமகனான அலீ இறுதியில் கோட்டைக்குள் நுழைந்தார். யூதத் தற்காப்புப் படை அடுத்த கோட்டையான கமூஸிற்கு உடனே சென்றது. இந்தக் கோட்டையும் கைப்பற்றப் படவே யூதர்கள் அடுத்த கோட்டையான அல் ஸஅப் –பிற்கு பிறகு இடம் மாறினர். இப்போது முகம்மதின் படைக்குத் தேவையான உணவுப் பொருட்களின் கையிருப்பு தீர்ந்து விடவே கடும் பசியால் நபித் தோழர்கள் சிலர் நாட்டுக் கழுதையை அறுத்துச் சமைத்துத் தின்று உயிர்வாழ வேண்டியிருந்தது.

அல் ஸஅப் கோட்டையைக் கைப்பற்றக் கடுமையான சண்டை நடந்தது. அதனைப் பாதுகாக்க உறுதியுடனும் வீரத்துடனும் யூதர்கள் சண்டையிட்டனர்.

ஆனால் அந்தக் கோட்டையும் கைப்பற்றப்பட்டது. அங்கே ஏராளமான உணவுப் பொருள்களும் நீரும் இருந்தன. எனவே ராணுவத்திற்குத் தேவையான உணவுப் பொருள்கள் அனைத்தும் அங்கு கிடைக்கவே பசியிலிருந்து விடுபட்ட முஸ்லிம்கள் தங்கள் கவனத்தை அடுத்த கோட்டைமீது திருப்பினர்.

யூதர்கள் இப்போது ஜுபைர் என்ற வலுவான கோட்டையில் கூடினர். முஸ்லிம்கள் அந்தக் கோட்டையைச் சூழ்ந்து அதன்மீது தொடர்ந்து தாக்குதல் நடத்தினர். கோட்டையைப் பாதுகாக்க யூதர்கள் மிகத் துணிவுடன் போரிட்டனர். கோட்டையின் நீர் விநியோகப் பகுதியைக் கண்டுபிடித்துக் கையகப்படுத்தும்வரை முஸ்லிம்களால் கோட்டையைக் கைப்பற்ற முடியவில்லை.கோட்டையி லிருந்து வெளியே வந்து முஸ்லிம்களுடன் நேரடியாக மோத வேண்டிய கட்டாயம் யூதர்களுக்கு ஏற்பட்டது. இறுதியில் அவர்கள் தோல்வியைத் தழுவினர். மீதியிருந்த கோட்டைகளும் விரைவிலேயே வீழ்ந்தன. வத்தீஹ், சுலாலிம் ஆகிய வலிமையான கோடைகள் மட்டுமே இப்போது எஞ்சியிருந்தன. போரிட்டுக்கொண்டிருந்த யூதப் படைகளின் குடும்பங்கள் அந்தக் கோட்டைகளில்தாம் ஒளிந்திருந்தன. அவர்களின் பொக்கிஷங்களும் அங்கேயே சேகரித்து வைக்கப் பட்டிருந்தன. நம்பிக்கை அனைத்தையும் இழந்த நிலையில் குறிப்பிட்ட நிபந்தனைகளுடன் சரணடைய யூதர்கள் முன்வந்தனர். தங்களின் உயிர் காக்கப்பட வேண்டும். தங்கள் பெண்களையோ பிள்ளைகளையோ யாரும் தொடக் கூடாது. அதற்குப் பதிலாக தங்கள் நிலத்தின் விளைச்சலில் பாதியை மதீனாவின் மீதான மரியாதையின் நிமித்தம் யூதர்கள் முஸ்லிம்களுக்குத் தருவார்கள். அவர்களின் நிபந்தனைகள் ஏற்றுக்கொள்ளப்பட்டன. கைபர் வீழ்ச்சியடைந்த செய்தி விரிவாகப் பரவியது. ஃபதக், வாதி அல் குரா, தைமா ஆகிய இடங்களில் உள்ள யூத இனக்குழுக்களும் முகம்மதின் அதிகாரத்தை ஏற்றுக்கொண்டன.

கடிதங்களும் சிறப்புத் தூதுவர்களும்

யூதர்களுக்கும் முஸ்லிம்களுக்கும் இடையேயான உறவில் உடனே அமைதி ஏற்படவில்லை. கைபர் யுத்தத்தில் அடைந்த தோல்வியால் யூதர்கள் முகம்மதை வெறுத்தனர். அவரை விஷம்வைத்துக் கொல்லும் முயற்சியும் நடந்தது. இறுதியில் ஹுதைபியா உடன்படிக்கை காரணமாக மதீனாவின் வடக்குப் பகுதியிலும் தெற்கு மதீனாவைப் போல அமைதி ஏற்பட்டது. இந்தக் காலகட்டத்தில்தான் இஸ்லாமிய நம்பிக்கையை ஏற்றுக்கொள்ளும்படி அண்டை நாட்டு மன்னர்களுக்கும் ஆட்சியாளர்களுக்கும் அழைப்பு விடுத்து முகம்மது (ஸல்) கடிதங்கள் எழுதினார். அந்தியோக்கியா நகரிலிருந்து பைசாந்தியப் பேரரசை ஆட்சி செய்துவந்த ஹெராக்ளியஸ், பாரசீகப் பேரரசை ஆட்சி செய்த சோரஸ் 2, அலெக்ஸாண்ட்ரோஸ் ஆட்சியாளர், சிரியா பிரபுக்கள், அபிஸினியாவின் நீகஸ் ஆகியோருக்குக் கடிதங்கள்

எழுதினார். ஒவ்வொருவருக்கும் பொருத்தமான வாசகங் களுடன் சுருக்கமாகவும் நேரடியாகவும் கடிதம் எழுதினார். ஹெராக்ளியஸுக்கு முகம்மது (ஸல்) எழுதிய கடிதத்தை எடுத்துக்காட்டாகக் கூறலாம்.

அளவற்ற அருளாளனும் நிகரற்ற அன்புடையோனு மாகிய இறைவனின் திருப்பெயரால், இறைவனின் திருத்தூதராகிய முகம்மதுவிடமிருந்து ரோமானியர் களின் ஆட்சியாளராகிய ஹெராக்ளியஸுக்கு எழுதிக்கொள்வது. நேரிய வழியை யார் பின்பற்றுகிறார்களோ அவர்களுக்குச் சமாதானம் உண்டாகட்டும். மேலும் எழுதிக்கொள்வதாவது: நீங்கள் (இஸ்லாத்தை ஏற்றுக்கொண்டு இறைவனைச்) சரணடையுங்கள். அது உங்களுக்குப் பாதுகாப்பானது. நீங்கள் சரணடைந்தால் உங்களுக்கு இறைவன் இரு மடங்கு வெகுமதி தருவான். வேண்டாமென விலகிச் சென்றாலோ தோட்டக்காரர்களின் பாவம் உங்களைச் சேரும். (உங்கள் கூட்டத்தினர் அனைவரின் குற்றமும் உங்களையே சாரும்.)³⁰

தோட்டக்காரனின் பாவம், பைபிளில் மாத்யூ 22: 33-46 வரும் துன்மார்க்கன் தோட்டக்காரன் பற்றிய நீதிக் கதை யாகும். நீகஸ்க்கு முகம்மது கீழ்க்காணுமாறு எழுதினார்.

அளவற்ற அருளாளனும் நிகரற்ற இறைவனின் திருப்பெயரால். இறைவனின் திருத்தூதரிடமிருந்து எத்தியோப்பியா மன்னனான நீகஸ் அஸ்ஹமுக்கு, தங்களுக்குச் சமாதானம் உண்டாகட்டும்! நிச்சய மாக நான் அல்லாஹ்வைப் புகழ்கிறேன். அவனைத் தவிர வழிபாட்டிற்கு உரியவன் வேறு யாரும் இல்லை. அவன்தான் வேந்தன்; அவன் மிகத் தூய்மை யானவன்; ஈடேற்றம் வழங்குபவன். பாதுகாவலன்; கண்காணிப்பவன். மர்யமின் மகன் ஈஸா(அலை) கடவுளால் படைக்கப்பட்ட உயிரும் அவனது வார்த்தையும் ஆவார். அவன்தான் அந்த வார்த்தையைத் தூய மர்யமுக்கு அனுப்பினான். அவர் கடவுளால் படைக்கப்பட்ட உயிரிலிருந்தும் அவனுடைய ஊதுதலிருந்தும் உண்டான ஈஸாவைத் தன் கர்ப்பத்தில் சுமந்தார். எவ்வாறு கடவுள் ஆதமைத் தன் கையால் சிறப்பாகப் படைத்தானோ அவ்வாறே ஈஸாவையும் படைத்தான். தனித்தவனான இணை துணையற்ற இறைவனின் பக்கம் உங்களை அழைக்கிறேன். அவனை

வழிபடுவதிலும் வணங்குவதிலும் நீங்கள் என்னைப் பின்பற்ற வேண்டுமென உங்களை அழைக்கிறேன். நிச்சயமாக நான் கடவுளின் தூதர் ஆவேன். எனது அறிவுரையை ஏற்றுக்கொள்ளுங்கள். நேர் வழியைப் பின்பற்றியவர்களுக்கு ஈடேற்றம் உண்டாகட்டும்[31].

ஹுதைபியா உடன்படிக்கையில் குறிப்பிடப்பட்ட நிபந்தனைகளின்படி, சிறிய ஹஜ் – புனிதப் பயணம் எனப்படும் உம்ரா செய்வதற்காக முகம்மது (ஸல்) மக்காவுக்குச் சென்றார். 2000 தோழர்கள் அவருடன் சென்றனர். அவர்களில் பெரும்பாலானோர் முஹாஜிர்கள். தாங்கள் பிறந்த இடத்தையே பார்த்திராதவர்கள் அல்லது ஏழு ஆண்டுகளாகத் தங்கள் குடும்பத்தை மக்காவிலேயே விட்டுவிட்டு வந்தவர்கள் (அவர்கள் மட்டுமே மக்காவிலிருந்து மதீனாவுக்குப் புலம்பெயர்ந்து வந்திருந்தவர்கள்). ஒப்புக்கொண்டபடி குறைஷியர் தங்களின் குடும்பத்துடன் மக்காவை விட்டு வெளியேறினர். மூன்று நாள்களுக்குப் பிறகு நகரை விட்டு வெளியேறும்படி முஸ்லிம்கள் கேட்டுக்கொள்ளப்பட்டனர். முஸ்லிம்கள் அதற்கு ஒப்புக்கொண்டனர். ஆனால் குறைஷியரின் உஹத் யுத்த நாயகனான காலித் பின் வலீத் உள்ளிட்ட முக்கியமான மக்காவாசிகள் பலர் இஸ்லாத்தை ஏற்றுக்கொண்டு முகம்மதுவுடன் (ஸல்) மதீனா சென்றனர்.

வரவிருக்கும் மாதங்களில் இஸ்லாத்தில் இணைந்து கொள்ளும்படிப் பல்வேறு இனக்குழுக்களையும் குலக் குழுக்களையும் அழைப்பதற்காக மத போதகர்கள் பலரை அரேபியா முழுவதும் முகம்மது (ஸல்) அனுப்பிவைத்தார். அந்தப் போதகர்களில் பலர் கொல்லப்பட்டனர். அதே நோக்கத்திற் காகக் குறிப்பிட்ட ஒரு படைப்பிரிவை சிரியாவுக்கும் அனுப்பினார். இந்தப் போர் நடவடிக்கைக்கான காரணங்கள் குறித்து வரலாற்று ஆசிரியர்கள் வேறுபடுகின்றனர். பஸ்ராவி லிருந்த பைசாண்டிய கவர்னரின் சிறப்புத் தூதுவர் கொலை செய்யப்பட்டதால் இந்தப் போர் நடவடிக்கை மேற்கொள்ளப் பட்டதாகச் சிலர் கருதுகின்றனர். வேறு சிலர் முகம்மதின் தோழர் ஒருவர் கொலைசெய்யப்பட்டதை காரணமாகக் குறிப்பிடுகின்றனர். காரணம் எதுவாயினும் ஹெராக்ளியஸ் தயாராகவே இருந்தார். போரை அவரே முன்னின்று நடத்தியதாகச் சிலர் கூறுகின்றனர். வேறு சிலரோ அவரின் சகோதரர் தியோடோடஸ் தளபதியாகச் செயல்பட்டார் எனக் குறிப்பிடுகின்றனர். 3000 வீரர்கள் கொண்ட முகம்மதின் ராணுவம் ஏறத்தாழ ஒருலட்சத்திலிருந்து இரண்டுலட்சம் வரையான கிரேக்க அரேபியப் படை வீரர்களை முத்தா யுத்தத்தில் எதிர்கொண்டது. யுத்தத்தில் முஸ்லிம் தளபதிகள்

ஒவ்வொருவராக வீழ, படை வீரர்களின் ஒழுங்கு குலைந்தது. இறுதியில் ராணுவத்தை வழிநடத்தும் பொறுப்பு காலித் பின் வலீத்திடம் வந்தது. உஹத் யுத்தத்தில் பெற்ற அனுபவம் இப்போது அவருக்கு உதவிற்று. எதிரியைத் தந்திரத்தால் ஏமாற்றும் உத்தியைக் கையாண்டார். கூடுதலாகப் பெருமளவு படை வீரர்கள் மதீனாவிலிருந்து போரிட வந்து சேர்ந்துள்ளது என்னும் எண்ணத்தை எதிரிகளுக்கு ஏற்படுத்துவதற்காக ஒரு படைப் பிரிவு எதிரிப்படைக்குப் பின்புறமாக நிறுத்தி வைக்கப்பட்டது. இந்த யுக்தி பலனளித்தது. முஸ்லிம்கள் மன உறுதியுடன் போரிடுபவர்கள் என்று நன்கு அறிந்திருந்த சிரியா ராணுவம் போரிலிருந்து விலகுவதென முடிவுசெய்தது. முஸ்லிம்கள் வெற்றிபெறவுமில்லை, தோல்வியடையவும் இல்லை; மதீனாவுக்குத் திரும்பினர்.

முஅத்தா யுத்தத்தின் முடிவை குறைஷியர் வேறு விதமாகப் பார்த்தனர். முஸ்லிம்களின் அதிகாரமும் கண்ணியமும் சரிந்துவிட்டதாகவும் முகம்மதை இப்போது தோற்கடிக்க முடியும் எனவும் அவர்கள் கருதினர். ஹுதைபியா உடன்படிக்கையை முழுவதுமாக மீறி முஸ்லிம்களுடன் இணைந்திருந்த குஸாஆ இனக்குழுமீது அரேபியப் பழங்குடியான பனூ பக்ர் தாக்குதல் நடத்தினர். கடந்தகாலத் தவறுகளுக்காகப் பழிவாங்கும் இந்த நடவடிக்கைக்கு குறைஷியர் ஆதரவு தந்தனர். குஸாஆ இனக்குழுவினர் மக்காவிற்கு அருகே இருந்த ஓர் ஊரில் தூங்கிக்கொண்டிருந்தபோது பனு பக்ர் இனக்குழு அவர்களைக் கடுமையாகத் தாக்கிச் சிலரைக் கொன்று அவர்களின் சொத்துக்களைக் கொள்ளையடித்தது. தாக்குதலிலிருந்து தங்களைப் பாதுகாக்க குஸாஆ குழுவினர் மக்காவுக்குச் சென்றனர். ஆனால் குறைஷியர் அவர்களுக்குப் பாதுகாப்புத் தரவில்லை. மதீனாவுக்கு ஓடி நடந்ததை முகம்மதிடம் தெரிவித்தனர். குஸாஆ குழுவிற்கு இழப்பீடு தரும்படி குறைஷியரை முகம்மது கேட்டுக்கொண்டார். பனூ பக்ர் பழங்குடியினருக்கு உதவுவதையும் ஆதரவு அளிப்பதையும் நிறுத்த வேண்டும் அல்லது ஹுதைபியாவின் உடன்படிக்கை தங்களுக்குச் செல்லாது என்று அறிவிக்க வேண்டும் எனவும் நாயகம் அவர்களிடம் கூறினார்.

குறைஷியர் இரண்டாவதைத் தேர்வுசெய்தனர். குஸாஆ இனக்குழுவைப் பாதுகாக்கப் போருக்கு அணி திரளும்படி தன்னைப் பின்பற்றுவோரை முகம்மது (ஸல்) கேட்டுக் கொண்டார். அவரது நோக்கம் ஹுதைபியா உடன்படிக்கை நிபந்தனைகளைப் பாதுகாப்பதைவிடவும் மிகப் பெரியது.

9

மன்னிப்பதன் வெற்றி

ஹுதைபியா உடன்படிக்கையிலிருந்து ஏறத்தாழ விலகிய நிலையில், விலகியது சரியா எனும் சந்தேகம் குறைஷியர்களுக்கு வரவே சமாதான ஒப்பந்தத்தைப் புதுப்பிப்பது குறித்துப் பேச்சுவார்த்தை நடத்த மக்காவின் மிக முக்கியத் தலைவரான அபூ சுஃப்யானை நபிகள் நாயகத் திடம் குறைஷியர் அனுப்பினர். ஆனால் அவரைச் சந்திக்கும் வாய்ப்பு அபூ சுஃப்யானுக்கு மறுக்கப் பட்டது. தனக்காக இதில் தலையிட்டு முகம்மதைச் சந்திக்க ஏற்பாடு செய்யும்படி நபிகளாரின் மிக நெருங்கிய தோழரான அபூபக்கரை அபூ சுஃப்யான் கேட்டார். அபூபக்கர் மறுத்துவிட்டார். இறைத்தூதரின் மருமகன் அலீயிடமும், மகள் பாத்திமாவிடமும் அபூ சுஃப்யான் சென்றார். அவர்களும் அவரின் வேண்டுகோளை நிராகரித்தனர். மக்காவாசிகள் சமாதானத்தை விரும்புவதாக மதீனா பள்ளி வாசலில் அபூ சுஃப்யான் பொது அறிவிப்பைச் செய்தார். அதன் பின் மக்காவிற்கே திருப்பிச் சென்றார்.

போருக்கு அணிதிரள முஸ்லிம்கள் தயார் நிலையில் இருக்கையில் முத்தா யுத்தத்தில் முடிக்கப்படாமல் இன்னுமிருந்த வேலையைச் செய்துமுடிக்க முஸ்லிம்கள் சிரியா செல்லத் தயாராக இருப்பதாக மக்காவாசிகள் நினைத்தனர். எனினும் உண்மையில் நடக்க விருப்பதைச் சிலரால் யூகிக்க முடிந்தது. பத்ரு

யுத்தத்தில் சண்டையிட்ட முக்கியமான முஸ்லிமான ஹாதிப் இப்னு அபீ பல்தஆ முஸ்லிம்கள் படையெடுக்கவிருப்பதை எச்சரித்து குறைஷியருக்கு ஒரு ரகசியச் செய்தி அனுப்பினார். மக்காவில் இருக்கும் தனது குடும்பம், குழந்தைகளின் கதி பற்றியும், குறைஷியருடன் நேசமாக இருக்கும் மக்காவிலுள்ள தனது இனக்குழு பற்றியும் ஹாதிப் கவலைகொண்டிருந்தார். அவர் எழுதிய அந்த ரகசியக் கடிதம் முஸ்லிம்களால் இடைமறிக்கப்பட்டது. ஆனால் ஹாதிப்பின் துரோகம் மன்னிக்கப்பட்டது.

முகம்மதின் முன்னேற்பாடுகள் மிகச் சிறப்பாக ஒழுங்கமைக்கப்பட்டிருந்தன. அவரின் படைகள் மக்காவை நோக்கி மிக வேகமாக முன்னேறிச் சென்றன. . . இதனைக் குறைஷியர் சற்றும் எதிர்பார்க்கவில்லை. மக்காவிலிருந்து அரை நாளுக்கும் குறைவான பயணத் தூரத்தில் இருந்தபோது தான் தங்களைத் தாக்குவதற்கு முஸ்லிம் ராணுவம் முன்னேறி வருவதை குறைஷியர் அறிந்தனர். தேவையான அனைத்து உபகரணங்களுடன் பத்தாயிரம் பேர் கொண்ட வலிமையான முஸ்லிம் ராணுவம் கி.பி. 630 ஜனவரியில் மக்காவுக்கு வந்தது. அந்த ராணுவத்தில் பல இனக்குழுவினர் இருந்தனர். ஒவ்வொரு குழுவிற்கும் ஒரு தலைவர் இருந்தார். அதற்கென ஒரு முகாமும் இருந்தது. வீரர்கள் அனைவரும் ஒரே இடத்தில் முகாமிட வேண்டாம் எனவும், பரவலாக இருக்கும்படி முகாம்களை

முகம்மது (ஸல்) எழுதியதாகக் கூறப்படும் அவரின் முத்திரை பதிக்கப்பெற்ற கடிதம்.

அமைத்துக்கொள்ள வேண்டுமெனவும் முகாம்களுக்கு முன்னால் தீ வளர்த்துக்கொள்ள வேண்டுமெனவும் படை வீரர்களை முகம்மது (ஸல்) கேட்டுக்கொண்டார். முஸ்லிம் ராணுவத்தின் வலிமையையும், அளவையும் கணிப்பதற்காக அபூ சுஃப்யான் உள்ளிட்ட மக்காவாசிகள் சிலர் திருட்டுத்தனமாக ராணுவத்தில் ஊடுருவினர். மிக விரிவாகப் பரவியிருந்த முஸ்லிம் படையைக் கண்டு வியப்படைந்தனர். ஆனால் ஊடுருவியிருந்த அவர்களை முஸ்லிம் படைகள் கண்டுபிடித்தன. இந்த முறை அபூ சுஃப்யான் நபிகளாரைப் பார்க்க அனுமதிக்கப்பட்டார்.

முஹாஜிர்களைச் சேர்ந்த சில பெரியவர்களும் அன்சாரிகளைச் சேர்ந்த சில பெரியவர்களும் அடங்கிய நீதிமன்றத்தின் முன் அபூ சுஃப்யான் நிறுத்தப்பட்டார். காரசாரமாக விவாதம் நடந்தது, அபூ சுஃப்யானுக்கு மரண தண்டனை விதிக்கப்பட வேண்டுமெனப் பலர் விரும்பினர். எனினும் அபூ சுஃப்யானுடன் முகம்மது (ஸல்) உரையாடினார். அதன்பின் நீண்ட நாள் பரம எதிரியான அபூ சுஃப்யான் இஸ்லாத்தை ஏற்றுக்கொண்டார். குறைஷியரின் தலைவ ராகவும் பெருமை மிக்கவராகவும் இருந்த அவர் சில சிறப்புச் சலுகைகளை எதிர்பார்த்தார். அதன்படி சலுகைகள் வழங்கப் பட்ட பின் முகம்மது (ஸல்) இவ்விதம் அறிவித்தார். அபூ சுஃப்யான் வீட்டிற்குள் நுழைவோர் பாதுகாக்கப்படுவார்கள். கதவைத் தாழிட்டு வீட்டிற்குள் இருப்போர் பாதுகாப்பாக இருப்பார்கள். கஅபாவைச் சுற்றிக் கூடுவோர் பாதுகாப்பாக இருப்பார்கள்.

முகம்மதிடம் அபூ சுஃப்யான் தற்செயலாக வந்தாரா அல்லது அந்தச் சந்திப்பு முன்னரே ஏற்பாடு செய்யப்பட்டதா என்ற விசயத்தில் கல்வியாளர்களிடையே கருத்து வேற்றுமை உள்ளது. அபூ சுஃப்யான் இஸ்லாத்திற்கு மாறி வந்ததில் சிறிதும் சந்தேகம் இல்லை. மறுநாள் காலை எந்த எதிர்ப்புமின்றி முஸ்லிம்களின் ராணுவம் மக்காவில் நுழைந்தது. சண்டையிடவோ ரத்தம் சிந்தவோ கூடாது என்ற கண்டிப்பான கட்டளையுடன் நான்கு பிரிவுகளாக ராணுவம் பிரிக்கப்பட்டது. முஸ்லிம்களை எதிர்க்க வேண்டாமெனத் தனது இனக்குழுவைச் சார்ந்த மக்களைக் கூவி அழைத்தவாறு அபூ சுஃப்யான் தெருவில் ஓடினார். ஆனால் ஹுதைபியா உடன்படிக்கையை மீறிய பனூ பக்ர் குலக் குழுவைச் சார்ந்த மக்காவாசிகள் சிலர் அப்போதும் எதிர்த்தனர். இது தொடர்பாக காலித் பின் வலீத்தின் படைப் பிரிவுடன் கைகலப்பு ஏற்பட்டது. விரைவிலேயே அமைதி நிலை நாட்டப்பட்டது.

இப்போது முகம்மது (ஸல்) கஅபா சென்று தவாஃப் செய்தார். ஏழுமுறை கஅபாவை வலம் வந்தார். இந்தச் சடங்கு

ஏக இறைவனை வணங்கும் நம்பிக்கையாளர் ஒற்றுமையின் அடையாளமாகும். தன்னைச் சுற்றிக் கூடியிருந்த மக்காவாசிகளிடம் அவர் உரை நிகழ்த்தினார். அது வருமாறு:

> ஒரு கடவுளைத் தவிர வேறு தெய்வங்கள் இல்லை. ஏக இறைவனுக்கு இணை இல்லை. இறைவன் தனது வாக்குறுதியை நிறைவேற்றினான். தனது அடியானுக்கு உதவினான். (அகழிப் போரின்போது) குறைஷியரின் கூட்டணி ராணுவத்தை விரட்டியடித்தான். (பரம்பரை அதிகாரத்தால்) மரபுரிமையாகத் தனிச் சலுகை கோருவது (பழங்குடியினர் சண்டைகளின் விளைவாக) சொத்துக்களையும் இழப்பீட்டுத் தொகையையும் உரிமையாகக் கோருவது ஆகியவை என்னால் ரத்து செய்யப்படுகின்றன. ஓ குறைஷியரே... பல தெய்வங்களை வழிபடும் புறச்சமயத்தினரின் அகந்தையிலிருந்தும் முன்னோர்களை வழிபடும் அவர்களின் வழக்கத்திலிருந்தும் இறைவன் உங்களை வெளிவரச் செய்தார். ஆதமிலிருந்து மனிதன் உருவானான், ஆதம் மண்ணிலிருந்து உருவானார்.[32]

பின்னர் நபிகளார் கீழ்க்காணும் குர்ஆன் வசனத்தை ஓதினார்.

> 'மனிதர்களே! நாம் உங்களை ஓர் ஆணிலிருந்தும் பெண்ணிலிருந்தும் படைத்தோம். பிறகு நீங்கள் ஒருவருக்கொருவர் அறிமுகமாகிக்கொள்ளும் பொருட்டு உங்களைச் சமூகங்களாகவும் கோத்திரங்களாகவும் அமைத்தோம். உண்மையில், அல்லாஹ் விடம் அதிக கண்ணியம் வாய்ந்தவர் உங்களில் அதிக இறையச்சம் கொண்டவர்தாம். திண்ணமாக, அல்லாஹ் அனைத்தையும் அறிந்தவனாகவும் தெரிந்தவனாகவும் இருக்கின்றான். 49:13

உரையை முடித்ததும் கூடியிருந்த குறைஷியரை முகம்மது (ஸல்) பார்த்தார். அவரை ஒடுக்குமுறைக்கு ஆளாக்கியவர்கள், அவரைப் பின்பற்றுவோரைச் சித்திரவதை செய்து கொன்றவர்கள், கொலைசெய்யச் சதி செய்தவர்கள், பிறந்த நகரிலிருந்து துரத்தியவர்கள், அரேபிய இனக்குழுக்களை அவருக்கு எதிராகக் கிளர்ந்தெழத் தூண்டியவர்கள், அவரையும் அவரது மக்களையும் ஒழிப்பதற்காக இடைவிடாமல் போர் செய்தவர்கள் ஆகியோர் அந்தக் கூட்டத்தில் இருந்தனர்.

அவர்களிடம் முகம்மது (ஸல்) கூறியதாவது:

> 'குறைஷி மக்களே, நான் யார்? உங்களுக்கு என்ன செய்யப் போகிறேன் என்பது பற்றி உங்களுக்குத் தெரியுமா?' அதற்கு

அவர்கள் 'நல்லது. நீங்கள் உன்னதமான சகோதரர். உயர்ந்த பண்புடைய சகோதரரின் மகன்' என்று ஒத்திசைவுடன் பதில் கூறினர். அதற்கு 'இந்த நாளில் உங்கள்மீது எந்தக் குற்றமும் இல்லை. உங்கள் வழியில் செல்ல உங்களுக்குச் சுதந்திரம் உண்டு.'[33]

பின்னர் முகம்மது (ஸல்) கஅபாவுக்குள் நுழைந்தார். . . கஅபாவின் சுவர்களில் படங்கள் வரையப்பட்டிருந்தன. படங்களையும் உருவங்களையும் அகற்றுமாறு கேட்டுக் கொண்டார். அங்கே ஏராளமான கடவுள் சிலைகளுக்கு மத்தியில் விலையுயர்ந்த கல்லில் வடிக்கப்பட்ட முதன்மைத் தெய்வமான ஹுபல் சிலை இருந்தது. இறைத்தூதர் தனது கையில் உள்ள குச்சியால் அனைத்துச் சிலைகளையும் ஒவ்வொன்றாகத் தொட்டுப் பின்வரும் குர் ஆன் வசனத்தை ஓதினார்.

'சத்தியம் வந்துவிட்டது. அசத்தியம் அழிந்துவிட்டது. உறுதியாக அசத்தியம் அழிந்தே தீரும்' 17: 81.

பின்னர் படங்கள் கிழிக்கப்பட்டுச் சிலைகள் அகற்றப் பட்டன.

கஅபா என்னும் இறையில்லம் இருக்குமிடமும் மதித்துப் போற்றத்தக்க இறைத்தூதர் முகம்மது (ஸல்) அவர்கள் பிறந்த நகருமான மக்கா புனித நகரமாக அறிவிக்கப்பட்டது. மக்காவில் ரத்தம் சிந்துவது தடுக்கப்பட்டது எனவும் மக்காவிலும் அதனைச் சுற்றியுள்ள பகுதிகளிலும் மரங்களை அழிக்கக் கூடாதெனவும் நபிகள் நாயகம் கட்டளையிட்டார். கொலை கொடிய குற்றமாதலால் அனைத்துக் கொலைகளும் நிறுத்தப்பட வேண்டும் என அறிவித்தார். பொது மன்னிப்பு வழங்குவது மன்னிப்பதிலேயே மிகப் பெரியது. அது மக்கா வாசிகள்மீது ஆழமான தாக்கத்தை ஏற்படுத்திற்று. இஸ்லாத்தை ஏற்றுக்கொள்ள அவர்கள் வரிசையில் நின்றனர். முழு நகரமும் இஸ்லாத்தைத் தழுவியது.

ஹுனைன் போர்

மக்கா வெற்றி அரேபியா புறச்சமய இனக்குழுவினருட னான விரோதத்தை முடிவுக்குக் கொண்டுவரவில்லை. குறிப்பாக குறைஷியரின் வலுவான ஆதரவாளர்களாக இருந்த ஹவாஸின், தகீஃப் ஆகிய இனக்குழுக்கள் முகம்மதைக் கடுமையாக எதிர்த்தனர். மக்காவுக்கும் தாயிஃபிற்கும் இடையே வாழ்ந்து வந்த ஹவாஸின் வன்செயலில் ஈடுபட்டு வரும் சக்திவாய்ந்த இனக்குழுவினராவர். அவர்களே தாயிஃப்

நகரின் ஆதிக்க இனக்குழுவினர். முகம்மது (ஸல்) மக்காவில் இருந்தபோது மத போதனை செய்வதற்காக தாயிஃப் சென்றார். அப்போது கல்லால் அடிக்கப்பட்டு அங்கிருந்து விரட்டப்பட்டார். பேகன் இனக்குழுவினரின் முதன்மைத் தெய்வங்களில் ஒன்றான அல்–லாத் வழிபாட்டுத் தலமும் தாயிஃப் நகரிலேயே உள்ளது. எதிர்பாராத விதமாகப் போர் தொடுத்து மக்காவை முகம்மது (ஸல்) கைப்பற்றியிராவிட்டால் ஹவாஸின் இனக்குழுவும் தகீஃப் குழுவும் மக்காவைத் தாக்க குறைஷியருடன் சேர்ந்திருப்பார்கள். மக்காவாசிகளை இஸ்லாத்தை ஏற்றுக்கொள்ளச்செய்யும் பணியில் முகம்மது (ஸல்) ஈடுபட்டிருந்தபோது முகம்மதுவுக்கு எதிராகப் போர் தொடுக்க ஆயத்தமாகிக்கொண்டிருந்தனர். மற்ற இனக்குழுக்களை ஒன்றிணைத்து முஸ்லிம்களை எதிர்க்க ஒரு கூட்டு முன்னணியை உருவாக்க முடிந்தது. பெண்கள், சிறார்கள் உள்ளிட்ட தங்கள் இனக்குழுவினர் அனைவரையும் உடமைகளுடன் போர்க்களத்திற்கு அணிதிரளச் செய்தனர். மக்காவின் தென்கிழக்கிலுள்ள ஹுனைன் பள்ளத்தாக்கிற்குப் படை புறப்படும் முன்னர் போர்க்களத்தில் மேற்கொள்ள வேண்டிய செயல் முறைகள் குறித்துக் கவனமாகத் திட்டமிட்டனர். அந்தத் திட்டம் எளிமையானது. முஸ்லிம் படை பள்ளத்தாக்கை நோக்கி முன்னேறி வரும்போது இருட்டில் அவர்கள்மேல் அம்புகள்வீசித் தாக்குதல் நடத்த வேண்டும். குழப்பத்துடன் முஸ்லிம் படை பின்வாங்கினால் புறச்சமய இனக்குழுவினர் அனைவரும் ஒன்றுசேர்ந்து அவர்கள்மீது பாய்வார்கள். முஸ்லிம் துருப்புக்களிடையே வன்முறையும் கொந்தளிப்பும் ஏற்படும். அவர்கள் நிச்சயமாகத் தோல்வியடைவார்கள். இந்தத் தோல்வி முஸ்லிம்களின் மக்கா வெற்றியை முக்கியமற்றதாகச் செய்துவிடும். உஹத் போரில் முகம்மது (ஸல்) பின்பற்றிய அதே திட்டமே இது. இந்தத் திட்டத்தால் பலன் விளைந்தது.

அன்சாரிகள் கவலை

அன்சாரிகள் முகம்மதின் நீண்ட கால ஆதரவாளர்கள். முகம்மதுவுடன் மதீனாவிலிருந்தே வந்தவர்கள். அவர் மக்காவிலேயே மீண்டும் குடியேறிவிடுவாரோ என்று அன்சாரிகள் அஞ்சினர். அவர்களின் அச்சத்தைக் கேள்வியுற்ற முகம்மது (ஸல்) என் வாழ்வும் சாவும் மதீனாவில்தான் என அவர்களுக்கு உறுதியளித்தார். மதீனாவுக்குத் திரும்பும் முன்னர் இரண்டு வாரங்கள் மட்டுமே முகம்மது மக்காவில் இருந்தார் .

மக்காவில் தங்கியிருந்த குறுகிய காலத்தில் ஹவாஸின் தகீஃப் இனக்குழுக்கள் முஸ்லிம்களுக்கு எதிராகப் போர் தொடுக்க ஏற்பாடுகள்செய்துவருவதை முகம்மது (ஸல்) கேள்வியுற்றார். அவர்களை எதிர்கொள்ளப் பன்னிரண்டாயிரம் படை வீரர்களுடன் அவர் புறப்பட்டார். இவர்களில் பத்தாயிரம் வீரர்கள் மதீனாவிலிருந்து வந்தவர்கள். அபூ சுஃப்யான் உள்ளிட்ட 2000 பேர் மக்காவில் இஸ்லாத்தைத் தழுவியவர்கள். ஹுனைன் பள்ளத்தாக்கை முஸ்லிம் ராணுவம் கடந்தபோது இன்னும் இருட்டாகவே இருந்தது. திட்டமிட்டபடி எதிரிப் படை முஸ்லிம் ராணுவத்தின் மீது அம்பு மழை பொழிந்தது. இருளில் எதிரி தென்படாததால் முஸ்லிம் ராணுவம் பின்வாங்கியது. தாக்குதல் தொடர்ந்தது. ஹவாஸின், தகீஃப் இனக்குழுப் படைவீரர்கள் ஏராளமானோர் பள்ளத்தாக்கின் ஓரங்களிலிருந்து நீண்ட ஈட்டிகளுடன் வேகமாய் வந்திறங்கினர். பீதியடைந்த முஸ்லிம் வீரர்கள் பல்வேறு திசைகளிலும் சிதறி ஓடத் தொடங்கினர்

ஆனால் முகம்மது (ஸல்) தனது நிலையில் உறுதியாக இருந்தார். அவரின் மிக நெருங்கிய தோழர்கள் அவரைச் சுற்றிலுமிருந்தனர். மீண்டும் ஒன்றிணையுமாறு முஸ்லிம்களுக்கு அழைப்பு விடுக்கப்பட்டது. இதற்குள் பேகன் படைவீரர்கள் அனைவரும் மலைகளிலிருந்த தங்கள் முகாம்களிலிருந்து இறங்கி முஸ்லிம் படையை நேருக்கு நேர் எதிர்கொண்டனர். அடிவானத்தில் சூரியன் தோன்றினான். தங்கள் படை வீரர் அணிகளை விரைவாகவே மறுசீரமைத்துக் கொண்ட முஸ்லிம்கள் ‘போருக்கு அணி திரளுங்கள்’ என ஒருசேரப் பாடியவாறு புறப்பட்டனர். போர் தொடங்கிற்று. போரில் இரு தரப்பிலிருந்தும் படைவீரர்கள் விழத் தொடங்கியதை முகம்மது (ஸல்) கவனித்தவாறு இருந்தார். வெற்றிபெற முடியாது என்பதை விரைவிலேயே உணர்ந்துகொண்ட ஹவாஸின் தாகீஃப் இனக்குழுக்களும் அவர்களின் கூட்டணிக் குழுக்களும் தங்களின் பெண்கள், பிள்ளைகள், ஒட்டகங்கள், ஆடுகள் ஆகியவற்றை அப்படியே விட்டுவிட்டுப் போரி லிருந்து விலகி ஓடத் தொடங்கினர். எதிரித் தரப்பிலிருந்து சுமார் 6000 பேர் பிடிபட்டனர். ஆனால் முகம்மது (ஸல்) தனது எதிரியைப் போர் நடவடிக்கைகளில் ஈடுபடாமல் ஓய்ந்திருக்க விடவில்லை. தாயிஃபிற்குச் சென்று அந்த நகரை முற்றுகை யிட்டார். அதில் வெற்றிபெற முடியவில்லை; மதீனாவிற்கே திரும்பினார்.

இப்போது 60 வயதான முகம்மது (ஸல்) மிக வேகமாக வளர்ந்துவரும் ஒரு சமுதாயத்தின் சக்திவாய்ந்த தலைவராக

இருந்தார். அரேபியாவில் வலிமையும் செல்வாக்கும் மிக்க சக்தியாக இஸ்லாம் உருவானது. சமாதானத்தை முன் மொழிந்தவாறும் சில சமயங்களில் இஸ்லாத்தில் இணையும் விருப்பத்தைத் தெரிவித்தவாறும் அரேபியா முழுவதிலிருந்தும் சிறப்புத் தூதுவர்கள் வரத் தொடங்கினர். இஸ்லாத்தை ஏற்றுக் கொள்வது – இறைவன் ஒருவனே, முகம்மது (ஸல்) அவன் தூதர் என வெறுமனே ஒப்புக்கொள்வது சம்பந்தப்பட்ட விஷயம் மட்டுமல்ல. ஏழைகளின் உரிமையைப் பேணி, அவர்களுக்குச் சேர வேண்டிய ஸகாத் என்னும் மத வரியைக் கொடுப்பதும் கட்டாயம் ஆகும். அது மட்டுமல்லாது தானாக முன்வந்து பிறருக்கு அளிப்பதும் அவசியமாகும். இஸ்லாத்தை ஏற்றுக் கொள்ளாதவர் முஸ்லிம் அரசைச் சார்ந்து வாழும் பயனர். முதன் முதலாய்ச் சிறப்புத் தூதுவர்களை அனுப்பி மனமுவந்து இஸ்லாத்தை ஏற்றுக்கொண்டவர்கள் தாயிஃப் நகரைச் சார்ந்த மக்களே. கிழக்கு அரேபியாவின் பனூ தமீம் இனக்குழுவைச் சார்ந்த சிலர் மதீனாவிற்கு வந்து கவிதைப் போட்டிக்குத் தயாராவென முகம்மதுவிற்கு அறைகூவல் விடுத்தனர், அந்தக் குழுவிலுள்ள கவிஞர்கள் தங்களின் உன்னத குணத்தையும் உயர்வான அந்தஸ்தையும் பற்றியுமே பேசினர். அதற்கு முகம்மதின் தோழர்கள் இருவர் பதில் கூறினர். ‘இறைவனின் திருத்தூதரைத் தங்கள் இதயத்தில் வைத்திருக்கும் மக்களின் உயர் பண்புகள்’ பற்றியதாக அவர்களின் பதில் இருந்தது. . . போட்டியின் முடிவில் இஸ்லாத்தின் மீதான தமது நம்பிக்கையை பனூ தமீம் இனக்குழுவினர் அறிவித்தனர். மக்காவுக்கும் ஏமனுக்கும் இடையே உள்ள நஜ்ரான் என்ற கிறிஸ்துவ நகரிலிருந்து வந்த குழுவில் பெரும்பாலான பிரதிநிதிகள் பாதிரியார்கள். இறைத்தூதரின் பள்ளிவாசலிலேயே அவர்கள் வழிபாடு செய்ய அனுமதிக்கப் பட்டனர். ஏசுவைப் பற்றி முகம்மதிடம் (ஸல்) அவர்கள் கேள்வி கேட்டனர். முகம்மதின் பதில் அவர்களுக்குத் திருப்தி தரவில்லை. பின்னர் குர்ஆனிலுள்ள கீழ்க்காணும் வசனத்தை முகம்மது (ஸல்) ஓதினார்:

“(நபியே!) இது குறித்துத் தெளிவான அறிவு உம்மிடம் வந்த பின்னரும் யாரேனும் உம்மிடம் தர்க்கம் செய்தால் அவர்களிடம் கூறிவிடும்: “வாருங்கள், எங்கள் மக்களையும் உங்கள் மக்களையும் எங்கள் பெண்களையும் உங்கள் பெண்களையும் அழைத்து இன்னும் எங்களையும் உங்களை யும் சேர்த்து ‘பொய்யர்கள்மீது அல்லாஹ்வின் சாபம் உண்டாகட்டும்’ என்று நாம் ஒன்று சேர்ந்து இறைஞ்சி வேண்டுவோம்” *(3: 61)*. இதனைச் சுட்டிக்காட்டித் தன்னுடன்

தொழுகையில் கலந்துகொள்ளுமாறு அவர்களைக் கேட்க அவர்கள் மறுத்து விட்டனர். பின்னர் குர்ஆனின் கீழ்க்காணும் வசனத்தை ஓதி ஏகத்துவத் தோழமையில் தன்னுடன் இணைந்துகொள்ளுமாறு அவர்களை முகம்மது (ஸல்) கேட்டுக்கொண்டார். "நபியே! (மேலும்) நீர் கூறும்: வேதமுடையோரே! அல்லாஹ்வைத் தவிர வேறு யாரையும் நாம் வணங்கக் கூடாது. அவனுக்கு எதனையும் இணையாக்கக் கூடாது. நம்முள் எவரும் அல்லாஹ்வைத் தவிர வேறு எவரை யும் இறைவனாகக் கொள்ளக் கூடாது என்ற எங்களுக்கும் உங்களுக்கும் பொதுவான கோட்பாட்டுக்கு வாருங்கள். அவர்கள் புறக்கணித்தால் "நாங்கள் இறைவனுக்குக் கீழ்ப்படிபவர்களாக இருக்கிறோம் என்பதற்கு நீங்களே சாட்சி யாக இருங்கள்" என்று அவர்களிடம் கூறிவிடுங்கள் (3: 64). முதலில் இதற்கு ஒப்புக்கொண்ட அவர்கள் பின்னர் மனம் மாறி நஜ்ரான் திரும்பினர். அடுத்தடுத்துத் தூதுக் குழுக்கள் வந்தவண்ணமிருந்தன. கி.பி. 630ஆம் ஆண்டு முழுவதும் தூதுவர்களை எதிர்கொள்வதிலேயே கழிந்தது. எனவே மதீனாவுக்குப் புலம் பெயர்ந்த பிறகான பத்தாம் ஆண்டினைத் 'தூதுக்குழுக்களின் வருடம்' என்றே முஸ்லிம் மரபு குறிப்பிடுகிறது.

இறுதிப் பேருரை

அரேபியாவிலுள்ள புறச்சமய இனக்குழுவினர் அனைவரும் முஸ்லிம்களாக மாறியிருந்தனர். எஞ்சியிருந்த கிறிஸ்தவர்களும் யூதர்களும் நபிகள் நாயகத்தின் பாதுகாப்பின் கீழ் வந்தனர். நபிகள் நாயகம் உடல்ரீதியாகவும் மனரீதியாக வும் மிகவும் சோர்வடைந்திருந்தார். யுத்தங்கள், தன்னைப் பின்பற்றுவோர் மீதான தொடர் கவலை, குடும்பத்தில் நிகழ்ந்த துயரங்கள், தொடர்ச்சியான நோன்பு, தொழுகை ஆகியவற்றால் மிக மோசமாகப் பாதிப்படைந்திருந்தார். இஸ்லாத்தின் பதாகையின் கீழ் அரேபியாவை ஒன்றிணைக்கும் பணி ஏறத்தாழ முடிவடைந்திருந்தது. சண்டையிட்டுக்கொண்டிருந்த கட்டுப்பாடற்ற அரேபியர்களை இருபதே ஆண்டுகளுக்குள் ஒழுங்கமைக்கப்பட்ட சமூகமாக மாற்றினார். நேர்மையான சமுதாயம் என்னும் லட்சியத்தை அவர்களுக்கு வழங்கினார். அவரால் எழுதவோ படிக்கவோ முடியாதெனினும் அறிவின் மீதும் கற்றலின் மீதுமான ஆழமான நேசத்தைத் தன்னைப் பின்பற்றுவோர் மனத்தில் பதியச்செய்தார். உயிர்த்துடிப்புள்ள கலாசாரத்திற்கும் நாகரிகத்திற்கும் அடித்தளமிட்டார் எனச் சுருக்கமாகக் கூறலாம். ஓர் ஏக்கம் மட்டுமே எஞ்சியிருந்தது: புனித ஹஜ்ஜை நிறைவேற்றுவது – மக்காவுக்கு ஹஜ் என்னும் புனிதப் பயணத்தை முழுமையாக மேற்கொள்வது.

நபிகள் நாயகத்தின் பிரார்த்தனை

இறைவா ஏழைகளுடன் என்னை வாழவைப்பாயாக. ஏழைகளிடையே இறக்கச்செய்வாயாக. மறுமை நாளில் ஏழைகளுக்கு மத்தியில் என்னை உயிர்த்தெழச் செய்வாயாக.

தனது சொந்த நகரிலிருந்து கட்டாயமாக வெளியேற்றப் பட்டுப் பத்து ஆண்டுகள் ஆகிய பிறகு இப்போதுதான் – கி.பி. 632ஆம் ஆண்டு பிப்ரவரி மாதத்தில் தனது உள்ளார்ந்த ஆவலை இறுதியில் முகம்மதுவால் பூர்த்தி செய்ய முடிந்தது. 90,000இலிருந்து 1,20,000 வரையிலான புனிதப் பயணிகளுடன் மதீனாவிலிருந்து மக்காவிற்கு நபிகள் நாயகம் புறப்பட்டார். ‘ஹஜ் என்னும் இறுதிப் புனிதப் பயண’மாக இது அறியப் படுகிறது. புனிதப் பயணத்தின் இறுதியில் மக்காவிலிருந்து சிறிது தொலைவிலுள்ள அரஃபாத் என்ற ஹஜ் தொடர்பான சடங்குகள் செய்யும் இடத்தில் அவர் ஒரு சொற்பொழிவு நிகழ்த்தினார். இதுவே அரஃபாத்தில் அவர் நிகழ்த்திய இறுதியான உரை. தனது ஒட்டகத்தில் அமர்ந்து பெரும் திரளான மக்களுடன் நபிகள் நாயகம் பேசினார். மிகப் பெரிய அந்த மைதானத்தில் கூடியிருந்த மக்கள் அனை வருக்கும் அவரின் உரை சென்று சேரும் விதமாகக் கூட்டத்தில் பொருத்தமான சில இடங்களில் நிறுத்திவைக்கப்பட்டிருந்த சிலர் நாயகம் பேசிய வார்த்தைகளை உரத்த குரலில் மீண்டும் தெரிவித்தனர்.

தனது உரையில் இறைநம்பிக்கையின் ஐந்து தூண்களை முகம்மது (ஸல்) முஸ்லிம்களுக்கு நினைவூட்டினார். அவை வருமாறு: ஓர் இறைவன்மீதும், அவன் தூதர்மீதும் நம்பிக்கை வைப்பது. தொழுகை, நோன்பு, ஜகாத், மக்காவுக்குப் புனிதப் பயணம் மேற்கொள்வது, ஹஜ் செய்வது குறித்தான முழு விவரங்கள் என அனைத்தையும் கூறினார். பின்னர் தனது வாழ்வின் போதனைகளை இந்த வார்த்தைகளில் சுருக்கமாக எடுத்துரைத்தார்:

> *மக்களே. . . இந்த வருடத்திற்குப் பிறகு நான் உங்களுடன் இருப்பேனா என்று எனக்குத் தெரியாது.. எனவே நான் கூறுவதைக் கவனமாகக் கேளுங்கள். ஒவ்வொரு முஸ்லிமின் உயிரையும் உடமையையும் புனிதமாகக் கருதிப் பாதுகாப்பு அளியுங்கள்.*
>
> *உங்களிடம் ஒப்படைக்கப்பட்ட பொருள்களை அவற்றின் உண்மையான உரிமையாளர்களிடம் திருப்பித் தாருங்கள்.*

யாரையும் காயப்படுத்த வேண்டாம். எனவே யாரும் உங்களைக் காயப்படுத்த மாட்டார்கள்

வட்டி வாங்க வேண்டாம்; அது தடுக்கப்பட்டதாகும்.

ஏழைகளுக்கு உதவுங்கள். நீங்கள் உடை உடுத்துவது போல அவர்களையும் உடையணியச் செய்யுங்கள்.

உங்களின் மனைவியரைப் பொறுத்தவரை உங்களுக்குச் சில உரிமைகள் உள்ளன. அவர்களுக்கும் உங்கள்மீது உரிமைகள் உண்டு. அவர்கள் உங்களின் துணைவியராகவும் உதவியாளர்களாகவும் இருப்பதால் அவர்களை நன்றாக நடத்துங்கள். அவர்களிடம் அன்பாக இருங்கள்.

ஒவ்வொரு முஸ்லிமும் இன்னொரு முஸ்லிமின் சகோதரர். முஸ்லிம்கள் அனைவரும் சகோதரர்கள் என்பதையும் அறிந்துகொள்ளுங்கள்.

ஒரு சகோதரன் மனமுவந்து கொடுப்பதை மட்டுமே பெற்றுக்கொள்வது சட்டப்பூர்வமானது.

உங்களுக்கே நீங்கள் அநீதி இழைத்துக் கொள்ளாதீர்கள்.

நான் இப்போது உங்களுக்குத் தெரிவித்ததைப் பகுத்தறிந்து சிந்தித்துப் பாருங்கள். நல்லொழுக்கத்தில் உயர்ந்தவரே மற்றவரை விட உயர்ந்தவர்.[34]

தன் உரையை முடித்ததும் அவர் கேட்டார். 'இறைவா! நான் என் செய்தியைத் தெரிவித்தேனா?' கூட்டத்தினர் 'ஆம்' என்று ஒருமித்த குரலில் பதிலளித்தனர். அப்போது கீழ்க்காணும் குர்ஆன் வசனம் வெளிப்படுத்தப்பட்டது:

நான் இன்று உங்களுக்காக உங்கள் மார்க்கத்தை முழுமையாக்கிவிட்டேன். உங்கள்மீது என் அருட்கொடைகளை நிறைவு செய்துவிட்டேன். இஸ்லாத்தை உங்களுக்குரிய மார்க்கமாகத் தெரிவுசெய்துவிட்டேன்.(5: 3).

இந்த உரைக்குப் பிறகு நபிகள் நாயகம் நீண்ட நாள் உயிர் வாழவில்லை. காய்ச்சல், தலைவலியால் துன்புற்று நோய் வாய்ப்பட்டார். இரவில் அவரால் தூங்க முடியவில்லை. அவர் குடும்பத்தாரும் தோழர்களும் சூழ்ந்திருக்கத் தனது 63ஆவது

வயதில் கி.பி. 632ஆம் ஆண்டு ஜூன் மாதம் இறந்தார். தன் மனைவி ஆயிஷாவின் வீட்டிலுள்ள ஓர் அறையில் அவர் அடக்கம் செய்யப்பட்டார்.

அடுத்த 50 ஆண்டுகளில் முகம்மதைப் பின்பற்றுவோர் பாரசீகத்திலிருந்து எகிப்துவரை ஆதிக்கம் செலுத்தினர். மத்திய தரைக்கடல் பகுதியில் தங்களின் இருப்பை வலுவாக நிலைத்திருக்கச்செய்தனர். ஸ்பெயினை நோக்கி முன்னேறினர். ஒரு நூற்றாண்டுக்குள் இஸ்லாம் ஓர் உலகளாவிய மதமாகவும் வளமான நாகரிகமாகவும் உருவானது.

10

மனைவியரும் போர் நடவடிக்கைகளும்

ஒரு மதமாக இஸ்லாத்தை நிறுவனமாக உருவாக்குவதற்கும், முஸ்லிம்களின் அன்றாட வாழ்வின் பழக்கவழக்கங்கள், சம்பிரதாயங்களை வடிவமைப்பதற்கும் ஒரு மனிதனாக நாயகத்தின் வாழக்கை விவரங்கள் மிக முக்கியமானவை. எனவே இஸ்லாத்தைப் பற்றிய விமர்சனம் நாயகத்தின் பண்புகளை மையமாகக் கொண்டிருக்க வேண்டும் என மேற்கத்தியக் கிறிஸ்துவ உலகு கூறுவதில் வியப்பில்லை. முஸ்லிம் கலீஃபாவான இரண்டாம் யஸீத்தின் அரசவையில் இருந்த அலுவலரான தமாஸ்கஸ் நகர புனித யோவான் (John of Damascus), (AD 645/ 676-749) The earliest report of the new religion என்ற நூலை எழுதினார். 18ஆம் நூற்றாண்டின் அறிவொளிச் சிந்தனையாளர்களும், வில்லியம் முயர் (William Muir)[35], தந்தை ஹென்றி லேம்மன்ஸ் (Father Henri Lammens)[36] போன்ற 19ஆம் நூற்றாண்டின் கீழ்த் திசை மொழிப் புலமையாளர்களும் இஸ்லாம் குறித்த விமர்சனங்களைத் தங்கள் புத்தகங்களில் பதிவுசெய்தனர். இந்த விமர்சனங்களில் ஒரே மாதிரியான கீழ்க்காணும் இரண்டு விஷயங்கள் குறிப்பிடப்பட்டுள்ளன. முகம்மதின் போர் நடவடிக்கைகள்; அடுத்து அவரின் மனைவியர்.

எடுத்துக்காட்டாக அறிவொளி இயக்கத்தின் மேதைகளான வால்டைர், வால்னீ ஆகியோர் நபிகள் நாயகத்தை மிக மோசமாக விவரித்தனர்.

காட்டுமிராண்டி மரபை உருவாக்கிய பொய்யான இறைத் தூதர் என்று வால்டைர்[37] கூறினார். 'தனது சட்டத்தின் மீது நம்பிக்கைகொள்ள மறுப்பவர்களைப் பட்டாக் கத்தியுடன் அடிபணியச்செய்யும் உறுதிகொண்டிருந்த கொடுமையான தலைவர்'[38] என லே. ஹொாவின்ன (*Les Ruines*) என்னும் தனது நாவலில் சி.எஃப். வோல்னே (*C.F. Volney*) சித்திரித்துள்ளார். பல திருமணங்கள் செய்ததன் காரணமாக பாலியல் விஷயங்களில் நபிகள் நாயகம் ஒழுக்கக் கேடான மனிதர் என்றும் அவர் கூறினார். இவற்றில் பெரும் பகுதி 21ஆம் நூற்றாண்டின் தீவிரப் பிரிவைச் சார்ந்த நவ–பழமைவாத எழுத்தாளர்களிடமிருந்து மீண்டு வந்தவையாகும்.

மேற்குலக நாடுகளின் சொந்த வரலாற்றையும் கிறிஸ்துவத்தின் போர், வன்முறை தொடர்பான செயல்பாடு களின் பதிவுகளையும் கருத்தில் கொண்டால் மேற்குலகக் கல்வியாளர்கள் இத்தகைய விமர்சனத்தை நாயகத்தின் மீது வைக்க முடியாது என்றே கூறலாம். ஆனால் இன்னும் பொருத்தமான ஒரு கேள்வியை ஒருவர் எழுப்பலாம்: நாயகம் வாழ்ந்த இடம், காலச் சூழ்நிலைகளைக் கருத்தில் கொண்டால் யுத்தங்கள் இன்றி நாயகத்தின் பணி சாத்தியமாகியிருக்கும் என்பதை எண்ணிப் பார்க்க முடியுமா? தனது இறைப் பணியின் ஆரம்பப் பகுதியில் மோதல்களை முடிந்தவரை நாயகம் தவிர்த்திருப்பதைக் கண்டிருக்கிறோம். வேறு விதமாகச் செயல்பட ஆதரவோ வலிமையோ அவர் சமூகத்தில் இல்லை. மதீனாவிற்குப் புலம் பெயர்ந்த பிறகு ராணுவ நடவடிக்கையை அவர் தேர்வுசெய்தார்.

'போர்', 'யுத்தங்கள்' ஆகிய வார்த்தைகள் ஒரு நவீன வாசகனின் மனத்தில் கற்பனையாய் உருவாக்கும் பிம்பங்கள் மூலம் நபிகள் நாயகத்தின் காலகட்டத்தில் நடந்த மோதல்களை எண்ணிப்பார்ப்பது சிறந்த முறையாக இல்லாமல் போகலாம்.

பத்ர், உஹத் எனும் இரண்டு யுத்தங்களும் ஒரு நாள் முடிவதற்குள் நடந்து முடிந்தவை. அகழி யுத்தத்தில் சண்டை நடக்கக்கூட இல்லை. கைபர் முற்றுகையின்போது எதிரி களுடன் ராணுவ நடவடிக்கையில் நீண்ட நாள்கள் நாயகம் ஈடுபட்டிருந்தார். இவ்விதம் இறைத்தூதராக இருந்த 23 ஆண்டுகளில் நாயகம் சண்டையில் ஈடுபட்டிருந்தது ஒருசில மாதங்கள்தாம்.

முகம்மதைப் பின்பற்றுவோர் பல சூறையாடல்களிலும் மோதல்களிலும் ஈடுபட்டனர். வளர்ந்துவரும் முஸ்லிம் சமூகத்தை முற்றிலுமாக அழிக்க விரும்பிய எதிரிகளுடனான

இந்தச் சிறிய மோதல்கள் எதையும் மார்க்க ஆதாரங்கள் மறைக்கவில்லை. இந்தச் சிறிய சண்டைகளின் பதிவுகளே இறைத்தூதரின் வாழ்க்கை வரலாற்று எழுத்து வகையின் ஆக்கங்களாகத் தொடக்கத்தில் இருந்தன. அரேபியச் சமூகமும் கலாசாரமும் போர் வீரர்களின் விதிகளின் தொகுப்புடன் ஆழமான தொடர்புகொண்டவை. அங்கே திடீர்த் தாக்குதல்கள், கொள்ளை, சூறையாடுதல் ஆகியவை வழக்க மாக இருந்தன. உயிர் வாழ்வதற்கு முஸ்லிம்கள் தங்களைத் தற்காத்துக்கொள்ளவும் போராடவும் வேண்டியதிருந்தது. 1949ஆம் ஆண்டின் ஜெனிவா ஒப்பந்தம் குறிப்பிட்டிருக்கும் போர்பற்றிய விதிமுறைகள் உள்ளிட்ட தெளிவான நெறிமுறை, ஒரு வகை நியாயமான போர்க் கோட்பாடு குர்ஆனில் உள்ளது. தற்காப்பிற்காக மட்டுமே போர் புரிய வேண்டும் என்பது இதனால் தெளிவாகிறது, குர்ஆனில் குறிப்பிடப்பட்டுள்ள மேலும் சில நெறிமுறைகள் வருமாறு: பொது மக்கள், பெண்கள், சிறார்கள், முதியோர் ஆகியோர்மீது தாக்குதல் கூடாது; கிறிஸ்துவ தேவாலயங்கள், யூதர்களின் திருக்கோயில், பள்ளிவாசல் ஆகிய எத்தகைய வழிபாட்டுத் தலங்களுக்கும் சேதம் விளைவிக்கக் கூடாது; விலங்குகள், நீர் ஆதாரங்கள், பயிர்கள் ஆகியவற்றைச் சேதப்படுத்தக் கூடாது. எதிரிகள் சமாதானத்தை விரும்பினால் அதனை உடனே ஏற்றுக்கொள்ள வேண்டும். மற்ற இறைத்தூதர்களைப் பின்பற்றியவர்களை விடவும் நாயகத்தைப் பின்பற்றுவோர் மோசமாக நடந்து கொள்ளவில்லை. சமாதானம், சகிப்புத்தன்மை, பிற சமய நம்பிக்கை கொண்டோருடனும் மற்ற கலாசாரத்தைப் பின்பற்றுவோருடனும் சேர்ந்து வாழ்வது ஆகியவற்றில் அவர்களை விடவும் நாயகத்தைப் பின்பற்றுவோர் சில சமயங்களில் மிக நன்றாக நடந்துகொண்டிருக்கின்றனர்.

நாயகத்தின் திருமணங்கள் பற்றிய கேள்வியை அதன் பின்னணியில் பார்க்க வேண்டும். ஏழாம் நூற்றாண்டு அரேபியா குடும்ப உறவை அடிப்படையாகக் கொண்டது. அங்குள்ள பழங்குடிச் சமூகம் சுமுகமாக இயங்குவதற்குத் திருமணம் ஒரு வழிமுறை. சமீபகாலம்வரை எண்ணற்ற வெவ்வேறு சமூகங்களின் ஆட்சியாளர், தலைவர்களிடையே உறவுகளை உருவாக்கி வலுப்படுத்துவதற்கான வழிமுறையாகத் திருமணம் இருந்துவருகிறது. எனவே நாயகத்தின் பெரும்பாலான திருமணங்கள் அரசியல் பின்னணி கொண்டவையாய் இருந்ததில் நமக்கு ஆச்சரியம் எதுவுமில்லை.

மொத்தத்தில் 11 பெண்களை நாயகம் திருமணம் செய்து கொண்டார். வாழ்வின் பெரும்பகுதியும் முதல் மனைவி

கதீஜாவே அவருக்கு ஒரே துணையாக இருந்தார். கி.பி. 619ஆம் ஆண்டு கதீஜா இறந்த பின் மக்காவில் இருந்த நாயகம், சமீபத்தில் விதவையாகியிருந்த ஸவ்தா பின்த் ஸம்ஆவைத் திருமணம் செய்துகொண்டார். பின்னர் தனது மிக நெருங்கிய நண்பரான அபூபக்கரின் மகளான ஆயிஷாவை மணந்தார். மதீனாவுக்கு வந்து அந்தச் சமூகத்தின் தலைவராகிய பின் அவருக்கு எட்டுத் திருமணங்கள் நடந்தன. கூடுதலாக அவருக்கு மாரியா அல் கிப்திய்யாவும் இருந்தார். கதீஜாவுக்குப் பின் நபிகள் நாயகத்திற்கு ஒரு குழந்தையைப் பெற்றெடுத்த ஒரே மனைவி இவர்தான். இவர்களின் மகன் இப்ராஹீம் குழந்தைப் பருவத்திலேயே இறந்தார். பனு குரைளாவின் தோல்விக்குப் பிறகு சிறைக் கைதியான ரைஹானவைத் திருமணம் செய்தார். நபிகள் நாயகத்தின் மனைவியர் அனைவரும் நம்பிக்கையாளர்களின் அன்னையர் என்று அழைக்கப்படுகின்றனர்.

நம்பிக்கையாளர்களின் அன்னையர்

1. **கதீஜா பின்த் குவைலித் (ரழி)**
2. **ஸவ்தா பின்த் ஸம்ஆ (ரழி)**
3. **ஆயிஷா பின்த் அபூபக்கர் (ரழி)**
4. **ஹஃப்ஸா பின்த் உமர் (ரழி)**
5. **ஸைனப் பின்த் குஸைமா (ரழி)**
6. **உம்மு ஸல்மா ஹிந்த் பின்த் அபூ உமையா (ரழி)**
7. **ஸைனப் பின்த் ஜஹ்ஷ் (ரழி)**
8. **ஜுவைரியா பின்த் அல் ஹாரிஸ் (ரழி)**
9. **உம்மு ஹபீபா ரம்லா பின்த் அபூசுஃப்யான் (ரழி)**
10. **ஸஃபிய்யா பின்த் ஹுயய் (ரழி)**
11. **மைமூனா பின்த் ஹாரிஸ் (ரழி)**

இவர்களைத் தவிர இரண்டு அடிமைப் பெண்களையும் நபிகளார் தம் மனைவியராக ஏற்றுக்கொண்டிருந்தார்.

1. மாரியா அல் கிப்திய்யா
2. ரைஹானா பின்த் ஸைத்

முந்தைய திருமணங்கள் முகம்மது (ஸல்) தமது ஆதரவாளர்களுடனான உறவை உறுதிப்படுத்திக்கொள்வதை நோக்கமாகக் கொண்டவை. தனது சொந்த மகள்களைத் தனது தோழர்களுக்குத் திருமணம்செய்துவைத்தார். தனது மகள் ருக்கையாவைத் தன் தோழர் உஸ்மானுக்குத் திருமணம்

செய்துவைத்தார். ருக்கையாவின் மரணத்திற்குப் பிறகு தனது இன்னொரு மகளான உம்மு குல்ஸூமை உஸ்மானுக்குத் திருமணம் செய்துவைத்தார். தன்னுடைய உறுதியான ஆதரவாளரான அலீக்குத் தன் மகள் ஃபாத்திமாவைத் திருமணம் செய்வித்தார். தன் ஆருயிர்த் தோழர் அபூபக்கரின் மகள் ஆயிஷாவை முகம்மது (ஸல்) மணந்தார். இன்னொரு நெருங்கிய தோழர் உமர் (ரழி) அவர்களின் 18 வயது மகளும் விதவையுமான ஹஃப்ஸாவையும் முகம்மது (ஸல்) மணந்தார். அபூபக்கர் (ரழி), உமர் (ரழி), உஸ்மான் (ரழி) அலீ (ரழி) ஆகியோர் முகம்மதின் அணுக்கமான மிக முக்கியமான தோழர்களாவர். இவர்கள் ஒருவர் பின் ஒருவராக கலீபாவாக – சரியான பொருளில் முகம்மதின் வாரிசாக – முஸ்லிம் சமூகத்தின் தலைவராக வர இருந்தவர்கள். தோழர்களை நாயகத்துடன் நெருக்கமாகப் பிணைப்பவையாக இந்தத் திருமணங்கள் அமைந்தன.

பிற்காலத் திருமணங்கள் இனக்குழுவினருடனான கூட்டணியை வலுப்படுத்துவதாகவோ நட்புறவை மீட்பதற்கான காரணமாகவோ அமைந்தன. எடுத்துக்காட்டாக: பனூ முஸ்தலிக் இனக்குழுவினருடான சிறிய சண்டையில் ஜுவைரியா பின்த் அல் ஹாரிஸ் சிறைக் கைதியாகப் பிடிபட்டார். அந்தச் சண்டையில் அவருடைய கணவர் கொல்லப்பட்டார். நாயகம் ஜுவைரியாவை மணமுடித்த போது முஸ்தலிக் இனக்குழுவில் உள்ள அனைவரும் இறைத் தூதரின் உறவினராயினர். இதனை அறிந்த மற்ற முஸ்லிம்கள் சிறைக் கைதிகளாகப் பிடித்து வைத்திருந்த முஸ்தலிக் இனக்குழுவினரை உடனே விடுவித்தனர். அபூ சுஃப்யான் நாயகத்தைக் கடுமையாக எதிர்த்தவரும் மக்காவிலுள்ள பிரபுக்களின் தலைவர்களில் ஒருவர். அபூ சுஃப்யானின் மகளான உம்மு ஹபீபாவை நாயகம் திருமணம் செய்தார். இந்தத் திருமணம் மக்கா நகரின் செல்வாக்குமிக்க குடிமக்களில் ஒருவராக நாயகத்தை இணைத்தது.

நாயகத்தின் திருமணங்களில் இரண்டு சர்ச்சைக்குரியவையாக ஆயின. முதலில் ஆயிஷாவுடனான திருமணம். இந்தத் திருமணம் நடந்தபோது ஆயிஷாவின் வயது ஒன்பதோ பத்தோ. நாயகத்தின் வயது 53. திருமண வயது பற்றிய மரபுகள் கலாச்சாரரீதியாகத் தீர்மானிக்கப்படுபவை. அவை காலப் போக்கில் அடிப்படை மாற்றத்திற்குள்ளாகின்றன. குழந்தைத் திருமணமோ கணிசமான வயது வித்தியாசமோ ஏழாம் நூற்றாண்டு அரேபியச் சமூகத்தின் கலாச்சாரப் பின்னணியில் திருமணத்திற்குத் தடையாக இருந்ததில்லை. மாதவிடாய் தொடங்கியவுடன் பெண்கள் திருமணம்செய்துகொள்ள

முடிந்தது. இது முதிர்ச்சியின் அறிகுறியாகக் கருதப்பட்டது. மனித வரலாற்றின் பெரும்பகுதியிலும் பெரும்பாலான சமூகங்களில் இந்த வழக்கம் இருந்துவருகிறது. ஆயிரம் ஆண்டுகளுக்குப் பிறகு சமுதாயமும் அதன் உணர்வுகளும் எவ்விதம் மாறும் என்பதற்கு ஓர் இறைத்தூதர் உதாரணமாக இருந்திருக்க வேண்டுமா? ஏறத்தாழ 1400 ஆண்டுகளுக்கு முன்பு இருந்த சமுதாயச் சூழலில் வாழ்ந்தவர்களுக்கு இன்றைய சமகால உணர்வுகளையும் குழந்தைப் பருவம் குறித்த நவீனக் கருத்தாக்கத்தையும் பொருத்திப் பார்ப்பது சரியா?

ஆயிஷாவின் திருமணம் பற்றிய விமர்சனம் நவீன காலத்தில் தான் உருவாகியுள்ளது குறிப்பிடத்தக்கது. முதிர்ச்சியான நிலையை ஆயிஷா அடையும்வரை உடல் ரீதியான உறவு எதுவும் அவருக்கு நிகழவில்லை; இதை ஆதாரங்கள் மிகத் தெளிவாக எடுத்துரைக்கின்றன. இது அன்றைய மக்காவிலோ இடைக்கால கிறிஸ்தவ உலகிலோ விமர்சனம் எதையும் ஏற்படுத்தவில்லை.

ஸைனப் உடனான முகம்மதின் திருமணம் சர்ச்சைக் குரியதாகக் கருதப்பட்டது. இந்தத் திருமணத்தால் அரேபியாவில் சிலர் அதிர்ச்சியில் புருவம் உயர்த்தினர். குர் ஆனில் குறிப்பிடப்படும் ஒரே திருமணம் இதுதான். நாயகத்தின் வளர்ப்பு மகனான ஸைத் இப்னு ஹாரிஸாவை ஸைனப் மணமுடித்தார். இந்தத் திருமணத்தில் ஸைனபுக்கு மகிழ்ச்சி இல்லை; மட்டுமல்லாமல் ஸைனப்பின் சகோதரர்களும் அவளை நிராகரித்தனர். இதற்குக் காரணம் ஸைனப்பும் அவர் குடும்பத்தாரும் பிரபுத்துவப் பரம்பரையினர். ஸைதோ ஓர் அடிமை. நாயகம் தலையிட்டு மணவிலக்கு கூடாதென வலியுறுத்தினார். மணமக்கள் தலாக் சொல்லிப் பிரிந்த பிறகு நாயகத்துடன் ஸைனப்பின் திருமணம் முடிந்தது. இந்தத் திருமணம் ஏற்புடையது என்று குர்ஆன் அதிகாரப்பூர்வமாக அறிவித்தது. இந்தத் திருமணம் தொடர்பாகக் கல்வியாளர்கள், நவீன எழுத்தாளர்களின் திருகலான விவாதம் ஏற்கெனவே நன்கறிந்த எளிய உண்மைகளுக்கு அப்பால் புதிய புரிதலையோ விளக்கத்தையோ தருவதில்லை. நாயகத்தின் காலத்திலும் இப்போதும் இது சர்ச்சைக்குரிய விசயமாகவே இருந்து வருகிறது

திருமணத்தில் கன்னித் தன்மை குறிப்பிடத்தக்க அந்தஸ்தின் அடையாளமாக இருந்த சமூகத்தில் இது பெரிய மாற்றமாக இருந்திருக்கும். ஆயிஷாவைத் தவிர நாயகத்தின் மனைவியர் யாவரும் ஏற்கெனவே திருமணமானவர்கள்தாம் என்ற செய்தி குறிப்பிடத்தக்கது

தனது மனைவியரைச் சுதந்திரமான பெண்களாக மதித்துப் பாராட்டுபவராக நாயகம் இருந்தார். இறைப் பணியில் முகம்மதை ஆதரித்து அவருக்கு உதவியாக அவரின் மனைவியர் இருந்தனர். தனது மனைவியரையோ, பொதுவாகப் பெண்களையோ நடத்துவதில் பெண் வெறுப்பின் சிறிய தடயமும் அவரிடம் இருந்ததில்லை. பெண் சிசுக் கொலை நடைமுறையில் இருந்த சமூகத்தில் பிறந்த அவர், தமது பெண் குழந்தைகளை நேசிப்போரும், பெண் குழந்தைகளுக்குப் பதிலாக ஓர் ஆண் குழந்தையைத் தேர்வு செய்யாதவரும் சுவர்க்கம் செல்வார் என அறிவித்தார். ஒருவனின் பண்பை அறிய விரும்பினால் அவன் மனைவியின் நிலைமை பற்றி விசாரிக்க வேண்டும் என்று நபிகள் கூறியதாகவும் அறிவிக்கப்படுகிறது.

எவ்விதம் அழகானவர்கள்?

நாயகத்தின் மனைவியரின் அழகுபற்றி மரபார்ந்த ஆதாரங்களில் நிறையவே விவாதிக்கப்பட்டிருக்கின்றன. இவை சம்பிரதாயமாகக் கூறியிருப்பவைதாமா அல்லது நாயகத்தின் அந்தஸ்திற்கு ஏற்றதாகப் பிற்கால ஆதாரங்களால் குறிப்பிட்ட முறையில் வரிசைப்படுத்தப்பட்டு அலங்கரிக்கப் பட்டவையா என்று மதிப்பிடுவது கடினம். இவற்றை எழுதியவர்களின் கண்ணோட்டத்தையும் அணுகு முறையையும் பற்றியே மரபார்ந்த ஆதாரங்கள் அதிகமும் கூறுவதான சந்தேகம் எழுகிறது. ஆனால் மனைவியருடனான சகவாசத்தையும் ஆரோக்கியமான பாலியல் வாழ்வையும் நாயகம் அனுபவித்தார்; அதில் சந்தேகம் இல்லை...

நாயகத்தின் மனைவியர் சமூக கவுரவம், மதிப்பு ஆகியவற்றின் வெறும் வெற்றிக் கோப்பைகள் அல்ல. அவர்கள் சுதந்திரச் சிந்தனை கொண்டவர்கள். நாயகம் இறந்த பின் முஸ்லிம் சமுதாயத்தின் அரசியல் வாழ்வில் முக்கியமான பங்களிப்பைச் செலுத்தியவர்கள். மதீனாவிற்குப் புலம்பெயர்வதற்கு முன்னரே இஸ்லாத்தை ஏற்றுக்கொண்டவர்களான ஸவ்தா (ரழி), ஸைனப் (ரழி), உம்மு ஸலமா (ரழி), உம்மு ஹபீபா (ரழி) ஆகியோர் உறுதியான குணமும் மனோதிடமும் கொண்டவர்களாக இருந்தனர். ஹஃப்ஸா துணிச்சலானவர் மட்டுமல்ல. எழுத்தறிவு கொண்டவருமாவார். குர்ஆனின் மூலப் படிவத் தொகுப்பின் பாது காவலருமாவார். இந்த மூலப் படிவத்தை அடிப்படையாகக் கொண்டே உஸ்மானின் அதிகாரப்பூர்வமான குர்ஆன் பிரதி உருவானது. கதியற்றவர்களிடையே தொண்டு செய்ததால் ஸைனப் (ரழி) பரவலாகப் பாராட்டப்பட்டார். அவரின் தாராள மனப்பான்மைக்காக

'ஏழைகளின் தாய்' என்ற பட்டப் பெயரைப் பெற்றார். ஹுதைபியா உடன்படிக்கையில் எதிரிகளுக்குச் சலுகைகள் தர ஒத்துக்கொண்டதால் நாயகத்தைப் பின்பற்றுபவர்களிடையே கருத்து வேறுபாடு எழுந்தபோது அவர்களை அமைதிப்படுத்துவதற்கான செயல் திட்டத்தைத் தந்து உதவியவர் உம்மு ஸலமா (ரழி). எல்லோரைவிடவும் ஆயிஷா (ரழி) ஒளிவு மறைவில்லாமல் பேசுபவர். சுதந்திரமானவர். ஆரம்பகால முஸ்லிம் சமுதாயத்தின் அரசியல்ரீதியான யுத்தங்களின் முக்கிய ஆளுமை நாயகத்திற்கு அணுக்கமானவர். இதன் காரணமாக நாயகத்தின் வாழ்க்கை, குண நலன்கள், செயல்பாடுகள் ஆகிய தகவல்களின் முதன்மை ஆதாரமாக விளங்கினார். இந்தத் தகவல்களே ஹதீஸின் அடிப்படையாக விளங்கின. இவ்வாறு நாயகம் உருவாக்க முயன்ற புதிய சமூக அமைப்பின் முன்மாதிரியாக அவர் மனைவியர் இருந்தனர். இதில் நண்பர்களாகவும் உதவிபுரிவோராகவும் ஆண்களுடன் இணைந்து செயல்படுமாறு பெண்களை நாயகம் ஊக்குவித்தார். தனது இறைப்பணியில் அவர்களின் ஆலோசனையையும் பங்களிப்பையும் மிகவும் உயர்வாகக் கருதினார்.

திருமணங்களுக்கோ யுத்தங்களுக்கோ பின்னணியில் உள்ள காரணங்களைக் கண்டறிவது அடிப்படை உண்மைகளை மாற்றுவதாகாது அல்லது அவற்றை ஏற்றுக் கொள்வதாகவும் ஆகிவிடாது. எனினும் ஒரு நியாயமான கருத்தை உருவாக்குவதில் விவரங்கள் இன்றியமையாத பகுதியாகும். நாயகம் அவரது காலத்து மனிதர். அவர் பிறந்த உலகின் சம்பிரதாயங்களாலும் மரபாலும் வடிவமைக்கப் பட்டவர். அத்தகைய சூழலில அறிவொளி பெற்ற மனிதராக அவர் இருந்தார். தனது சமூகத்தை நேர்மையும் நல்லொழுக்கமும் கொண்ட நிறைவான பாதையில் அமைக்கத் தீவிரமான மாற்றத்தை நாடினார்.

11

இறைத்தூதர்: ஒரு மனிதராக அவர் பண்புகள்

'நானும் உங்களைப் போன்ற ஒரு மனிதன்' இதுதான் தன்னைப் பற்றிய சுயவிளக்கமாக நபிகள் நாயகத்தின் வாழ்நாள் முழுவதும் இருந்தது.

அவர் ஒரு நேர்மையான மனிதர். உள்ளார்ந்த அடக்கமும் அன்பான ஆளுமையும் கொண்டவர். பலரின் கவனமும் அவர்மீது இருந்தது. புகழ் பெற்றவராகவும் தவிர்க்க முடியாதவராகவும் அவர் இருந்தார். எனினும் பகட்டோ ஆடம்பரமோ உயர்ந்தவராகத் தன்னைக் காட்டிக்கொள்ளும் மனப்பான்மையோ இல்லாதவராக இருந்தார். வியாபார விஷயமாக நாயகத்துடன் சிரியா சென்ற கதீஜாவின் வேலையாள், நாயகத்தின் வர்த்தக நடவடிக்கைகளை மட்டுமல்லாமல் வேலையாளான தன்னை அவர் நன்றாக நடத்தியது பற்றிய விவரங்களையும் பாராட்டு அறிக்கையாக கதீஜாவிடம் தெரிவித்தார். முகம்மது (ஸல்) அவர்களின் மனிதப் பண்புகள் பற்றிய விவரங்களே – அந்த அறிக்கையில் இருந்தன. மிகப் பிந்திய காலத்திலும் இதே பண்புகள் முகம்மதிடம் இருந்ததாக அப்போது அவரின் பணியாளராக இருந்த அனஸும் கூறினார். 'நான் அவருக்குச் சேவை செய்ததை விட அவர் எனக்குச் சேவை செய்தது அதிகம். அவர் என்மீது கோபம் கொள்ளவில்லை; என்னை மோசமாக நடத்தியதுமில்லை.'[39]

'மற்றவர்களுக்குத் தொண்டுசெய்பவரே ஒரு சமூகத்திற்கு மிகவும் பிரியமானவராக இருப்பார்' என்று நாயகம் கூறினார். அவரை அழைத்துவர யாராவது ஒரு வேலைக்காரனை அனுப்பினால், தன்னை மேலான நிலையில் வைத்துத் தனக்குப் பின்னால் அந்த வேலையாள் வர வேண்டுமென அவர் வற்புறுத்துவதில்லை. அந்த வேலையாளைப் பின்தொடர்வார். பெரும்பாலும் வேலையாளுடன் கைகோத்தவாறு செல்வார். ஒரு கணவராக, தந்தையாக, நண்பராக, சமூகச் சீர்திருத்த வாதியாக, சமுதாயத்தைக் கட்டி எழுப்புபவராக இருந்த நாயகத்திடம் இந்தப் பணிவையும் மற்றவரை மதிக்கும் பண்பையும் காண முடிந்தது.

அந்தஸ்தைப் பொருட்படுத்தாமல் ஒவ்வொருவரையும் மரியாதையுடனும் கண்ணியத்துடனும் நடத்த வேண்டும் என்பது அவர் வாழ்வின் அடிநாதமாக இருந்தது. மக்களைச் சந்திக்கும் போது அவரின் முழுக் கவனமும் அவர்கள்மீது இருக்கும்; பேசும்போது முழுவதுமாக அவர்களிடம் திரும்பி அவர்களின் கைகளை அன்பாகப் பற்றிக்கொள்வார். கைகுலுக்கிய பிறகு ஒருபோதும் அவர் தனது கையை முதலில் விலக்கிக்கொள்வதில்லை என்று கூறப்படுகிறது. முகம்மதின் முகம் பிரகாசத்தால் ஒளி வீசிற்று. அவரிடம் காணப்பட்ட குறிப்பிடத்தக்க அம்சமென அவரின் சமகாலத்தவர் இதைக் குறிப்பிடுவார்கள்.

இறைத்தூதரின் பேரார்வம்

பேரீச்சம் பழங்களின் மீதும் நறுமணப் பொருள்கள் மீதும் நாயகம் பேரார்வம் கொண்டிருந்தார். முகத்திலும் தலையிலும் கைகளிலும் கஸ்தூரியையும் வாசனைத் திரவியங்களையும் தேய்ப்பார். கற்றாழை எண்ணெய்யையும் கற்பூரத்தையும் தனது உடலிலும் உடையிலும் அடிக்கடி பயன்படுத்துவதுண்டு.

துரதிருஷ்டத்தையும் துன்பங்களையும் அறிந்திருந்த மனிதரான நாயகம் வாழ்நாள் முழுவதும் மற்றவர்களின் தேவைகளுக்காகப் பரிவையும் கருணையையும் தக்க வைத்திருந்தார். இந்த விசயத்தில் குர்ஆன் கூறும் அற நெறிச் சாரத்தின் வாழும் விளக்கமாக அவர் திகழ்ந்தார் எனப் பொருத்தமாகவே விவரிக்கப்படுகிறார். சமூகம், மனித உறவுகளின் அடிப்படையாக சமூக நீதியையும் சமத்துவத்தையும் நிறுவ வேண்டியது அவசியமாகும்.

மதீனாவின் அங்கீகரிக்கப்பட்ட தலைவராகிய பிறகும் சிக்கனமாகவும் அளவான தேவைகளுடனும் தனது வாழ்வை முகம்மது (ஸல்) தொடர்ந்தார்.

மதீனாவிலுள்ள பள்ளிவாசல் வளாகத்தில் அவர் வசித்து வந்தார். அவரின் சாதாரணமான வீட்டின் முன் காவலாளிகள் யாருமில்லை. எளிமையான ஆடைகளையே உடுத்தினார். தங்கத்தையோ பட்டையோ அணிய மறுத்தார். செல்வச் செழிப்பு, பகட்டாகக் காட்டிக்கொள்வது முதலியவற்றின் உள்ளார்ந்த அபாயங்களை அவர் தெளிவாக எடுத்துரைத்தார். அரசவை நீதி மன்றங்களின் கொடூரத்துடனும் இறுமாப்புடனும் தங்கத்தைத் தொடர்புபடுத்திக் கூறினார். அத்தகைய சலனங்களின் மீதான விழிப்புணர்வு அவரிடமிருந்தது: முஸ்லிம்கள் குறித்து அவர் இவ்விதம் கூறினார்: நான்

விரிவுபடுத்தப்பட்டு நவீன வசதிகளுடன் கூடிய புனிதப் பள்ளிவாசல் கஅபா

பயப்படுவது வறுமையை அல்ல. ஆனால் உங்களுக்கு முன் சென்றவர்களுக்குக் கொடுக்கப்பட்ட உலகச் செல்வங்களைப் போலவே உங்களுக்கும் கொடுக்கப்பட்டது. அவற்றுக்காக அவர்கள் போட்டியிட்டது போலவே நீங்களும் போட்டியிடத் தொடங்குவீர்கள். அவை அவர்களை அழித்ததுபோலவே உங்களையும் அழிக்கக்கூடும்.'[40] ஓர் ஆட்சியாளரின் அந்தஸ்தின் அடையாளங்களிலோ பொறிகளிலோ சிக்கிக்கொள்ளாமல்

வழக்கமான வீட்டு வேலைகளில் உதவினார். அகழி யுத்தத்தில் தற்காப்பிற்காக அகழி தோண்டும் வேலையில் சமூகம் ஈடுபட்டிருந்தபோது அதில் நாயகமும் சேர்ந்துகொண்டார். உணவு, பணம், அத்தியாவசியப் பொருள்கள் ஆகியவை தேவைப்படும் நபர்களையோ, அகதிகளையோ ஒருபோதும் அவர் திருப்பி அனுப்பியதில்லை. அவருக்கும் அவர் குடும்பத்தினருக்கும் உணவும் அத்தியாவசியப் பொருள்களும் மிகச் சிறிதளவே இருந்தபோதும் வீட்டிற்கு யார் வந்தாலும் அவர்களுக்கு அடைக்கலம் தருவார்; வீட்டில் என்ன இருந்ததோ அதில் பங்கும் தருவார். 'பசித்தவர்களுக்கு உணவளி' என்ற எண்ணமே முகம்மதின் நிலையான மந்திரமாக இருந்தது. இனப் பெருமிதம் நிறைந்த ஒரு சமூகத்தில் வாழ்ந்தபோதும் முகம்மதின் (ஸல்) கண்ணோட்டத்தில் அதன் சுவடே இருந்ததில்லை. அரேபியர் அல்லாத ஒருவரைக் காட்டிலும் அரேபியருக்குச் சலுகையோ முன்னுரிமையோ இல்லை என்ற கோட்பாட்டை அவரின் இறுதிப் பேருரை அடிக்கோடிட்டுக் காட்டியது.

வலுவான நீண்டகால உறவுகளை நாயகம் உருவாக்கினார். அவரின் செவிலித் தாயான ஹலீமா பாலூட்டும் வாடகைத் தாயாகக் கருதப்படவில்லை; நபிகளார் வாழ்வில் நேசத்திற்குரிய பகுதியாக அவர் இருந்தார். ஹலீமா மக்கா வரும்போதெல்லாம் அவருக்கு விருந்தளிக்கப்பட்டது; நன்றாகக் கவனிக்கப்பட்டார். வறட்சியின்போதும் பஞ்சத்தின் போதும் நாயகத்தின் மனைவி கதீஜா ஓர் ஒட்டகத்தையும் 40 ஆடுகளையும் ஹலீமாவுக்கு வழங்கினார். ஒரு பதாயின் குடும்பத்தின் வாழ்வாதாரத்தை மீண்டும் கட்டியெழுப்ப இது வழிவகை செய்தது. எப்போதும் தன்னுடனேயே இருக்கும் அபூபக்கரின் மீது ஆழமான அன்பு வைத்திருந்தார். அவருடன் வாழ்நாள் உறவை ஏற்படுத்திக்கொண்டார்.

இறைத்தூதர் என்பவர் ஆன்மிக உணர்வால் உந்தப்பட்டவர். எனினும் சுய – முக்கியத்தை நிராகரிக்கும் நகைச்சுவை உணர்வு அவரிடமிருந்தது. நடைமுறை விஷயங்களைக் கையாளும் திறனும் நாயகத்திடமிருந்து நீங்கிவிடவில்லை. தன்னைப் பின்பற்றுபவர்களிடம் தொழுகையைப்பற்றி அதிகமும் புகழ்ந்துரைத்தபோதிலும் 'இறைவனைத் தொழுங்கள். உங்கள் ஒட்டகத்தைக் கட்டி வையுங்கள்' என்பது அவர் கூறிய மணிமொழிகளில் ஒன்று. தொழுகையை நிறைவேற்றும் முனைப்பில் ஒட்டகத்தைக் கட்ட மறந்தவர் அவர். இதுபோன்ற பல நிகழ்வுகளின் விளைவாக இறுதியில் வெளிப்பட்டதே இந்த மணிவாசகம். நாயகத்தைப்

பொறுத்தவரை தொழுகையானது உலக யதார்த்தத்தையும் நடைமுறைகளையும் மேலும் அறிந்துகொள்வதற்கான வழிமுறையே தவிர அவற்றுக்கான மாற்று அல்ல.

மக்கள் தன்னை ஒரு மேதையாகக் காண்பதையோ அப்படிச் சித்தரிப்பதையோ அவர் அனுமதிக்கவில்லை. தான் தவறு செய்யாதவரென அவர் உரிமை கொண்டாடவில்லை. பிறரிடம் இல்லாத அறிவு தன்னிடம் இருப்பதாக ஏற்றி வைக்கப்படும் முயற்சிகளை உடனே மறுத்தார். அனைவரும் அறிந்த கதை இந்தக் கருத்தை விளக்கும். நாயகம் ஒரு பேரீச்சம் பழத் தோப்பைக் கடந்து சென்றுகொண்டிருந்தபோது இது நடந்தது. ஒரு விவசாயி தனது பயிரில் மகரந்தச் சேர்க்கை தொடர்பாக ஏதோ ஒரு வேலைசெய்துகொண்டிருந்தார். இந்த நடைமுறை சரியில்லை எனப் பொருள்படும்படியான ஒரு கருத்தை நாயகம் கூறியதாக அவர் சொன்னார். நாயகம் கூறியதற்கேற்ப அவர் விவசாயம் செய்தபோது விளைச்சல் குறைந்தது. இதுபற்றிய விவசாய அறிவு தனக்கு இல்லையெனவும் அத்தகைய நடைமுறை விஷயங்களில் நிபுணத்துவம் உள்ளவர்களின் கருத்தையே பின்பற்ற வேண்டுமெனவும் கூறினார். அவர் முறையாகக் கல்வி கற்றவரில்லை. எனினும் கற்றலின் மீது அவருக்கு மிகப் பெரிய மதிப்பிருந்ததை அவரின் எண்ணற்ற முதுமொழிகளே காட்டும். ‘அறிவைத் தேடி சீனாவிற்குச் செல்’, ‘ஒரு வருட வழிபாட்டை விட ஒரு மணிநேரச் சிந்தனை சிறந்தது’, ‘வணக்க வழிபாடுகள் செய்யும் அறிவில்லாத ஆயிரம் பேரை விடவும் கற்றறிந்த ஒருவரைக் கண்டு ஷைத்தான் அஞ்சுகிறான்’, ‘தியாகியின் ரத்தத்தைவிட அறிஞனின் மை புனிதமானது’, அறிவைத் தேடி வீட்டை விட்டு வெளியேறுபவர் கடவுளின் பாதையில் செல்கிறார்.’[41]

தவறே செய்யாமல் நடை முறை விஷயங்களைக் கையாளும் அறிவு தனக்கிருப்பதாகச் சொல்லப்படுவதை உறுதியாக அவர் மறுத்தார். தன்னையோ தனது வாழ்வில் நடந்த சம்பவங்களையோ சகுனங்களோடும் இயற்கைக்கு அப்பாற்பட்ட அறிகுறிகளோடும் தொடர்புபடுத்திப் பேசுவதை முற்றாக நிராகரித்தார். தனது மகன் குழந்தைப் பருவத்திலேயே இறந்தபோது ஒரு கிரகணம் பிடித்தது. நாயகத்தின் மகன் இறந்ததற்காக வானம் அழுகிறது என மக்கள் அதனை விவரித்தபோது, கிரகணம் ஓர் இயற்கை நிகழ்வு என நாயகம் அறிவித்தார். அவர் ஓர் அசாதாரணமான இறைத்தூதராக மற்றவருக்குத் தோன்றினாலும் இயல்பாக இருந்தார். அதுவே அவரின் நடத்தை முறையாகவும் பண்பின் முக்கியக் கூறாகவும் இருந்தது.

நபிகள் நாயகம் சமூகத்தின் தலைவர் – அதன் ஆட்சியாளர் அல்ல. கலந்தாலோசித்து ஒத்திசைவுடன் முடிவெடுக்க வேண்டுமென முஸ்லிம்களை அவர் கேட்டுக்கொண்டார். கொள்கை நிர்ணயம்செய்ய சமூகம் ஒன்று சேர்வது மதீனா பள்ளிவாசலில்தான். இந்த விவாதங்களில் ஆலோசனை வழங்க நபிகள் நாயகம் எப்போதும் தயாராக இருந்தார். அந்தச் சமயங்களில் விவேகமான காரணங்களுடன் தன்னுடன் முரண்படுவதை நாயகம் வரவேற்றார். வயதான பெண்மணி ஒருவர் விவாதம்செய்தபோதும் நாயகம் அவருடன் உடன்பட்டதாகப் பதிவுசெய்யப்பட்டுள்ளது.

தன்னைப் பற்றி அவர் மிகையாகக் கூறுவதுமில்லை; அவ்விதம் பிறர் கூற அனுமதிப்பதுமில்லை. அவரைப் பொறுத்தவரை நேர்மையின் பொருளாக இதனை அவர் கண்டார். தனது அன்பிற்குரிய பெரிய தகப்பனார் அபூதாலிப் இறக்கும் தறுவாயிலும் இஸ்லாத்தை ஏற்றுக்கொள்ள மறுத்தார். ஆனால் இறப்பதற்கு முன் இறுதி வார்த்தையாக இறை நம்பிக்கையை ஏற்றுக்கொண்டதாக அபூதாலிப் அறிவித்தார் எனவும் அதனைத் தான் கேட்டதாகவும் ஒருவர் நாயகத்திடம் கூறினார். அதற்கு நாயகம், 'நான் கேட்கவில்லை' என உடனே பதில் அளித்தார். அபூ தாலிப் முஸ்லிமாக மாறுவதைத் தனிப்பட்ட முறையில் நாயகம் விரும்பினார். அந்த விருப்பத்தையே இன்னொருவர் கூறியபோதிலும் நாயகம் அதனை ஏற்கவில்லை. தனக்கு உறுதியாகத் தெரியாததை நாயகம் கூற மாட்டார். அது உண்மை என்று பிறர் கூற அனுமதிக்கவும் மாட்டார்.

நியாயத் தீர்ப்பு நாள் குறித்த முகம்மதின் செய்தி வருமாறு: செல்வம், புகழ், பரம்பரை, சமூக அந்தஸ்து, கவிஞர் களுடனான நட்பு, வீட்டிலிருக்கும் அழகான பெண்கள், சந்ததியரின் எண்ணிக்கை, பிறந்த உலகின் மதிப்பீடுகள் போன்றவற்றால் அந்த இறுதித் தீர்ப்பு நாளன்று எந்த வித்தியாசமும் ஏற்பட்டுவிடுவதில்லை. இந்தச் செய்தியில் உள்ளடங்கியுள்ள நெறிமுறைகளின்படி அவர் வாழ்ந்தார்; இந்த நெறிமுறைகளில் மிக முக்கியமானவையாகத் தான் கருதிய விஷயங்களை வலியுறுத்தினார். அவையாவன: ஏழைகளுக்கு உணவளித்தல், அனாதைகளைப் பராமரித்தல், விதவைகளுக்கு அடைக்கலம் தருவது, பலவீனமானவர்களைப் பாதுகாப்பது ஆகியவையாகும். மன்னிக்கும் கடவுளின் இரக்கத்தையும் கருணையையும் பறைசாற்றிய மனிதர் அவர். சர்ச்சைகள், பிரச்சினைகளுக்குத் தீர்ப்பளிக்கும்போதும், முடிவு எடுக்கையிலும் மன்னிப்பே அவரின் தேர்வாக இருந்தது.

அந்தச் சமயங்களில் மன்னிப்பின் பக்கம் நின்று தவறிழைக்கவும் செய்தார். இதற்கான தெளிவான சான்று உள்ளது.

> **பூனையை நேசிப்பவர்**
>
> நாயகம் பூனைகளை மிகவும் நேசித்தார். தூங்கிக்கொண்டிருந்த பூனைக்குத் தொந்தரவு ஏற்படாமல் அதனை வெளியே கொண்டு வருவதற்காகத் தான் உடுத்தியிருந்த ஆடையில் துளை போட்டார்.

நாயகம் இறந்த ஐம்பது ஆண்டுகளில் பாரசீகத்திலும் எகிப்திலும் அவரைப் பின்பற்றுவோரைக் காண முடிந்தது. அவர்கள் ஸ்பெயினை நோக்கிச் சென்றார்கள். நூறு ஆண்டுகளிலேயே உலகளாவிய மதமாகவும் நாகரிகமாகவும் இஸ்லாம் உருவானது. நாயகத்தைப் பின்பற்றுவோர் அவரின் நற்பண்புகளைப் பேணியதன் காரணமாக நாகரிகத்தின் உச்சிக்கே இஸ்லாம் சென்றது. இந்த நற்பண்புகள் புறக்கணிக்கப்பட்டதால் முஸ்லிம் நாகரிகம் நலிவுற்று வீழ்ச்சியடைந்தது.

நாயகம் பற்களைச் சுத்தம் செய்த விதம், அவர் தாடியின் நீளம் அல்லது அவரின் தோற்றம் போன்ற விவரங்களைச் சம கால முஸ்லிம்கள் பின்பற்ற விழைகின்றனர். இத்தகைய விவரங்கள் நாயகத்தின் தன்மைகளைப் பிரதிபலிப்பதில்லை. இவற்றைவிடவும் முகம்மது (ஸல்) என்ற மனிதரின் பண்பி லிருந்தும் ஆளுமையிலிருந்தும் நாம் – நம்பிக்கையாளர்களோ இல்லாதவர்களோ – கற்றுக்கொள்ள வேண்டியவை உண்டு.

சமூக நீதி, சமத்துவம், மனித உறவில் கருணை, இரக்கம் ஆகியவற்றை அவர் வலியுறுத்தினார். இதில் ஒவ்வொருவருக்கும் படிப்பினை உள்ளது. தனிமனிதரிடமும் சமூகத்திலும் நீடித்த முக்கிய மாற்றத்தை விளைவிக்கும் உள்ளார்ந்த ஆற்றலின் விளக்கமாக நாயகத்தின் வாழ்க்கை திகழ்கிறது. அடிப்படை நற்பண்புகளைப் பேணுவது நம் ஒவ்வொருவரையும் சிறப்பாக மாற்ற முடியும். இது நபிகள் நாயகம் நமக்குக் கூறுவதாகும்.

முகம்மதின் பொன்மொழிகள்

1. நன்மை பயக்க வல்ல இறைவன் நல்லதை விரும்புகிறான். தூய்மையான அவன் தூய்மையை நேசிக்கிறான்.
2. இறைவன் உங்களின் தோற்றத்தைப் பார்ப்பதில்லை. உங்கள் உள்ளங்களையும் செயல்களையுமே காண்கிறான்.
3. உலகம் அழகானதும் பசுமையானதும் ஆகும். அதனை மேற்பார்வையிடும் பொறுப்பாளர்களாக இறைவன் உங்களை நியமித்திருக்கிறான்.
4. இறைவனை வழிபடவே பூமி முழுவதும் படைக்கப்பட்டுள்ளது. அது மாசற்றது, தூய்மையானது.
5. படைப்பினம் முழுமையும் இறைவனின் குடும்பம்.
6. இறை நம்பிக்கையில் பாதி தூய்மையாகும்.
7. முஸ்லிம் ஒருவன் செடி நடுகிறான். விதை விதைத்து வயலில் பயிர் வளர்க்கிறான். மனிதர், பறவை, விலங்குகள் யாவும் அதன் விளைச்சலை உண்டு பயனடைந்தால், அவனைப் பொறுத்தவரை அவை யாவும் பரோபகாரமே.
8. ஒரு செடி நட்டு அது வளர்ந்து கனி தரும்வரை யார் அதனை முயற்சியுடன் பேணிப் பாதுகாக்கிறாரோ அவருக்கு இறைவனின் வெகுமதி உண்டு.
9. இறைவனின் படைப்பினங்கள் மீது கருணை காட்டுவோரிடம் இறைவன் கருணை காட்டுகிறான்.
10. அறிவைத் தேடுவது முஸ்லிம் ஒவ்வொருவரின் புனிதக் கடமையாகும்.
11. கருவறையிலிருந்து கல்லறைவரை அறிவைத் தேடுங்கள்.
12. உங்களை நீங்கள் அறிந்துகொள்ளுங்கள்.

நபிகள் நாயகம்

13. ஒரு வருட இறை வழிபாட்டை விட இறைவன் குறித்த ஒரு மணிநேர ஆழ்ந்த சிந்தனை மேலானது. இறை வழிபாட்டில் அதிக நேரம் செலவிடுவதைவிட கற்பதில் அதிக நேரம் செலவழிப்பது சிறந்தது. முழு இரவும் இறைவனைத் தொழுவதைவிட, இரவில் ஒரு மணிநேரம் பிறருக்கு அறிவைக் கற்றுத் தருவது நல்லது.

14. இறைவனின் படைப்பில் பகுத்தறிவைவிட வேறு எதுவும் இல்லை. அதைக் காட்டிலும் அழகானதும் நிறைவானதும் வேறில்லை.

15. நற்செயல் புரியவும் உண்மையாக இருக்கவும் எப்போதும் பாடுபட வேண்டும்.

16. பிறருக்குக் கசப்பாக இருந்தாலும் உண்மையையே பேச வேண்டும்.

17. ஏராளமாக இருப்பதைக் காட்டிலும் குறைவாக, போதுமான அளவு இருப்பதே நல்லது.

18. ஒவ்வொரு மதத்திற்கும் ஒரு சிறப்பான தன்மை உண்டு. இஸ்லாத்தின் சிறப்புத் தன்மை அடக்கம்.

19. அடக்கமும் நம்பிக்கையும் பிரிக்க முடியாதவை. ஒன்றை இழந்தால் மற்றதுவிடும்

20. சூரியன் உதிக்கும் ஒவ்வொருநாளும் பிறருக்கு உதவி செய்வது ஒவ்வொருவரின் கடமை. இரு போட்டி யாளர்களிடையே சமரசம்செய்துவைப்பது பரோபகாரம். ஒட்டகத்தில் / வாகனத்தில் ஏற ஒருவருக்கு உதவுவது பரோபகாரம். அவரின் சுமையை அதில் ஏற்றி வைக்க உதவுவதும் பரோபகாரம். நல்ல வார்த்தையும் பரோபகாரமே. இடையூறாக வழியில் கிடக்கும் பொருள்களை அகற்றுவதும் உங்கள் சகோதரனைப் பார்த்துப் புன்னகைப்பதும் அப்படியே.

21. மாலையில் உயிருடன் இருக்கும் நீ, விடியும்வரை வாழ்வோம் என எதிர்பார்க்காதே . காலையில் இருக்கும் நீ மாலைவரை இருப்போம் என நம்பாதே. வாழும்போது மரணத்தையும் நலமுடன் இருக்கையில் நோயையும் நினைவிற்கொள்.

22. மகிழ்ச்சியுடன் இருங்கள். நம்மை மகிழ்விப்பவை நமக்குக் கிடைக்குமெனு நம்பிக்கை கொள்ளுங்கள்.

23. உங்களுக்கு வறுமை ஏற்பட்டுவிடுமோ என அஞ்சவில்லை. உலகச் செல்வங்கள்மீது உங்களுக்குப் பேராசை வந்து விடுமோவென அஞ்சுகிறேன். உலகச் செல்வங்களில்

பேராசை கொண்ட உங்கள் முன்னோர்களை அது அழித்ததைப் போல உங்களையும் அது அழித்துவிடும் என்பதால்.

24. நல்ல வழிகளில் ஈட்டும் செல்வம் ஒருவனுக்கு மகிழ்ச்சி தரும். அது அவனின் நற்பேறு. பேராசையில் தேடிய செல்வமோ அருள் அல்ல. அவன் என்ன சாப்பிட்டும் வயிறு நிறையாதவனைப் போன்றவன்.

25. துன்பங்கள் உங்களைத் தடுமாறச் செய்யும் முன்னர், செழிப்பினால் மனம் மாசடைவதற்கு முன்பு, நோய் உங்களை முடக்கிவிடுவதற்கு முன்னர், முதுமையில் தளர்ந்து பிதற்றும் நிலை ஏற்படும் முன், திடீரென மரணம் சூழும் முன்னர் நல்லது செய்ய விரையுங்கள்.

26. கஞ்சத்தனத்தில் சிக்கிவிடாமல் உங்களைக் காத்துக் கொள்ளுங்கள். ஏனெனில் உங்களுக்கு முன்பு வாழ்ந்தவர்களை அது அழித்திருக்கிறது.

27. நெருப்பு விறகை எரிப்பதைப் போல் பொறாமை உங்கள் நற்செயல்களை எரித்துவிடும்.

28. நேர்மை உங்களை அமைதிகொள்ளச் செய்யும்.

29. தவறுகளுக்குச் சாதகமான சட்டப்பூர்வமான கருத்துகளை மக்கள் உங்களுக்குச் சொல்வார்கள். ஆனால் செய்த தவறோ தவறு செய்தவன் நெஞ்சில் அலைமோதி அவனைத் தடுமாறச் செய்யும்.

30. தண்ணீரில் ஐஸ் கட்டிகள் உருகுவதுபோல் நற்குணம் தவறுகளை உருகச்செய்துவிடுகிறது.

31. விஷயங்களை இலகுவாக்குங்கள்; கடினமாக்காதீர்கள். மக்களை உற்சாகப்படுத்துங்கள். மட்டம் தட்டிப் பேசாதீர்கள்.

32. மென்மை அழகுறச் செய்கிறது. அது இல்லையெனில் ஒவ்வொன்றும் கறைபட்டுவிடுகிறது,

33. பெண்களின் உரிமைகள் புனிதமானவை.

34. முதியோரை மதியாதவனும் சிறார்களிடம் அன்பு காட்டாதவனும் நம்மைச் சேர்ந்தவன் அல்ல.

35. அண்டை வீட்டார் பசித்திருக்க வயிறு நிறைய உண்பவன் இறை நம்பிக்கையாளன் அல்ல.

36. அக்கம்பக்கத்திலுள்ளவருக்குத் தீங்கு செய்பவன் சொர்க்கம் செல்ல மாட்டான்.

37. பணிவுடன் இருங்கள். அண்டை வீட்டாரிடம் பெருமை யடித்துக்கொள்ளாதீர்கள். அவர்களைத் துன்புறுத்தவும் வேண்டாம்.

38. உங்கள் சகோதரனை நேசித்தால் அதை அவனிடம் சொல்லுங்கள்.

39. தீமையைக் கைகளால் தடுத்து நிறுத்துங்கள். முடிய வில்லையெனில் நாவினால் தடுக்கவும். அதுவும் இயல வில்லையெனில் மனத்தால் தீமையை வெறுக்க வேண்டும். ஆனால் இதுவே (மனதால் வெறுப்பது) நம்பிக்கையில் மிகப் பலவீனமானது.

40. கண்ணியமில்லாத நடத்தை அழகைக் குலைத்துவிடுகிறது; அடக்கம் ஒவ்வொன்றின் அழகையும் மெருகேற்றுகிறது.

41. நீங்கள் எவ்விதம் இருக்கிறீர்களோ அப்படியே உங்களை ஆள்பவர்களும் இருப்பர்.

42. கொடுங்கோன்மையான ஆட்சியாளர்களிடம் உண்மையை உரைப்பது மிகச் சிறந்த அறப்போராகும் (ஜிகாத்).

43. தனது மனத்துடன் போரிடுவதே (தன்னை வெல்லுதல்) மிகப் பெரிய ஜிகாத்.

44. உழைப்பவன் வியர்வை உலரும் முன் கூலியைக் கொடுத்துவிடுங்கள்.

45. தனது கட்டுப்பாட்டில் இருப்பவனுக்கு உரியதைக் கொடுக்காமல் இருப்பது பாவம்.

46. விலையேறும்வரை பொருள்களைப் பதுக்கிவைப்பவனுக்குச் சாபம் உண்டாகட்டும். பொருள்களைப் பதுக்காமல் விற்பனைக்குக் கொண்டுவருபவனைச் செல்வவளத்தால் இறைவன் ஆசீர்வதிப்பான்.

47. பசித்தவனுக்கு உணவளியுங்கள். உடல் நலமில்லாதவரை நலம் விசாரியுங்கள்.

48. முஸ்லிமோ, முஸ்லிம் அல்லாதவரோ யாராக இருப்பினும் துன்பத்தில் உதவுங்கள்.

49. பணிவும் கண்ணியமான நடத்தையும் பக்திப்பூர்வமான செயல்பாடுகளாகும்.

50. மறுமையை ஒப்பிடுகையில் இந்த உலகத்தின் மதிப்பு சமுத்திரத்தில் ஒரு துளியே.

பின்னிணைப்பு

I. பாரம்பரிய வாழ்க்கை வரலாற்று நூல்கள்

1. இப்னு இஸ்ஹாக் எழுதிய 'முகம்மதின் வாழ்க்கை':

மதீனாவில் பிறந்த முகம்மது இப்னு இஸ்ஹாக் (இறப்பு 767/8) வரலாற்றாசிரியரும், இறைத்தூதரின் பழக்க வழக்கங்கள், உரைகள், நம்பிக்கை, செயல் முறைகள் பற்றிய தகவல்களைச் சேகரிப்பவருமாவார். இந்தத் தகவல்கள் இறைத்தூதர் பற்றி அவர் எழுதிய வாழ்க்கை வரலாற்று நூலுக்கு அடிப்படையாக அமைந்தன. இறைத்தூதர் இறந்து 100 ஆண்டுகளுக்குப் பின் எழுதப்பட்ட இந்த நூலை அவரின் மாணவரான அப்துல் மாலிக் இப்னு ஹிஷாம் (இறப்பு 833) பின்னர் செம்மைப்படுத்தி வெளியிட்டார். இப்போது நமக்குக் கிடைப்பது செம்மைப்படுத்தப்பட்ட இந்த நூலே. இப்னு இஸ்ஹாக் எழுதிய நூல் முழுக்கவும் செய்யுள் வடிவில் உணர்ச்சியைத் தூண்டும் விதமான விவரணைகளுடன் இருந்தது. இந்த நூலே இறைத்தூதரின் மிக உண்மையான அதிகாரப்பூர்வ வாழ்க்கை வரலாற்று நூல் எனக் கருதப்படுகிறது. செம்மைப்படுத்தியபோது இப்னு ஹிஷாம் பெரும்பான்மையான செய்யுட்களை நீக்கிவிட்டார்.

Ibn Ishaq, Life of Muhammad, trans. A Guillaume. (Oxford: Oxford University Press, 1955)

2. அல்–வாகிதி எழுதிய முகம்மதின் வாழ்க்கை:

மதீனாவில் பிறந்த அபூ அப்துல்லா முகம்மது இப்னு உமர் இப்னு வாகிதி (748–822) பழம்பெரும் அப்பாசித் கலீஃபாவான ஹாரூன் அல் ரஷீதின் காலத்தில் வாழ்ந்தவராவார். இவர் வரலாற்றாசிரியர். புத்தகங்களை மிகவும் விரும்புபவர். (பெரிய நூலகமே இவரிடமிருந்தது.) இப்னு இஸ்ஹாக் எழுதிய வாழ்க்கை வரலாற்று நூலை இப்னு ஹிஸாம் செம்மைப்படுத்திய காலகட்டத்தில், அல் வாகிதி இந்த நூலைக் தொகுக்கும் பணியில் ஈடுபட்டிருந்தார். இறைத்தூதர் முகம்மது (ஸல்) அவர்களின் யுத்தங்கள்,

போர் நடவடிக்கைகள் பற்றிய விவரங்களே இந்த நூலின் பெரும்பகுதியிலும் உள்ளன. 14ஆம் நூற்றாண்டு வரலாற்றாசிரியரும் சமூகவியலை நிறுவியவருமான இப்னு கல்தூன் போன்ற பிற்காலத்திய அறிஞர்கள் வாகிதியின் நூலிலுள்ள விவரங்கள் கவனமாகவும் துல்லிய மாகவும் பதிவு செய்யப்படவில்லை என்ற கடுமையான குற்றச்சாட்டை முன் வைத்தனர்.

The Life of Muhammad: Al-Waqidi's Kitab al-Maghazi, ed. R Faizer, trans. R Faizer, A Ismail and A K Tayob (London: routledge 2011)

3. இப்னு சா'த் எழுதிய The Book of major classes:

ஈராக்கிலுள்ள பஸராவில் பிறந்த முகம்மது இப்னு சா'த் (784–845) வாழ்க்கை வரலாற்றாசிரியரும் ஆவண எழுத்தரும் படிஎடுப்பவருமாவார். இஸ்லாம் குறித்த முதலாம் நூற்றாண்டு வாழ்க்கை வரலாற்று ஆக்கங்களின் நிபுணராகக் கருதப்படுகிறார். முக்கியமான ஆளுமைகளின் வாழ்க்கை வரலாறு குறித்த தகவல்களைத் தொகுப்பு களாக வெளியிட்டுள்ளார். *The Book of Major Classes* என்ற பெயரில் வெளிவந்துள்ள இந்த நூலின் முதல் இரண்டு தொகுப்புகள் முழுக்கவும் இறைத்தூதரின் வாழ்க்கை வரலாறு குறித்துப் பேசுபவை. நூலின் ஒட்டுமொத்தக் கதை யாடலையும் ஒன்றிணைக்க இறைத்தூதரின் மரபுகளைப் (சொல் செயல் முதலானவை) பயன்படுத்தியுள்ளார்.

Ibn Sa'd, Kitab Al- Tabaqat Al-Kabir trans. S Moinnul Haq (Delhi: Kitab Bhavan, two volumes, 2009)

4. The History of Al-Tabari

அபூ ஜாஃபர் முகம்மத் இப்னு ஜரீர் இப்னு யஸீத் அல் தபரி (838–923) ஈரானிலுள்ள அமொல் என்னும் நகரில் பிறந்தார். செல்வாக்கு மிக்க முதன்மையான இஸ்லாமிய வரலாற்றாசிரியர்களில் தபரியும் ஒருவர். அல் தபரியின் வரலாறு எனப் பொதுவாக அறியப்படும் *The History of Prophets and Kings* என்ற நூல் உலகம் படைக்கப்பட்ட காலகட்டத்திலிருந்து கி.பி. 915ஆம் ஆண்டுவரையான உலகளாவிய வரலாறாகும். இந்த நூல் 40 தொகுப்புகளாக வெளிவந்துள்ளது. நான்கிலிருந்து ஒன்பதுவரையான ஆறு தொகுப்புகளும் இறைத்தூதரின் வாழ்க்கை வரலாற்றையே முழுக்கவும் பேசுகின்றன. நூலிலுள்ள தகவல்களின் மதிப்பு என்னவாயினும் அனைத்தையும் சேகரித்து ஒரே இடத்தில் இடம் பெறச் செய்வதிலே தபரி ஆர்வம் கொண்டிருந்தார்.

விமர்சன ரீதியாகத் தகவல்களைப் பிரிக்கும் பணியை மற்றவர்களுக்கு விட்டுவிட்டார்.

Ehsan Yar-Shatar, Ed., The History of Al-Tabari (New York: State University of New York Press, 40 vols, published between 1989 and 2007)

5. இப்னு கஸீர், இறைத்தூதர் முகம்மதின் வாழ்க்கை

டமாஸ்கஸில் பிறந்த அபூ அல்ஃபிதா இஸ்மாயீல் இப்னு உமர் இப்னு கஸீர் (1301–73) வரலாற்றாசிரியரும் சட்ட நிபுணரும் இறைத்தூதரின் ஹதீஸ்களைச் சேகரிப்பவருமாவார். இப்னு இஸ்ஹாக் எழுதிய வாழ்க்கை வரலாற்றினைப் போல கஸீரின் இந்த நூலும் பின்னர் செம்மைப்படுத்தப்பட்டது. நபிகள் நாயகத்தின் வாழ்க்கை வரலாற்றையும் அவர் வாழ்வில் நடந்த பல்வேறு நிகழ்வுகளின் விவரங்களையும் இந்த நூல் கூறுகிறது. மட்டுமல்லாது அவரின் மணிமொழிகளின் திரட்டாகவும் இந்த நூல் அமைந்துள்ளது.

Ibn Kathir, The life of the Prophet Muhammad (Al-Sira al- Nabawiyya) trans. T Le Gassick London: Garnet, three volumes, 1998}

II. அதிகாரப்பூர்வ ஹதீஸ் தொகுப்புகள்

நபிகள் நாயகம் கூறியவை, உரையாடல்கள், போதனைகள், பழக்கவழக்கங்கள், நடைமுறைகள், நம்பிக்கை, வாழும் வழிகள் ஆகியவை குறித்த பதிவுகளே ஹதீஸ் ஆகும். முகம்மது (ஸல்) அவர்கள் இறந்து 200 ஆண்டுகளுக்குப் பிறகு இந்த ஹதீஸ்கள் சேகரிக்கப் பட்டன. குர்ஆனுக்குப் பிறகு முஸ்லிம்களின் மிக முக்கியமான இரண்டாவது வழிகாட்டும் ஆதாரமாக இந்த ஹதீஸ்கள் விளங்குகின்றன. . . ஆதாரப்பூர்வமான முக்கிய ஹதீஸ் திரட்டுகள் ஆறு உள்ளன. அரபு மொழியில் இவை அல் – சிஹாஹ் அல் – சித்தா என்று அழைக்கப்படுகின்றன. அவற்றின் உண்மைத் தன்மையின் அடிப்படையில் ஹதீஸ்கள் கீழ்க்காணுமாறு வரிசைப்படுத்தப்பட்டுள்ளன.

1. ஸஹீஹ் அல் – புகாரி:

இந்த நூலிலுள்ள ஹதீஸ்களைச் சேகரித்துத் தொகுத்தவர் இமாம் புகாரி (810–70). இப்போது உஸ்பெகிஸ்தான் நாட்டில் உள்ள புகாரா என்ற நகரில் இமாம் புகாரி பிறந்தார். ஆதலால் அவர் சேகரித்த ஹதீஸ் தொகுப்பின் பெயர் புகாரி என அவர் பிறந்த நகரின் பெயரால்

அறியப்படுகிறது. அவர் ஆறு லட்சம் ஹதீஸ்களுக்கு அதிகமாகவே சேகரித்தார். அவற்றில் 7275 ஹதீஸ்களே ஆதாரப்பூர்வமானவை என்று கருதினார். மற்றவை நம்பத்தகுந்தவை அல்ல என நிராகரித்தார். நம்பிக்கை, வழிபாடும் அறிவும், திருமணமும் மண விலக்கும், உணவும் நீரும், ஜிஹாத், மதீனாவில் இறைத்தூதரின் வாழ்க்கைப் போக்கு போன்ற பல விஷயங்களை உள்ளடக்கிய புகாரியின் ஹதீஸ்களின் தொகுப்பு 97 அத்தியாயங்களாகப் பிரிக்கப்பட்டுள்ளன.

2. ஸஹீஹ் முஸ்லிம்:

இந்த நூலிலுள்ள ஹதீஸ்களைச் சேகரித்துத் தொகுத்தவர் இமாம் முஸ்லிம் (821–75). ஈரானின் வட கிழக்கிலுள்ள நைஸாப்பூரில் இமாம் முஸ்லிம் பிறந்தார். தான் சேகரித்த மொத்தம் மூன்று லட்சம் ஹதீஸ்களில் ஆதாரப்பூர்வமானவை என 9200 ஹதீஸ்களையே தேர்வு செய்தார். ஸஹீஹ் அல் புகாரியை விட ஸஹீஹ் முஸ்லிம் நன்கு ஒழுங்கமைக்கப்பட்டதாகும். ஒரு குறிப்பிட்ட விசயம் பற்றி (எ.கா உணவு) கூறப்பட்ட வெவ்வேறு ஹதீஸ்கள் ஒரே இடத்தில் தரப்பட்டுள்ளன.

3. சுனன் அல் – சுஃக்ரா

இந்த நூலிலுள்ள ஹதீஸ்களைச் சேகரித்துத் தொகுத்தவர் இமாம் அல் நஸாயி (829–915). மேற்காசியாவில் நஸா என்ற நகரில் பிறந்தார். இவரின் ஹதீஸ் தொகுப்பு நான்காவது கலிஃபாவும் இறைத்தூதர் முகம்மதின் மருமகனுமான அலீ (ரலி) அவர்களுக்கு அரசியல் ரீதியாகச் சார்புடையவை என்று கூறப்படுகிறது.

4. சுனன் அபூ தாவூத்: அபூ தாவூத் (இறப்பு 889) கிழக்கு ஈரானிலுள்ள ஸிஸ்தான் நகரில் பிறந்தார். இருபதாண்டு காலத்தில் ஐந்து லட்சத்திற்கும் அதிகமான ஹதீஸ்களைச் சேகரித்ததாகக் கூறப்படுகிறது. இவற்றில் 4600 ஹதீஸ்களையே ஆதாரப்பூர்வமானவை என்று கருதினார். இவர் தொகுத்த பல ஹதீஸ்களின் நம்பகத் தன்மை கேள்விக்குரியவை எனப் பாரம்பரிய அறிஞர்கள் கருதுகின்றனர். இந்த ஹதீஸ் தொகுப்பு சர்ச்சைக்குரியதாகக் கருதப்படுகிறது.

5. ஜாமிஉத் – திர்மிதீ:

இந்த நூலிலுள்ள ஹதீஸ்களைச் சேகரித்துத் தொகுத்தவர் அல் – திர்மிதீ (824 – 92) ஆவார். தற்போதைய

உஸ்பெகிஸ்தானில் உள்ள டெர்மெஸ் என்ற நகரில் பிறந்தார். இந்த ஹதீஸ் தொகுப்பு குர்ஆனின் கருத்துரையையும் உள்ளடக்கியுள்ளது.

6. சுனன் இப்னு மாஜா:

இந்த நூலிலுள்ள ஹதீஸ்களைச் சேகரித்துத் தொகுத்தவர் இப்னு மாஜா (824–87) ஆவார். இவர் ஈரானிலுள்ள கஸ்வின் என்ற நகரில் பிறந்தார். இதிலுள்ள 4000 ஹதீஸ்கள் 32 அத்தியாயங்களில் ஒழுங்கமைக்கப்பட்டுள்ளன. இவர் தொகுத்த சுனன் இப்னு மாஜா நூலிலுள்ள சில ஹதீஸ்கள் போலியானவை எனப் பின்னர் அறிவிக்கப்பட்டதால், இந்தத் தொகுப்பும் சர்ச்சைக்குரியதாகக் கருதப்படுகிறது.

ஸஹீஹ் அல் புகாரி, ஸஹீஹ் முஸ்லிம் ஆகிய இரு ஹதீஸ் தொகுப்புகளையே மிகவும் ஆதாரப்பூர்வமானவை என முஸ்லிம்கள் கருதுகின்றனர். பொதுவாக முஸ்லிம்கள் பயன்படுத்துவதும் இந்த இரண்டு தொகுப்புகளையே. ஏற்கெனவே கூறப்பட்ட சில ஹதீஸ்கள் திரும்பவும் இந்தத் தொகுப்புகளில் கூறப்பட்டுள்ளன. இவற்றைத் தவிர்த்து ஆதாரப்பூர்வமான ஹதீஸ்கள் மொத்தம் 7000 ஆகும்.

ஷியா முஸ்லிம்களுக்கென நான்கு ஹதீஸ் தொகுப்புகள் உள்ளன.

7. கிதாப் அல் காஃபி

இந்த நூலிலுள்ள ஹதீஸ்களைச் சேகரித்துத் தொகுத்தவர் குலைனி (864–941) ஆவார். ஈரானிலுள்ள தெஹரானுக்கும் – குவோம் நகருக்குமிடையே ஓர் இடத்தில் இவர் பிறந்தார் என்று கூறப்படுகிறது. மூன்று பிரிவுகளைக் கொண்ட இந்த ஹதீஸ் தொகுப்பில் ஏழாயிரத்திற்கும் அதிகமான ஹதீஸ்கள் உள்ளன. ஆனால் இந்த ஹதீஸ்கள் பல உண்மையானவை அல்ல என ஷியா பிரிவைச் சார்ந்த கல்விமான்கள் கருதுகின்றனர்.

8. மன் லா யஹ்ழுருஹு அல் – ஃபகீஹ்

இந்த நூலிலுள்ள ஹதீஸ்களைச் சேகரித்துத் தொகுத்தவர் ஷேக் அல் சதூக் (இறப்பு 991). இவர் ஈரான் நாட்டில் பிறந்திருக்கலாம். 'ஒவ்வொரு மனிதனும் தனக்கான ஒரு வழக்குரைஞனே' என்பது இந்த ஹதீஸ் தொகுப்பின் கருத்தாகும். இஸ்லாமியச் சட்டங்கள் குறித்தே இந்த நூல் முக்கியமாகப் பேசுகிறது.

9. தஹ்தீப் அல்–அஹ்காம்

இந்த நூலிலுள்ள ஹதீஸ்களைச் சேகரித்துத் தொகுத்தவர் அபூ ஜாஃபர் அல்-தூஸி (995–1067). ஈரானிலுள்ள டஸ் நகரில் பிறந்தார். ஷியா இஸ்லாத்தின் செல்வாக்குமிக்க சிந்தனையாளர்களில் ஒருவர். ஷரியா அல்லது இஸ்லாமியச் சட்டம் சம்பந்தமான அம்சங்களைப் பற்றியே இந்த ஹதீஸ் தொகுப்பு பிரத்தியேகமாக விவாதிக்கிறது.

10. அல் – இஸ்திப்ஸார்

இந்த நூலிலுள்ள ஹதீஸ்களைச் சேகரித்துத் தொகுத்தவர் அபூ ஜாஃபர் அல் – தூஸி (995–1067) ஆவார். 5511 ஹதீஸ்கள் கொண்ட இந்தத் தொகுப்பு இஸ்லாமியச் சட்டவியல் குறித்துச் சிறப்பாகக் கவனம் செலுத்துகிறது.

III. பிரபலமான வாழ்க்கை வரலாறுகள்

1. *Martin Lings, Muhammad: His life based on Early Sources (London: Allen and Unwin, 1983)*

   Martin Lings எழுதிய இந்த நூல் முஸ்லிம்களிடையே மிகப் பரவலாக வாசிக்கப் பெற்ற நூலாகும். இப்னு இஸ்ஹாக், இப்னு சைத், தபரி இன்னும் பிற பாரம்பரிய ஆதாரங்களைப் பயன்படுத்தி இறைத்தூதர் முகம்மதின் வாழ்க்கையை லிங்ஸ் கூறுகிறார். அவரின் இந்த நூல் ஆரம்பகால முஸ்லிம் வரலாற்றாசிரியரான வாஹிதியை மிக அதிகமாகவே சார்ந்திருப்பதான விமர்சனம் உள்ளது. (வாஹிதியின் எழுத்தில் நுணுக்கமான விபரங்களோ புறவயமான அணுகுமுறையோ இராது என்று சிலர் கருதுவதுண்டு.)

2. *Mohammad Husayn Haykal, The life of Muhammad, Trams. / Ragi al Faruqi Indianapolis, IN: North American Trust Publication, 1976)*

   முகம்மது ஹைக்கல் எழுதிய 'முகம்மதின் வாழ்க்கை' முதலில் 1933இல் வெளியிடப்பட்டது. சமீப காலத்தில் மக்களிடையே அதிகமான தாக்கத்தை ஏற்படுத்திய வாழ்க்கை வரலாற்று நூல்களில் இதுவும் ஒன்று. இதனை எழுதியவர் எகிப்து நாட்டைச் சேர்ந்த முகம்மது ஹைக்கல் (1888–1956). இவர் ஒரு பத்திரிகையாளரும் அரசியல்வாதியுமாவார். நபிகள் நாயகம் பற்றிய மேற்கத்திய அறிஞர்களின் பொய்யான கருத்துக்களை அம்பலப்படுத்துவதில் அக்கறை கொண்டிருந்தார். இது நவீன வாழ்வில் முகம்மதின் பொருத்தப்பாட்டினைச் சுட்டிக்காட்டும் நன்கு ஆய்வுசெய்யப்பட்ட வாழ்க்கை வரலாற்று நூல் ஆகும்.

3. *Shibli Numani, Sirat un Nabi, Trans. M Tayyib Bakhsh Budayuni (Lahore: Kazi publications, two volumes, 1979)*

உருதுவில் முகம்மது (ஸல்) அவர்களைப் பற்றிய மிகச் சிறந்த நூலாகும். நொமானி (1857–1914) ஆங்கிலேய ஆட்சியின் போது வாழ்ந்த மிகவும் மதிப்பிற்குரிய சிறந்த கல்வி யாளராவார். தொடக்கத்தில் ஆறு ஆய்வுத் தொகுப்புகளாக இந்த நூலை எழுதும் எண்ணம் இவருக்கு இருந்தது. ஆனால் இறப்பதற்குள் இரண்டு தொகுப்புகளையே இவரால் எழுத முடிந்தது. அவரின் மாணவரான செய்யது சுலைமான் நத்வி (1884–1953) எழுதி முடிக்கும் பணியை நிறைவு செய்தார். உருதுவில் மிகப் பரவலாக வாசிக்கப்பட்ட இந்த நூலின் ஆங்கில மொழிபெயர்ப்பின் தரம் குறைவாகவே உள்ளது. நூலாசிரியர் நொமானியின் அற்புதமான உரைநடைக்கு அது நியாயம் சேர்க்க வில்லை.

4. *Abdul Hasan Ali Nadwi, Muhammad Rasulullah: The life of Prophet Muhammad, Trans. M Ahmad (Lucknow: Islamic Research and Publications, 1978)*

நத்வி (1913–99) இந்திய சமயக் கல்வியாளர்களில் ஒரு உச்ச நட்சத்திரமாக இருந்தார். இவரின் நிகரற்ற அரபு மொழித் தேர்ச்சியால் மத்திய கிழக்கு நாடுகளில் மிகப் பிரபல மடைந்தார். அரபு மொழியில் இவர் எழுதிய முகம்மது ரசூலுல்லாஹ் என்ற நூல் உருதுவிலிருந்து மொழி பெயர்க்கப்பட்டதாகும். ஒரு நூல் நம்பகத்தன்மையுடனும் துல்லியமாகவும் இருக்க வேண்டுமென்பதில் மிகக் கவனமாக இருப்பவர்.

5. *W Montgomery Watt, Muhammad: Prophet and Statesman (Oxford University Press, 1961)*

இந்த நூல் முகம்மது வாழ்ந்த அரேபியாவின் கலாசார அரசியல் பின்னணி, அவரின் அரசியல் ரீதியான வெற்றிகள், இஸ்லாத்தை வடிவமைப்பதில் யூதம், கிறிஸ்துவத்தின் தாக்கம் முதலியவை பற்றிய கல்விசார் ஆய்வாகும்.

6. *Abdul Hameed Siddiqui, The Life of Muhammad (Lahore: Islamic Publications, 1969)*

இந்த நூல் முகம்மது நபியின் வாழ்க்கை குறித்த பக்தி பூர்வமான சித்திரமாகும். இந்தியத் துணைக் கண்டத்தில் இந்த நூல் பிரபலமானது.

7. *Karen Armstrong, Muhammad: Prophet of Our Time (London: Atas Books 2006)*

    முகம்மதின் வாழ்க்கை வரலாற்றை சமநிலையுடன் தெளிவாகவும் அழகாகவும் சித்திரிக்கிறது

8. *Barnaby Rogerson, The Prophet Muhammad: A Biography (London: Little Brown, 2003)*

    இந்த நூல் ஏழாம் நூற்றாண்டு அரேபியாவுக்கே வாசகனை அழைத்துச் சென்று ஏதோ அங்கேயே அவன் இருப்பதான உணர்வை அவனுக்குத் தருகிறது.

9. *Ziauddin Sardar, Muhammad: Aspcts of a Biography (Leicester: Islamic Foundation 1978)*

    முகம்மதின் வரலாற்றினைச் சிறிய நாவலாக எடுத்துரைக்கிறது. முஸ்லிம் இளைஞர்களிடையே இந்த நூல் பிரபலமாக உள்ளது.

10. *Eliot Weinberger, Muhammad (London: Verso, 2006)*

    முகம்மது வாழ்வின் ஆன்மிகக் கூறுகளைக் கவிதை – உரைநடையில் உணர்ச்சியுடன் கூறுகிறது. முகம்மது வின் பாரம்பரிய வாழ்க்கை வரலாற்றினை விமர்சனப் பூர்வமாக இந்த நூல் ஆராய்கிறது.

IV. கல்விப்புலம் சார்ந்த பிரதிகள்

1. *Marshall G S Hodgson, The Venture of Islam (Chicago: Chicago University Press, three volumes, 1974)*

    முகம்மதின் போதனைகள் ஓர் உலகளாவிய நாகரிகத்தை உருவாக்கியது பற்றி இந்த நூல் ஆராய்கிறது. முகம்மதை, அவரின் சவால்களை, ஒரு முஸ்லிம் தேசம் உருவான விதத்தைப் பற்றி முதல் தொகுப்பிலுள்ள முதற் புத்தகம் ஆராய்கிறது.

2. *M M Azami, Studies in Early Hadith Literature (Indianapolis: American Trust Publication, 1978.)*

    ஹதீஸ்களின் உண்மைத் தன்மை குறித்த விரிவான ஆய்வாகும். ஆரம்பகால பிரதிகளை இந்த நூல் பேசுகிறது. சில முஸ்லிம் கல்வியாளர்கள் இந்த நூலை முக்கியப் பிரதியாகக் கருதுகின்றனர்.

3. *F E Peters, Muhammad and the Origins of Islam (New York: State University of New York Press 1994)*

இப்னு இஸ்ஹாக்கின் முகம்மதின் வாழ்க்கை என்ற நூலை விமர்சன ரீதியாகவும் சில சமயங்களில் குறை காணும் நோக்குடனும் இந்த நூல் ஆராய்கிறது

4. *Mohammad Hashim Kamali, Hadith Methodology (Selangor: Ilamiah Publishers 2002)*

ஹதீஸ்களின் உண்மைத் தன்மை, அவற்றைத் தொகுத்த விதம், விமர்சனம் முதலியவை பற்றிய விரிவான விவாதத்தை முன்வைக்கிறது. சீர்திருத்தத்திற்கான திட்டங்களையும் முன் மொழிகிறது.

5. *Carl W Ernest, Following Muhammad (Chapel Hill, NC: University of North Carolina Press 2003)*

'தற்போதைய உலகில் இஸ்லாம் குறித்த மறு சிந்தனை' என்ற துணைத் தலைப்புடன் இந்த நூல் வெளியாகி யுள்ளது. இருபத்தொன்றாம் நூற்றாண்டில் முகம்மதின் போதனைகளைச் சிறப்பாகப் பின்பற்றுவது குறித்து நூலாசிரியர் விளக்குகிறார்.

6. *Irving M Zeitlin, The Historical Muhammad (Oxford: Polity Press, 2007)*

முகம்மது (ஸல்) அவர்கள் வாழ்வின் முக்கிய அம்சங்கள் குறித்த சமீபத்திய கல்வியாளர்களின் கூற்று / எதிர் விவாதம் போன்றவற்றை இந்த நூல் ஆராய்கிறது.

7. *M Hamidullah, The Life and work of the Prophet of Islam*

இந்த நூல் முதலில் 1959இல் வெளிவந்தது. ஆவண ஆதாரங்களை அடிப்படையாகக் கொண்டு முகம்மதின் வாழ்வை ஆராயும் கல்விப்புலம் சார்ந்த விரிவான ஆராய்ச்சி நூலாகும்.

8. *Jonathan A C Brown, Hadith: Muhammad's Legacy in the Medieval and Modern world (London: Oneworld 2009)*

வரலாறு நெடுக ஹதீஸ்களைத் தொகுக்க முஸ்லிம்கள் மேற்கொண்ட தீவிரமான ஆய்வு குறித்து இந்த நூல் விரிவாகப் பேசுகிறது. ஈடுபாட்டுடன் வாசிக்கத் தூண்டும் முக்கிய ஆக்கமாகும்.

9. *Fred M Donner, Muhammed and the Believers (Cambridge, MA: Harvard University Press, 2010)*

முகம்மதின் பாரம்பரிய வாழ்க்கை வரலாற்று விவரங்களை விமர்சனப்பூர்வமாக ஆராய்ந்து கீழ்க்

காணும் நிலைப்பாட்டினைக் காரணங்களுடன் முன்வைக்கிறது. முஸ்லிம்கள், தொடக்க காலக் கிறிஸ்தவர்கள், யூதர்கள் உள்ளிட்ட 'நம்பிக்கையாளர்கள் சமூகத்தில்' இஸ்லாத்தின் தோற்றத்தைக் காணலாம்.

10. George Schoeler, The Biography of Muhammad: Nature and Authenticity (London: Routledge, 2011)

எழுத்தாகவும் வாய்வழிப் பரிமாற்றம் மூலமாகவும் வெளிவந்த இறைத்தூதர்களின் ஆரம்பகால வாழ்க்கை வரலாறுகளை ஆராய்ந்த இந்த நூலாசிரியர் இந்த முடிவுக்கு வந்தார்:

இறைத்தூதர் இறந்து ஒன்றிரண்டு தலைமுறைகளுக்குப் பிறகு தொகுக்கப்பட்ட ஹதீஸ்களிலுள்ள முக்கியக் கருத்துகளின் மீது ஐயம்கொள்வதற்கான காரணம் எதுவுமில்லை.

V. முகம்மதைப் பற்றிய திரைப்படங்கள்

1. The Message (1976) written by H.A.L.Craig, A.B.Jawdat al-Sahhar, Tawfiq al-Hakim et al., produced and directed by Moustapha Akkad, Filmco International Productions.

கட்டுக்கோப்பான வடிவத்துடன் சிறப்பாகச் சித்திரிக்கப் பட்டுள்ள இந்தத் திரைப்படம் நாயகத்தின் வாழ்வையும் அவர் காலத்தையும் தொடர்ச்சியான வரலாறாக எடுத்துக் கூறுகிறது. இஸ்லாமியப் பாரம்பரியத்தின்படி இந்தத் திரைப்படத்தில் இறைத்தூதர் சித்திரிக்கப்பட வில்லை; அவர் குரலை நாம் கேட்பதுமில்லை. குறிப்பிட்ட ஒரு காட்சியில் மெல்லிய ஆர்கன் இசை மூலம் முகம்மது இருப்பதாகக் காட்டப்படுகிறது. முகம்மதின் வார்த்தை களைப் பிற கதாபாத்திரங்கள் தங்களின் குரலில் பேசுகின்றன. படத்தின் முக்கிய கதாபாத்திரங்கள் ஹம்ஸா (நபிகள் நாயகத்தின் பெரிய தந்தையாக நடித்திருப்பவர் Antony Quinn ஆவார்.) அபூசுஃப்யானாக Michael Ansaraவும், அவர் மனைவி ஹிந்த் ஆக Irene Papas உம் வில்லன் பாத்திரங்களில் நடித்துள்ளனர்.

2. Muhammad: The Last Prophet (2004), written by Brian Nissen, directed by Richard Rich, produced by Badr International, Distributed by Fine Media Group.

மேற்குறித்த The Message (1976) திரைப்படத்தைப் போல இந்தப் படத்தில் முகம்மது சித்திரிக்கப்படவில்லை.

கேமராவை நோக்கிக் கதாபாத்திரம் பேசுவதாகக் காட்டப்படுகிறது. கணினியில் தயாரிக்கும் உரு மாதிரிப் படங்களை உயிரியக்கம் உடையவைபோல தோன்றச் செய்யும் வசீகரமான அனிமேஷன் படமாகும்.

3. *Muhammad: Legacy of the Prophet (2002), produced by Alex Kronemer and Michael Wolfe, PBS.*

   வரலாற்றுப் பதிவுகள், அமெரிக்க முஸ்லிம்களின் கதைகள் ஆகியவற்றின் மூலமாகச் சொல்லப்பட்ட இந்தப் படம் முகம்மதின் வாழ்வை ஆய்வு செய்கிறது.

4. *The Islam Collection, History Channel, not dated.*

   இஸ்லாத்தைப் பற்றிப் பொதுவாகப் பேசுவதுடன், இஸ்லாத்தின் தோற்றம் பற்றியும் முகம்மது பற்றியும் இரு சிறிய டிஸ்க்குகளில் இந்தப் படம் இருக்கிறது.

5. *The Life of Muhammad (2011), written by Ziauddin Sardar, produced and directed by Faris Kirmani, BBC.*

   மிகவும் புகழ் பெற்ற விமர்சனப்பூர்வமான, இந்த ஆவணப் படத்தை மூன்று மணி நேரம் ஓடும் வகையில், *Rageh Omar* வழங்குகிறார். முகம்மதின் வாழ்க்கை, அவரின் வரலாற்றுப் பின்னணி, அவரின் போதனைகள் ஆகியன இன்று புரிந்துகொள்ளப்படும் விதம் பற்றி இந்தப் படம் ஆய்வு செய்கிறது,

VI. இணையதளங்கள்.

1. *http://web.archive.org*

   An ideal place to download books on Muhammad, including ibn Ishaq எழுதிய *Life of Muhammad, Martin Lings*இன் *Muhammad: His Life Based on Early Sources* உள்ளிட்ட முகம்மது (ஸல்) குறித்த நூல்களை இந்த இணைய தளத்தில் பதிவிறக்கம் செய்துகொள்ளலாம்.

2. *www.bbc.co.uk/learningzone/clips/the-prophet-muhammad/*

   From the BBC, with videos and other material to use in the classroom.

3. *www.iium.edu.my/deed/hadith/*

   ஸஹீஹ் அல் புகாரி, ஸஹீஸ் முஸ்லிம் உள்ளிட்ட ஹதீஸ் தொகுப்புகளை இந்தத் தரவுத் தளத்தில் காணலாம்.

4. *www.muhammad.net*

முகம்மதின் இறைப்பணி, செய்தி வாழ்க்கை பற்றியும் அவரின் போதனைகள், இறைவழிபாடு, பக்திபூர்வமான பிற விசயங்கள் பற்றியும் இந்தத் தளத்தில் காணலாம்.

5. www.prophetmuhammadforall.org

முகம்மது (ஸல்) அவர்களின் வாழ்க்கை குறித்த பொதுவான பின்னணி, சிறிய ஹதீஸ் தொகுப்பு, பக்தி இசை, சில சமகால வாழ்க்கை வரலாறுகள் ஆகியவற்றை இந்தத் தளத்திலிருந்து பதிவிறக்கம் செய்துகொள்ளலாம்.

6. www.rasoulallah.net

பக்திப்பூர்வமான விசயங்களுக்கான பன்மொழி இணையதளமாகும்.

7. www.amaana.org/prophet/prophetmuhammad.htm

இறைத்தூதர் குறித்த இஸ்மாயிலீ பிரிவின் பார்வையை இந்தத் தளம் முன்வைக்கிறது. பக்தி இசைப் பாடல்களையும் இந்தத் தளத்தில் பதிவிறக்கம் செய்துகொள்ளலாம்.

8. www.al-islam.org/lifeprophet/

இஸ்லாமிய இறைச் செய்திக்கான உலகு தழுவிய அமைப்பான தப்லீக் ஜமாத்தின் பார்வைக்கு ஆதரவான அமைப்பு.

9. www.kalamullah.com/muhammad.html

பல சமகால வரலாற்று நூல்களையும் பக்தி விஷயங்கள் தொடர்பான ஆதாரங்களையும் இங்குக் காணலாம்.

10. http://rsulallah.wordpress.com/

முகம்மது (ஸல்) அவர்கள் பற்றிய சவுதி வஹ்ஹாபியப் பிரிவின் கருத்துக்களை இந்தத் தளத்தில் காணலாம்.

ஆதார நூல்கள்

1. Azami M.M., *The History of the Qur'anic Text* (Leicester: UK Islamic Academy, 2003), p.68
2. Sardar Z, *Reading the Qur'an* (London: Hurt, 2011)
3. On the science of hadith criticism and the importance of hadith see Brown J.A.C., *Hadith: Muhammad's Legacy in the Medieval and Modern World* (Oxford: Oneworld, 2009).
4. *Sahih Bukhari,* trans. M.Asad (Gibraltar: Dar al-Andalus, 1981); there are numerous other translations.
5. *Sahih Muslim,* trans. A.Hamid Siddiqui (Lahore: Islamic Book Service, three volumes 2005).
6. ibn Ishaq, *The Life of Muhammad,* trans. A.Guillaume (Oxford: Oxford University Press, 1955)
7. Al-Waqidi, *The Life of Muhammad,* trans. R.Faizer et al. (London: Routledge, 2011).
8. Ibn Saad, *Kitab Al-tabaqat Al-kabir,* trans. S.Moinal Haq and H.K.Ghazanfar (New Delhi: Kitab Bhava, 1986)
9. Al-Tabari, *The History of al-Tabari* (New York: State University of New York Press, 39 volumes, various translators, 1985-2007)
10. Musa A.Y, *Hadith as Scripture* (New York: Palgrave Macmillan, 2008)
11. Guillaume A, Introduction to *The Life of Muhammad* by ibn Ishaq (Oxford: Oxford University Press, 1978) p.xxiv.
12. Schoeler G, *The Biography of Muhammad: Nature and Authenticity* (London: Routledge, 2011) examines these opinions and finds them seriously flawed.

13. Sardar.Z, *Orientalism* (Milton Keynes: Open University Press, 1999).

14. Quoted in Hoyland R.G, *Arabia and the Arabs: From the Bronze Age to the Coming of Islam* (London: Routledge 2001), p.8.

15. Crone P, *Meccan Trade and the Rise of Islam* (Princeton: Princeton University Press, 1987).

16. *Diodorus of Sicity* translated by C.H.Oldfather, Volume II (London: William Heinemann Ltd and Cambridge, MA: Harvard University Press 1935) p.217.

17. Hogarth D.G, *The Penetration of Arabia* (London: Alston Rivers Limited, 1905), p.18.

18. Ramadan T, *The Messenger: The meanings of the life of Muhammad* (London: Penguin, 2007), p.14.

19. Zeitlin I.M, *The Historical Muhammad* (Oxford: Polity Press, 2007), pp.50-62.

20. ibn Ishaq, op. cit., p.119.

21. Haykal M.H, *The Life of Muhammad* (Indianapolis, IN: North American Trust Publication, 1976), pp.98-9.

22. ibn Ishaq op. cit., p.229.

23. See Hamidullah M, *The First Written Constitution in the World* (Lahore: Ashraf, 1970) and Lecker.M, *The 'Constitution of Medina': Muhammad's First Legal Document* (Princeton, NJ: Darwin Press, 2004). I Have used the 'Translation of the Text of the Constitution', given by Hamidullah in *The Prophet's Establishing A State and His Succession* (Delhi: Adam Publishers, 2007), pp.65-74.

24. ibn Ishaq, op. cit., p.453.

25. Ibid, p.464.

26. Rogerson B, *The Prophet Muhammad: A Biography* (London: Little Brown, 2003), p.167.

27. ibn Ishaq, op. cit., p.503

28. Ibid, p.504.

29. Ibid, p.505.

30. *History of Al-Tabari,* volume 8, p.104.

31. Ibid, p.108.

32. ibn Ishaq, op. cit., p.553.

33. Ibid, p.553.
34. There are number of versions of the Farewell Sermon. I have summarized the one from ibn Ishaq, op. cit., p.651.
35. Muir W, *Mahomet and Islam* (London: Smith, Elder & Co. 1895).
36. On H.Lemmens see Djait.H, *Europe and Islam* (Berkeley, CA: University of California Press, 1985).
37. Voltaire, *Mahomet the Prophet or Fanaticism: A Tragedy in Five Acts,* trans. R.L.Myers, (New York: Frederick Ungar, 1964), original 1736.
38. Count C.F.Volney, *The Ruins* (London and New York: Twentieth Century Publishing, 1882).
39. Quoted in Rogerson B, *The Prophet Muhammad: A Biography* (London: Little Brown, 2003), p.129.
40. *Sahih Muslim,* Book 42, number 7065.
41. *Mishkat al-Masabih,* trans J.Robson (Lahore: Ashraf, 1963), Book II, 'Knowledge', pp. 50-63.

நூல் பட்டியல்

Al-Tabari, *The History of al-Tabari* (New York: State University of New York Press, 1988), volumes vi-ix, various translators.

Al-Waqidi, *The Life of Muhammad,* trans. R.Faizer et. al. (London: Routledge, 2011).

Armstrong K, *Muhammad: Prophet of Our Time* (Atlas Books, 2006).

Azmi M.M, *Studies in Early Hadith Literature* (Indianapolis, IN: American Trust Publications, 1978).

Brown J.A.C, *Hadith: Muhammad's Legacy in the Medieval and Modern World* (Oxford: OneWorld, 2009)

Brown J.A.C, *Muhammad: A Very Short Introduction* (Oxford: Oxford University Press, 2011).

Donner F.M, *Muhammad and the Believers* (Cambridge, MA: Harvard University Press, 2010), pp. 58, 69.

Grunebaum G.E, *Classical Islam: A History 600-1258,* (London: Allen and Unwin, 1970).

Hamidullah M, *The Battlefields of Prophet Muhammad* (Lahore: Ashraf, 1923).

Hamidullah M, *The First Written Constitution in the World* (Lahore: Ashraf, 1970).

Hamidullah M, *The Prophet's Establishing a State and His Succession* (New Delhi: Adam Publishers, 2007).

Hamidullah M, *The Life and Work of the Prophet of Islam* (New Delhi: Adam Publishers, 2007).

Haykal M.H, *The Life of Muhammad* (Indianapolis, IN: North American Trust Publication, 1976).

Hodgson M, *The Venture of Islam* (Chicago, IL: Chicago University Press, 1974, 3 volumes).

Ibn Ishaq, *The Life of Muhammad*, trans. A.Guillaume (Oxford: Oxford University Press, 1955).

Ibn Saad, *Kitab Al-tabaqat Al-kabir*, trans. S.Moinal Haq and H.K.Ghazanfar (New Delhi: Kitab Bhava, 1986).

Kamali M.H, *Hadith Methodology* (Kuala Lumpur Itmiah, 2002).

Lecker M, *The Constitution of Medina: Muhammad's First Legal Document* (Princeton, NJ: Darwin Press, 2004).

Lings M, Muhammad: *His Life Based on Early Sources* (London: Allen and Unwin, 1983).

Musa A.Y, *Hadith as Scripture* (London: Palgrave, 2008).

Peters F.E, *Muhammad and the Origins of Islam* (New York: State University of New York Press, 1994).

Rahman F, *Islam and Modernity: Transformation of an Intellectual Tradition* (Chicago, IL; Chicago University Press, 1982).

Rogerson B, *The Prophet Muhammad: A Biography* (London: Little Brown, 2003).

Sahih Bukhari, trans. Muhammad Asad (Gibraltar: Dar al-Andalus, 1981).

Sardar Z, Muhammad: *Aspects of A Biography* (Leicester: Islamic Foundation, 1978).

Sardar Z, *Desperately Seeking Paradise* (London: Granta, 2004).

Sardar Z, *Reading the Qur'an* (London: Hurst, 2011).

Schoeler G, *The Biography of Muhammad: Nature and Authenticity* (London: Routledge, 2011).

Watt W.M, *Muhammad at Mecca* (Oxford: Oxford University Press, 1953).

Watt W.M, *Muhammad at Medina* (Oxford: Oxford University Press, 1991).

Watt W.M, *Muhammad: Prophet and Statesman* (Oxford: Oxford University Press, 1961).

Weinberger E, *Muhammad* (London: Verso, 2006).

Zeitlin I.M, *The Historical Muhammad* (Oxford: Polity Press 2007)

பொருளடைவு

அகழி யுத்தம் 93–97, 99, 113, 123, 133

அபூபக்கர் 57, 70, 71, 110, 125, 126, 133

அப்துல்லா 84

அமாலீக் 41

அம்ர், சுஹைல் இப்னு 101, 102

அலீ 47, 57, 70, 71, 74, 102, 105, 110, 126, 144

அல் – உஸ்ஸா 36, 65

அல் – லாத் 66, 115

அல் அமீன் 45, 52

அல் சுபைர், உர்வா பின் 23

அல் தபரி 26, 142

அல் ஹாரிஸ், ஜுவைரியா பின்த் 125, 126

அல்–அஸ்ராகி 23

அல்–ஹுமாம், உமைர் பின் 89

ஆதாம் 66

ஆமினா 44

ஆயிஷா 68, 121, 125, 126, 127, 129

இப்ராஹீம் 17, 38, 49, 50, 66, 73, 84. 125

இப்னு இஸ்ஹாக் 23, 26, 27, 41, 65, 73, 90, 91, 141, 143, 146, 148

இப்னு கஸீர் 41, 143

இப்னு சைத் 23

இரண்டாம் யஸீத் 122

இறைத்தூதர் 130

இஸ்மாயீல் 38, 73, 143

இஸ்லாத்திற்கு முந்தைய அரேபியா 10, 12, 25, 35

ஈஸா 17, 54, 73, 107

உக்பா, மூஸா பின் 23

உமர் 126

உஸ்மான் 20, 21, 47, 61, 126

உஹத் யுத்தம் – 90, 92, 93, 108, 109, 115, 123

ஏமன் 41

ஃபாத்திமா 47, 110, 126

கதீஜா 11, 47, 52, 56, 57, 64, 125, 130, 125, 130, 133

கிலாப், ஸைத் பின் 42

குக், மைக்கேல் 28

குல்ஸூம், உம்மு 47

குறைஷி 36, 41, 42, 60, 61, 63, 65, 66, 70–72, 76, 78, 79, 85–87, 90, 91, 93–97, 99–104, 108–115

குஷ்ரோ 100

சர்கோன் 34

சலாம், அப்துல்லா பின் 84

சாய்பா, உமர் பின் 25

சீசர் 100

சுஃப்யான், அபூ 110, 112, 116, 125, 126

சுவா 34

சோரஸ் 106

தபரி 142, 146

தமாஸ்கஸ் நகர புனித யோவான் 122
தாயிஃப் 10, 37, 114, 115, 117
தாலிப் 44, 60, 63, 64–65, 135
நீகஸ் 62, 63, 106, 107
பத்ர் 83, 84, 85, 93
பனூ, பக்ர் 109, 112
பாகிரா 46
பாபரிசியா க்ரோன் 28
பிலால் 57, 61, 76
புகாரி 22, 143, 144
ப்ளேக், வில்லியம் 54
மக்கா 10–12, 19–25, 34–45, 48–50, 53, 57–63, 65–78, 84, 103, 108–119, 125, 126, 133
மதீனா 23, 25, 37, 40, 71–87, 89–90, 93–110, 115–118, 131–132, 135, 141, 144
மதீனா சாசனம் 78–81, 83, 96
மதீனாவுக்குப் புலம் பெயர்தல் 72, 73, 78, 84, 108, 118
மனாத் 36,65
மஸ்வூத், உர்வா இப்னு 100
முஆத், சஅத் பின் 96, 97
முத்தலிப், அப்துல் 43
முத்தா 108, 110
முயர், வில்லியம் 122
முஸ்லிம், இமாம் 23, 144
மூஸா 17, 23, 55
ருக்கையா 47, 61, 125–126
ருஷ்டி, சல்மான் 64

ரைஹானா 97
லேம்மன்ஸ், தந்தை ஹென்றி 122
வலீத், காலித் பின் 108, 109, 112
வால்டைர் 122, 123
வான்ஸ்ப்ரோ, ஜான் 28
வோல்னே 123
ஜஹஷ் 43
ஜாஃபர் 61–63, 142, 145
ஜிந்தால் 103
ஜிப்ரீல் 65
ஸம்ஆ, ஸவ்தா பின்த் 125
ஸலமா, உம்மு 128, 129
ஸவ்தா 125, 128
ஸைத் 42, 57
ஸைத், ரைஹானா பின்த் 125
ஸைனப் 47, 127
ஸைனப் பின்த் ஜஹஷ் 125
ஹஃப்ஸா 125, 126, 128
ஹபீபா, உம்மு 125, 126, 128
ஹம்ஸா 93, 150
ஹலீமா 43, 44, 46, 133
ஹாஜரா 38
ஹிந்த் 66, 68, 90, 93, 125, 150
ஹுதைபியா 99, 100, 102, 104, 106, 108–110, 112, 129
ஹுபல் 36, 114
ஹெராக்ளியஸ் 106, 108